நாலுகெட்டு

நாலுகெட்டு

குளச்சல் யூசுஃப்
மொழிபெயர்ப்பாளர்

குமரி மாவட்டம், குளச்சலில் பிறந்தவர். தற்போது நாகர்கோவிலில் வசித்துவருகிறார். வைக்கம் முகம்மது பஷீரின் படைப்புகள் உட்பட முப்பதுக்கும் மேற்பட்ட நூல்களைத் தமிழில் மொழிபெயர்த்துள்ளார். செம்மொழித் தமிழாய்வு மத்திய நிறுவனத்துக்காக நாலடியார், இன்னா நாற்பது, இனியவை நாற்பது, கார் நாற்பது, களவழி நாற்பது, நான்மணிக்கடிகை ஆகிய அறநூல்களை மலையாளத்திலும் மொழியாக்கம் செய்துள்ளார். மொழிபெயர்ப்பிற்கான சாகித்திய அகாதெமி விருது, தமிழ்நாடு அரசு விருது, ஆனந்த விகடன் விருது, உள்ளூர் பரமேஸ்வரய்யர் விருது, வி.ஆர். கிருஷ்ணய்யர், நல்லி - திசையெட்டும், ஸ்பாரோ கவிக்கோ உட்படப் பல்வேறு விருதுகள் பெற்றுள்ளார்.

மின்னஞ்சல்: *kulachalsmyoosuf@gmail.com*

அலைபேசி: 99949 23926

எம்.டி. வாசுதேவன் நாயர்

நாலுகெட்டு

மலையாளத்திலிருந்து தமிழில்
குளச்சல் யூசுஃப்

காலச்சுவடு பதிப்பகம்

அன்பார்ந்த வாசகருக்கு,

வணக்கம்.

காலச்சுவடு நூலை வாங்கியமைக்கு நன்றி.

நூலின் உள்ளடக்கம், உருவாக்கம், அட்டைப்படம் இன்ன பிற அம்சங்கள் பற்றிய உங்கள் கருத்துகளையும் ஆலோசனைகளையும் காலச்சுவடு வரவேற்கிறது. தகவல், எழுத்து, வாக்கியப் பிழைகள் தென்பட்டால் அவசியம் தெரிவித்து உதவுங்கள். நூல் தயாரிப்பில் கடும் குறைபாடு இருப்பின் மாற்றுப் பிரதி உங்களுக்குக் கிடைக்கக் காலச்சுவடு ஏற்பாடு செய்யும்.

மின்னஞ்சல்: publisher@kalachuvadu.com

காலச்சுவடு நாகர்கோவில் அலுவலகத்திற்குக் கடிதம் அனுப்பலாம்.

தங்கள்
எஸ்.ஆர். சுந்தரம் (கண்ணன்)
பதிப்பாளர் – நிர்வாக இயக்குநர்

நாலுகெட்டு ❖ நாவல் ❖ ஆசிரியர்: எம்.டி. வாசுதேவன் நாயர் ❖ © எம்.டி. வாசுதேவன் நாயர் ❖ மலையாளத்திலிருந்து தமிழில்: குளச்சல் யூசுஃப் ❖ முதல் பதிப்பு: ஆகஸ்ட் 2018, ஒன்பதாம் பதிப்பு: டிசம்பர் 2024 ❖ வெளியீடு: காலச்சுவடு பப்ளிகேஷன்ஸ் (பி) லிட்., 669, கே. பி. சாலை, நாகர்கோவில் 629001 ❖ கோட்டோவியங்கள்: நம்பூதிரி

naalukeTTu ❖ Novel ❖ Author: M.T. Vasudevan Nair ❖ © M.T. Vasudevan Nair ❖ Tamil Translation from Malayalam by: Colachel Yoosuf ❖ Language: Tamil ❖ First Edition:August 2018, Ninth Edition: December 2024 ❖ Size: Demy 1 x 8 ❖ Paper: 18.6 kg maplitho ❖ Pages: 280

Published by Kalachuvadu Publications Pvt. Ltd., 669, K.P. Road, Nagercoil 629001, India ❖ Phone:91-4652-278525 ❖ e-mail: publications @kalachuvadu.com ❖ Illustrations: Nambhoodri ❖ Printed at Real Impact Solutions, No. 12, 3rd Street, East Abiramapuram, Mylapore, Chennai 600 004

ISBN: 978-93-86820-57-0

12/2024/S.No. 837, kcp 5595, 18.6 (9) uss

வளர்வான். வளர்ந்து பெரிய ஆளாவான். கைகளுக்கு நல்ல திடமிருக்கும். அப்போது யாருக்கும் பயப்பட வேண்டியதில்லை. தலைநிமிர்த்தி நிற்கலாம். 'யாரடா' என்று கேட்டால் தயங்காமல் சொல்லலாம். "நான்தான் கோந்துண்ணி நாயர் மகன் அப்புண்ணி."

அன்று, ஒருமுறையாவது செய்தாலிக்குட்டியைப் பார்க்காமல் இருக்கமுடியாது. அதற்குப் பிறகுதான் பழிவாங்கல். செய்தாலிக்குட்டியின் கழுத்து கைகளுக்கிடையில் நெரிபடும்போது சொல்வான் "நீதானே, நீதானே . . . என் . . ."

– அதை நினைக்கும்போதே அப்புண்ணியின் கண்களில் நீர் துளிர்க்கும்.

செய்தாலிக்குட்டியுடன் மோதுகிற காட்சி அப்புண்ணியின் கற்பனையில் பல தடவை விரிந்ததுண்டு. கண்களைத் மூடித் தூக்கம் வராமல் படுத்திருக்கும் போதும், குண்டுங்கல் வீட்டுப் படிக்கல்லில் மஞ்சாடி மூட்டில் மதிய நிழலில் தனியாக அமர்ந்திருக்கும்போதும் எல்லாம்.

யாரிந்த செய்தாலிக்குட்டி? அப்புண்ணி அவனைப் பார்த்ததில்லை. பார்த்துவிடக் கூடாது என்பதுதான் அவனுடைய பிரார்த்தனையும். கொஞ்ச காலம் கழிந்த பிறகு பார்த்துக்கொள்ளலாம். வளர்ந்து பெரிய ஆளான பிறகு அவனைத் தேடிக் கண்டு பிடித்துக்கொள்ளலாம்.

சாயங்காலம் கடைக்குப் புறப்படும்போது செய்தாலிக்குட்டியைப் பற்றி அவன் யோசிக்கவு மில்லை. அவனைப் பார்ப்போம் என்று நினைக்கவு மில்லை.

பள்ளிக்கூடம் விட்டு வீட்டுக்கு வந்து சேர தாமதமாகிவிட்டது. அம்பல வட்டம் நண்பர்களுடன்

நடந்துகொண்டிருந்தான். ஷாரடியின் மேல்புறம் முந்திரித் தோப்பில் கல்லெறிந்து பழம் பறித்தான். பரங்நோடனின் தோப்பிலோ அச்சுதக்குறுப்பின் தோப்பிலோ பழம் பறிப்பதைப் பற்றி நினைக்கவே வேண்டாம். மோசமான ஆட்கள். பிடித்தால் தாய்க்கும் தகப்பனுக்கும் சேர்த்துத் திட்டு விழும். ஷாரடியிடம் கேட்டாலே போதும். 'பறிச்சிக்கடா' என்று விடுவார். வயதான அவருக்கு முந்திரிக் கொட்டை கிடைத்தால் போதும். ஷாரடிக்குக் குழந்தைகள் இல்லை என்பதால்தான் மற்ற பையன்கள் மீது கொஞ்சம் அன்பு காட்டுகிறாராம்.

பழம் பறித்து முடித்து குன்றின்மீது வந்ததும் நனைந்துகிடக்கும் புல் கட்டைகளை மிதித்துப் பெயர்த்து வழுக்குப்பாதையாக்கி விளையாடினான். நேரம் போனதே தெரியவில்லை.

பள்ளிக்கூடம் விட்டு நேராக வீட்டுக்கு வரும் நாட்களில் அம்மா இல்லத்திலிருந்து* வந்திருக்க மாட்டாள். அடுக்களை உறியில் வைத்திருக்கும் கஞ்சிப்பாத்திரத்தை எடுத்து ஒரே மூச்சில் குடித்துவிட்டு குடிசை முத்தாச்சியின் பக்கத்தில் போய் ஏதாவது பஞ்சாயத்து பேசிக்கொண்டிருக்கும்போது அம்மாவும் வந்து சேருவாள்.

அன்று அவன் வரும்போது இரவு உணவுக்கான அடுப்பில் அம்மா உமியை எறிந்து தீ மூட்டிக்கொண்டிருந்தாள்.

"பள்ளிக்கூடம் விட்டு வீட்டுக்கு வர்றதுக்கு ஏண்டா இவ்வளவு நேரம்?"

"ஒண்ணுமில்லம்மா."

"எத்தனை வாட்டி சொல்லியிருக்கேன், கருக்கலுக்குள்ளே வீடு வந்து சேரணும்னு."

அப்புண்ணி பதிலெதுவும் சொல்லவில்லை. அவனுக்குத் தெரியும். அம்மாவிடமிருந்து கிடைக்கும் திட்டு அதிக பட்சம் இவ்வளவுதான் என்று.

கஞ்சியை நின்றபடியே உறிஞ்சிக் குடித்தான். அம்மா சொன்னாள்:

"எஞ்செல்லம் போயி அந்த ஈசுபு கடையிலேருந்து ரெண்டணாவுக்குத் தேங்காண்ணெ வாங்கியா."

அவன் வெளியே பார்த்தான். வெயில் சுத்தமாக மாய்ந்து போயிருந்தது. இருட்டுப் படரவில்லைதான். ஆனால், வானம் இருண்டு கிடந்தது. இருபுறமும் தாழை வளர்ந்து கிடக்கும்

---

* நம்பூதிரிமனை

எம்.டி. வாசுதேவன் நாயர்

காட்டினூடே, இருட்டிய பிறகு குறுக்குப்பாதையில் போக அவனுக்குக் கொஞ்சம் பயம். அந்தப் பாதையோரத்தில்தான் மந்திரவாதி ஏரோமனின் உடல் தகனம் செய்யப்பட்டது. அப்புண்ணி தயங்கி நின்றான்.

"நாளைக்கு வாங்கிக்கலாம்மா."

"தொட்டுப் புரட்டுறதுக்குக்கூட ஒரு துளி எண்ணெயில்லடா. ஒரே ஓட்டமா போய் வாங்கியாந்துடு."

அவன் தயக்கத்துடன் நின்றான். 'பயம்மா இருக்கும்மா' என்றால், அம்மா வேண்டாம் என்று சொல்லி விடுவாள்தான். ஆனால், அது கௌரவக் குறைவு. அப்படிச் சொல்கிற அளவுக்கு அவன் சின்னப் பையனுமில்லை. எட்டாம் வகுப்புப் படிக்கிறான். வகுப்பில் மானிட்டரும்கூட!

"போயிட்டு வா அப்புண்ணி. சீக்கிரமா வந்தா, வெங்காயம் வதக்கி சோறு வெக்கிறேன்."

பிறகு அவன் தயங்கவில்லை.

"குப்பியும் பைசாவும் எடுங்க."

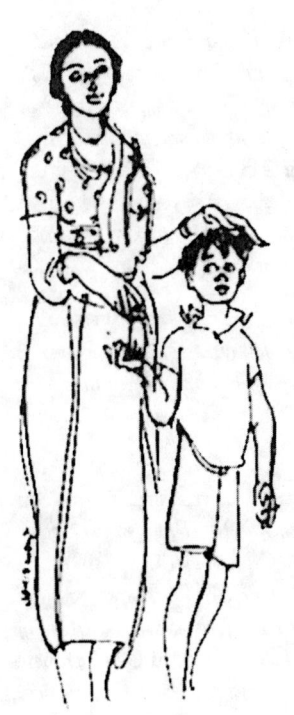

வெங்காயம் வதக்கிய சோறு என்பது சாதாரண விஷயமல்ல! அதன் ருசியை இரண்டோ மூன்றோ முறை மட்டுமே அவன் அனுபவித்திருக்கிறான். வாணலியில் சின்ன வெங்காயத்தை நறுக்கிப் போட்டு, தேங்காயெண்ணெய் விட்டு அடுப்பில் வைப்பாள் அம்மா. வெங்காயம் பொரிந்து வரும்போது, சட்டுவத்தில் சோற்றை அள்ளிப் போடுவாள். அதைக் கிண்ணத்தில் வைத்துப் பரிமாறும்போது ஒரு வாசம் எழும்.

ஹா . . ! நினைக்கும்போதே வாயில் நீரூறியது.

அணாவைச் சிவப்பு நிக்கர் பாக்கெட்டில் வைத்தான். குப்பியைக் கையிலெடுத்து விட்டு ஓட்டம் பிடித்தான்.

தாழைக்காட்டின் இடைவழியை அடைந்தபோது ஒரு நிமிடம் தயங்கி நின்றான். இல்லை, அவ்வளவு ஒன்றும் இருட்டில்லை. ஆனால், இருபுறமும் தாழைப்புதர் மண்டிக் கிடக்கிறதே? தாழைப்புதரின் இடையிலுள்ள பொந்துகள்தான் நல்ல பாம்பின் வசிப்பிடம். தாழம்பூ வாசம் பாம்புகளுக்கு மிகவும் பிடிக்குமாம். நல்ல வாசம், நல்ல இராகம், அழகான பெண்கள் – இதுவெல்லாம் கொடிய விஷமுள்ள நல்ல பாம்புகளுக்குப் பிடித்தமானவை. விஷமுள்ள பாம்புகளுக்கு மட்டும்தானா?

இடைவழியிலுள்ள ஒவ்வொரு பள்ளமும், படிக்கல்லும், கல்லும், குழியும் அவனுக்கு மனப்பாடம். மெதுவாகப் போனால்தானே பயம்? அவன் குதித்தோடினான். புதர்க்காட்டின் தொடக்கத்தை அடைந்தபோது சற்று நிதானித்தான்.

இன்னும் ஒரு தோப்பைக் கடந்து விட்டால் போதும். ஆற்றங்கரையில்தான் கடை வீதி. எல்லாமே வைக்கோல் வேய்ந்த சின்னச் சின்ன கடைகள். ஓடு வேய்ந்தக் கடை ஒன்றே ஒன்றுதான். அதில் வியாபாரம் கிடையாது. மாடியில் யாரோ தங்கியிருக்கிறார்கள்.

கடைகளில் விளக்கேற்ற ஆரம்பித்து விட்டார்கள். பெரும்பாலும் மங்கலான பதினாலாம் நம்பர் விளக்குகள். யூசுபின் கடையில் மட்டும்தான் பெட்ரோமாக்ஸ் இருந்தது. கிராமத்திலுள்ள பெரிய கடையும் அதுதான். சித்திரை விஷுவின்போது பட்டாசு விற்பனைக்கு வருவதும் யூசுபின் கடையில் மட்டும்தான். பட்டாம்பியில் இருந்து புதிதாக ஒரு தையல்காரன் வந்திருந்தான். கூடலூரின் முதல் தையல்காரன். தையல் மெஷினுடன் யூசுபின் கடையில்தான் அவன் உட்கார்ந்திருப்பான்.

யூசுபின் கடைக்குச் செல்வது அப்புண்ணிக்கு ரொம்பப் பிடிக்கும். துணி தைப்பதையும் பார்க்கலாம். கடகடவென்ற சத்தத்துடன் ஊசி உயர்ந்து, தாழ்ந்துகொண்டிருப்பதும் பல நிறங்களிலுள்ள துணிகள் சுருள் சுருளாக மடிவதும் கண்கொள்ளாக் காட்சிகள்.

அம்மாவிடம் சொல்ல வேண்டுமென்று நீண்ட நாட்களாகவே நினைக்கிறான் அப்புண்ணி. இனி, ராவுத்தரிடமிருந்து சட்டை வாங்க வேண்டாம் என்று சொல்ல வேண்டும். 'ஜவுளி . . . ஜவுளி' என்று கூவிக்கொண்டு போகும் ராவுத்தரைக் கூப்பிட்டு வாங்கியதுதான் அவனிடமிருக்கும் மூன்று சட்டைகளும். அதில், இரண்டு சட்டைகள் அளவில் பெரியவை. இன்னொன்று, ரொம்பவும் குட்டையானது. துணி வாங்கி தையல்காரனிடம் கொடுக்க வேண்டும். கடையிலுள்ளவர்கள்

பார்த்துக்கொண்டிருக்க அவன் அளவெடுப்பான். டேப் வைத்து அளவெடுத்துத் தைத்தால் சரியாக இருக்கும். அதை வெட்டுவதையும் தைப்பதையும் கொஞ்சம் உரிமையுடன் பார்த்துக்கொண்டும் நிற்கலாம் அல்லவா?

அப்புண்ணி வரும்போது யூசுபின் கடையில் கூட்டம் அதிகமாக இருந்தது. வேலை முடிந்து கூலி வாங்கி வரும் செறுமிகள்* சாதனங்கள் வாங்கும் நேரம் அது.

"ரெண்டு காலணாக்கு கெரஸின்."

"நாழி உப்பு."

"காலணாக்கு வெத்திலயும் போயிலையும் சேத்து."

"என்னைக் கொஞ்சம் சீக்கிரமா அனுப்பி வைங்க **முஸலியாரே."

கல்லாப்பெட்டியின் முன் உட்கார்ந்திருப்பது மட்டுமே யூசுபின் வேலை. ஆட்டுக் கடாபோல் குரல்வளையை நோக்கி உள்வளைந்த வெள்ளைத்தாடி வைத்த முஸலியார் பொருட்களை எடுத்துக்கொடுப்பார்.

கூட்டம் அதிகமாக இருந்தது. நெரிசலின் இடையிலும் செறுமிகள் குடில் காரியங்களையும் தம்புரான் ***படிக்கல் விசேஷங்களையும் பரிமாறிக் கொண்டனர். தலையில் ஊற்றிக்கொடுத்த ஒன்றரையணா தேங்காயெண்ணெயில் ஒரு சொட்டு தரையில் விழுந்ததற்காக ஒரு செறுமிக்குமரி முஸலியாரைக் கடிந்துகொண்டாள்.

தையல்காரன் மெஷினைக் கடைக்குள் வைத்துவிட்டுப் போயிருந்தான்.

அப்புண்ணி கடைத்திண்ணையில் ஒதுங்கி நின்றிருந்தான். "தெய்வமே, நேரம் இருட்டிடுச்சே!"

கருக்கல் நேரத்தில் தாழைப்புதர்களில் நல்ல பாம்புகள் வந்தடையும்.

பாதையோரத்தில் மந்திரவாதி ஏரோமன் தகனம் செய்யப்பட்டிருக்கிறான்.

"ரெண்டணாவுக்குத் தேங்காயெண்ணெய்." – அப்புண்ணி கேட்டான்.

* தாழ்த்தப்பட்ட சாதிப் பெண்கள்
** மதப்பண்டிதரைக் குறிக்கும் சொல்
*** வேலை செய்யும் வீடு

நாலுகெட்டு

செறுமிகளின் ஆரவாரத்தினிடையே முஸலியாரின் காதுகளில் விழவில்லை.

அவர்களிடையே முண்டியடித்தேறுவதற்கான முயற்சியையும் அவன் மேற்கொண்டு பார்த்தான். தீட்டுப்பட்டாலும் பரவாயில்லை. எப்படியும் வீட்டுக்குப் போய் குளிக்க வேண்டியது தானே? அவர்களது கறுத்த உடலின் அருகில் சென்றபோது வேர்வையும் எண்ணெயும் சேறும் கலந்த, குடலைப் புரட்டுகிற ஒரு நெடி. அவன் அப்படியே பின் வாங்கி, பெட்ரோமாக்சைச் சுற்றி வரும் பூச்சிகளை வேடிக்கைப் பார்த்தபடி நின்றிருந்தான்.

அப்போது இரண்டு பேர் கடைக்கு வந்தார்கள். வெள்ளைச் சட்டையும் நரை படர்ந்த சிறு மீசையுமுள்ள தடித்த குள்ளமான ஒருவர். இன்னொருவர், தோணித்துறை பக்கத்தில் ஒரு சில நாட்கள் சாயாக்கடை நடத்திப் பணத்தை இழந்த பத்மனாபன் நாயர். அப்புண்ணிக்கு அவரைத் தெரியும். அவருடைய இரண்டு பையன்கள் அப்புண்ணியின் வகுப்பில்தான் படிக்கிறார்கள்.

அப்புண்ணி இன்னும் கொஞ்சம் அருகில் நெருங்கி, சுவரில் சாய்த்து அடுக்கி வைக்கப்பட்டிருந்த நிரவுப் பலகைகளின்மீது சாய்ந்து நின்றான்.

“யாவாரம் சக்கைப்போடு போடுது போலிருக்கே முதலாளி?”

தடித்த, உயரம் குறைந்த வெள்ளைச் சட்டைக்காரன் சத்தமாகச் சொன்னான். குரல் கேட்ட செறுமிகள் திரும்பிப் பார்த்தனர். மேசையின் முன்னாலிருந்து சில்லறை எண்ணிக் கொண்டிருந்த யூசுபால் வந்தவனைப் பார்க்க முடியவில்லை.

“யாரது?”

தேக்கு இலையில் தனியாவைப் பொட்டலம் கட்டிக் கொண்டிருந்த முஸலியார் சிவந்தப் பற்கள் முழுவதையும் காட்டிச் சிரித்தபடியே சொன்னார்:

“றப்பே!* இது யாரு, இன்னும் நீ மய்யத்து** ஆகலையா ஷைத்தானே?”

“நாம எப்பவும் ரெடிதான் முஸலியாரே. ***இஸ்றாயீலுக்குதான் என்னை வேண்டாம் போலிருக்கு.”

---

* கடவுளே

** பிணம்

*** இஸ்றாயீல் = எமன்

கல்லாவிலிருந்து எழுந்து வெள்ளைச் சட்டைக்காரனைப் பார்த்த யூசுபும் சொன்னான்:

"றப்பே, இது யாரு?"

முஸலியார் கேட்டார்:

"எப்படா வந்த நீ?"

"அஞ்சரை மணி வண்டியில"

பொட்டலம் போடுவதினிடையே முஸலியார் சொன்னார்:

"சைத்தான் கொஞ்சம் தேறியிருக்கான். இல்லையா பப்பனாவன் நாயரே?"

பீடியைப் பற்ற வைத்து, திண்ணையில் உட்கார்ந்து செறுமிகளைப் பார்த்தபடியே இழுத்துக்கொண்டிருந்த பத்மநாபன் நாயர் சொன்னார்:

"ஆமா ... வெளியூர் சோறில்லையா?"

எச்சில் துப்புவதற்காக முற்றத்தை நோக்கித் திரும்பிய நாயர், அப்புண்ணி நிற்பதைப் பார்த்தார்.

"நீ எதுக்குடா இங்க நிக்கிறே?"

எதுவும் நடந்துவிடவில்லைதான். இருந்தாலும் அப்புண்ணிக்கு அழுகையாக வந்தது. இன்னும் கொஞ்ச நேரத்தில் அழுது விடுவாமோ என்று பயந்தான். நாயரின் முகத்தைப் பார்க்காமலேயே சொன்னான்:

"தேங்காயெண்ணெ வாங்க."

செறுமிகளிடையே சிறு சலசலப்பு உருவானது.

வெள்ளைச் சட்டைக்காரன் பத்மனாப நாயரிடம் கேட்டான்:

"யாரிந்தப் பையன்?"

"நம்ம கோந்துண்ணியாரோட மகன். வடக்குப்பாட்டு வீட்டிலே ..."

அப்புண்ணி தலையை உயர்த்தவில்லை.

செறுமிகள் திடீரென்று அமைதியானார்கள். அப்புண்ணியின் அருகில் நின்றிருந்த இரண்டு பேர் தங்களுக்குள் எதுவோ பேசிக்கொண்டனர். முன்னால் நின்றவர்கள் விலகிக்கொண்டனர். இப்போது, முண்டியடிக்காமல் அவனால் முன் நகர முடிந்தது.

நாலுகெட்டு

குப்பியை வாங்கி, புனலை வைத்து, சிறு கரண்டியை டப்பாவுக்குள் அமிழ்த்தி, இரண்டு முறை ஊற்றிய முஸலியார், துளியூண்டு எண்ணெயைக் கொசுறாகவும் ஊற்றினார்.

காசைக் கொடுத்து விட்டு, காய்ந்த இலையைச் சுருட்டிக் குப்பியை மூடிப் புறப்பட இருக்கும்போது வெள்ளைச் சட்டைக்காரன் கேட்டான்:

"தனியாகப் போயிட முடியுமா?"

தன்னிடம்தான் கேட்கிறான் என்று அப்புண்ணிக்கு முதலில் புரியவில்லை.

"பயங்கர இருட்டா இருக்கே பிள்ளை?"

யாருக்கும் கேட்காமல் எதையோ முணுமுணுத்தான் அப்புண்ணி. அதிகாரியின் வீட்டில் வேலை செய்யும் செறுமிக் கிழவி கோச்சி, சத்தமாகச் சொன்னாள்:

"நில்லுங்க சின்னத் தம்புரானே, தனியாகப் போகவேண்டாம். அடியேனும் அந்த வழிதான் வரேன்."

கோச்சி, காசும் வெற்றிலையும் வைக்கும் தாழைமடலால் முடைந்த வட்டிலையும் கடையிலிருந்து வாங்கிய சாமான்களையும் தனது பெரிய முந்தானையில் கட்டிக்கொண்டு அப்புண்ணி யின் பின்னால் புறப்பட்டாள். கையிலிருந்த ஓலைப் பந்தத் தைப் பக்கத்துக் கடையின் இரட்டைச் சிமினியில் பற்ற வைத்துவிட்டுச் சொன்னாள்:

"நடங்க, சின்னத் தம்புரானே."

அப்புண்ணியின் பயம் விலகியது. புதர்க்காட்டின் இடைவழியில் தாழம்பூவின் மெல்லிய நறுமணம் தங்கி நிற்பதை உணர்ந்தான். இருந்தாலும், காலடியில் வெளிச்சமிருந்தது.

எம்.டி. வாசுதேவன் நாயர்

வழியில் வைத்து அப்புண்ணி கேட்டான்:

"யாரு கோச்சி அது?"

"யாரைக் கேக்குறீங்க சின்னத் தம்புரானே?"

"ஈசப்பு கடையில . . ?"

"அவருதான் செய்தாலிக்குட்டி மாப்பிளை. தெரியாதா?"

"எந்த செய்தாலிக்குட்டி?"

"முண்டடத்தாயத்து . . . ஊரை விட்டுப் போயி ரொம்பக் காலத்துக்குப் பிறகு வந்திருக்காரு."

செய்தாலிக்குட்டி!

உடம்பினூடே ஒரு அதிர்வு கடந்துபோனதுபோலிருந்தது அப்புண்ணிக்கு. தடித்துக் குறுகிய முரட்டுக் கைகள். மயிரடர்ந்த உடல். இரத்த நிறத்தில், உருண்டைக் கண்கள் – அவன்தான் செய்தாலிக்குட்டி. அவனைத்தான் . . .

கோயில் முற்றத்தில் கதகளி நடந்த அன்று, அதிகாலையில் கண் விழித்தபோது கண்ட காட்சிதான் முதலில் நினைவுக்கு வந்தது. துச்சாதனனின் மார்பிலேறி அமர்ந்த பீமன் வயிற்றைக் கிழித்துக் குடலை வெளியே எடுக்கிறான். அதுபோல் செய்தாலிக்குட்டியின் மார்பில் . . .

ஆனால், அப்புண்ணிக்குப் பலம் போதாது. அவன் வளரவில்லை.

அப்புண்ணி மூச்சு வாங்கினான்.

இருந்தாலும், கல்வெட்டாங்குழியின் விளிம்பிலோ ஆனைப்பாறையின் கீழுள்ள இடைவழியிலோ நடக்கும்போது இலேசாக தள்ளிவிட்டால் . . .

ஒரு கல்லைத் தூக்கித் தலையில் போட்டால் . . .

"சின்னத் தம்புரான் இனி போங்க."

வீடு வந்துவிட்டதை அப்புண்ணி அப்போதுதான் உணர்ந்தான்.

"அப்புண்ணீ . . ."

அம்மா கூப்பிடுவது காதில் விழுந்தது. அம்மா வாசலிலேயே காத்து நிற்கிறாள்.

அவன் படியைக் கடந்து மூச்சு வாங்க அம்மாவின் அருகில் சென்றான்.

"மூத்தாரு தெய்வங்களே, நான் பதறிப் போய் நிக்கிறேன்."

அவன் பதில் சொல்லவில்லை. கல்வெட்டாங்குழியில் விழுந்து சிதைந்த குட்டைத் தலையிலிருந்து இரத்தம் வடிகிறது.

"ஏன் அப்புண்ணி இவ்வளவு நேரம்?"

"கடையில நல்ல கூட்டமா இருந்துச்சும்மா."

அழுக்குத் துண்டை சுற்றிக்கொண்டு கிணற்றங்கரையில் குளிக்கச் சென்றான் அப்புண்ணி. தண்ணீரை மொண்டு தலையில் ஊற்றிக்கொடுத்தாள் அம்மா. இப்போதும் அவனைத் தேய்த்துக் குளிப்பாட்டுவது அம்மாதான். முதலில் அவன்தான் தலையைத் துவட்டுவான். முடியைப் பிடித்துப் பார்த்துவிட்டு ஈரம் போகவில்லை என்று சொல்லி, மீண்டும் அழுத்தித் துவட்டி விடுவாள் அம்மா.

வதக்கிய வெங்காயச் சோற்றுக்கு அன்று போதுமான சுவை தெரியவில்லை.

முன்வாசலையும் அடுக்களைக் கதவையும் சாத்தி, பாத்திரங்களைக் கழுவிக் கவிழ்த்து வைத்த அம்மா, உள்ளே இருந்த அறையில் மெத்தை போட்டு, பக்கத்தில் ஒரு பாயும் விரித்தாள்.

விளக்கு அணைந்து இருட்டுக் கவிழ்ந்தபோது ஏனோ அவனுக்குள் பயம் உருவானது. இருட்டில், குட்டைத்தலையும் இரத்த நிறம்கொண்ட இரண்டு கண்களும் தெரிந்தன.

"அம்மா... தூங்கிட்டீங்களா?"

"இல்லப்பா, ஏன்?"

"ம்... ம்..."

கண்களை இறுக மூடிக்கொண்ட அப்புண்ணி தூக்கம் சீக்கிரம் வரட்டுமென்று பிரார்த்தனை செய்தான்.

"அம்மா..."

அப்புண்ணியின் முதுகினூடே கையை நுழைத்து இறுக்கமாகப் பற்றிக்கொண்ட அம்மா கேட்டாள்:

"என்னடா?"

அப்புண்ணி மீண்டும் தயங்கினான். சொல்லவா?

"நான் வந்து... செய்தாலிக்குட்டியைப் பாத்தேன்."

எந்த செய்தாலிக்குட்டியை என்று அம்மா கேட்கவில்லை.

அவனை மேலும் இறுக்கமாக அரவணைத்து முதுகில் முகத்தை அமர்த்திய அம்மா சொன்னாள்:

எம்.டி. வாசுதேவன் நாயர்

“எஞ்செல்லம் தூங்கு.”

அந்தக் கதையை அம்மா இதுவரை சொல்லவில்லை. குடிசைக்கார முத்தாச்சி பல தடவையாக சொன்ன ஓரளவுக் கதையை மட்டுமே அவன் கேட்டிருக்கிறான்.

அவர்களது வளவின் தெற்குப் பகுதியில்தான் குடிசை முத்தாச்சியின் வசிப்பிடம் அது. நேரம் கிடைக்கும்போதெல்லாம் குடிசைக்குப் போய் விடுவான் அப்புண்ணி.

ஆனால், முத்தாச்சி எப்போதும் அங்கேதான் இருப்பாள் என்று சொல்ல முடியாது. சில நேரங்களில் மஞ்சள் நிற கம்பளி சால்வையைப் போர்த்திக்கொண்டு கம்பை ஊன்றியபடி வெளியே சென்றுவிடுவாள். அந்த சால்வை கொழும்பில் இருந்து கொண்டுவந்ததாம். இரண்டு மூன்று நாட்கள் கழிந்த பிறகுதான் முத்தாச்சி திரும்பி வருவாள். தேந்தேத்து இல்லம், மாங்கோத்து இல்லம் போன்ற வழக்கமான சில வீடுகளுக்கும் வேறு இரண்டு மூன்று வீடுகளுக்கும் மட்டுமே அவள் செல்வாள். அங்கெல்லாம் அரிசியும் தேங்காயும் கிடைக்கும். கேட்காமலேயே அவர்கள் கொடுத்துவிட வேண்டும். இடையிடையே முத்தாச்சி தன்னைத்தானே ஆறுதல்படுத்திக்கொள்வதுபோல், “நான் ஒண்ணும் யாசகம் கேட்டுப் போறவ இல்ல” என்பாள்.

குடிசை முத்தாச்சியைத் தெரியாதவர்கள் என்று கூடலூரில் யாருமே கிடையாது. சிறு வயதில் முத்தாச்சி மூன்று புருஷன் களுக்கு வாழ்க்கைப்பட்டிருந்தாள். ஆனால், குழந்தைகள் இல்லை. முதல் புருஷன், முத்தாச்சியைத் தள்ளி வைத்தார். இரண்டாவதும் மூன்றாவதும் புருஷன்களைப் முத்தாச்சியே தள்ளி வைத்தாள். எழுபது வயதைக் கடந்த முத்தாச்சி, இளம் வயதினருடன் சேர்ந்து இப்போதும் திருப்பு அறுப்பாள்; கைகொட்டி விளையாடுவாள். ஓரளவு வசதியுள்ள வீடுகளுக்குச் சென்றால் ஒன்றோ இரண்டோ நாட்கள் தங்கியிருப்பாள். அங்கிருந்து புறப்படும்போது அவர்கள் அரிசியோ பணமோ கொடுக்க வேண்டும். அதுவும் இளம் வயதினர்தான் கொடுக்க வேண்டும். அரிசியும் பணமும் கொடுக்கும் இல்லத்தாரின் கொடை மனதையும் அருமை பெருமைகளையும் ஊரெங்கும் பறைசாற்றுவாள்.

இயன்ற காலத்தில் பிள்ளைத்தாய்ச்சிகளும் நோயாளிகளு முள்ள வீடுகளுக்குச் செல்வாள். இன்று ஊரில் வாழ்கிற பலரும் பிறப்பதற்குக் காரணம் முத்தாச்சிதான். பலர் இறப்பதற்கும்கூட முத்தாச்சிதான் காரணமாக இருந்திருக்கிறாள். காலனின் வருகை குறித்துப் பேசுவது முத்தாச்சிக்குப் பிடிக்காது.

"முத்தாச்சியைத் தெக்குப் பார்க்க தூக்கிட்டுப்போறதுல உனக்கென்ன அவ்வளவு அவசரம் மகனே?" என்பாள். பிறகு, தனக்குத்தானே ஆறுதல்போல் சொல்லிக்கொள்வாள்:

"என் சீட்டு அப்படியெல்லாம் சீக்கிரமாக் கிழிஞ்சிடாது."

ஒரு சுற்றுப் போய் வந்தால், ஐந்தாறு நாட்கள் முத்தாச்சி குடிசையிலேயே இருந்துவிடுவாள். அந்நாட்களில் அப்புண்ணிக்கு பெரும் மகிழ்ச்சியாக இருக்கும். குடிசையில் கயிற்றுக்கட்டிலில் சென்று உட்கார்ந்தால் போதும். பயணத்தின்போது கிடைத்த வற்றில் உப்பிலிட்ட மாங்காய், தேந்தேத்து இல்லத்து பலாப்பழ அப்பளம் என்று நல்லவை ஏதேனும் இருந்தால் அது அப்புண்ணிக்குத்தான். கேட்பதற்கு இரண்டு வயதுக் குழந்தை கிடைத்தால்கூட போதும்; முத்தாச்சிக்குச் சொல்வதற்கென்று நிறைய செய்திகள் இருக்கும்.

அப்பாவைப் பற்றிய பல்வேறு செய்திகளை, முத்தாச்சி சொல்லித்தான் அவன் அறிந்துகொண்டான்.

"கோந்துண்ணி சாகும்போது நீ, இந்தா இம்புட்டுத்தான் இருப்பே."

எல்லாப் பையன்களையுமே முத்தாச்சி, அப்பு என்றுதான் கூப்பிடுவாள். பெண் பிள்ளைகளாக இருந்தால் அம்மு என்பாள்.

அப்பா இறக்கும்போது அவன் முத்தாச்சியின் சுண்டு விரலின் பகுதியளவுதான் இருந்தான். அப்புண்ணிக்கு வேடிக்கையாக இருக்கும்.

அப்பாவின் மரணம் இயற்கையானது அல்ல; யாரோ விஷம் கொடுத்துக் கொன்றுவிட்டார்கள் . . .

"கோந்துண்ணியைப்போல ஒரு பாசக்கார மனுசன் இந்த ஊர்லேயே கிடையாது. யானைகூட பிடிக்க முடியாத ஒரு உடல் கட்டு. எங்க வச்சுப் பார்த்தாலும் சரி, முத்தாச்சிக்கு வெத்திலை பாக்கு வாங்குறதுக்குன்னு ஏதாச்சும் தந்துடுவான் ..." என்று சொல்லி, அப்புண்ணியின் தலையைத் தடவியபடியே முத்தாச்சி சொல்வாள்:

"கடவுள் அவளுக்குக் கொடுத்து வைக்கலைப்பு."

அப்பாவைப் பற்றிய நினைவுகளில் எதுவுமே அப்புண்ணிக்குத் தெளிவாக இல்லை. ஆனால், அவனைப் பார்ப்பவர்கள் எல்லோரும் அப்பாவைப் பற்றியே பேசினார்கள். ஊரிலுள்ள அனைவருக்கும் அப்பா பிரியமானவராக இருந்திருக்கிறார். ஊரில் நடைபெறுகிற ஒவ்வொரு நிகழ்ச்சிக்கும் கோந்துண்ணி நாயர்

தேவைப்பட்டார். திருமணத்துக்கும் பதினாறு அடியந்திரத்துக்கும்* பந்தல்கட்ட அவரும் கூடவே நிற்பார். ஆனால், அப்பாவின் குடும்பத்தாருக்கு மட்டும் சிறுவயது முதல் அவரைப் பிடிக்காது.

"அவன் தாயக்கட்டையை உருட்டிட்டு நடக்கட்டும். தான்தோன்றி" என்பதுதான் அப்பாவைக் குறித்து அப்பாவின் அம்மாவுடைய முடிவு. அந்தக் குடும்பத்துக்கே அப்பாதான் ஏக வாரிசு. அப்பாத்தா சாகும்போது அப்பா தன்னந்தனியன்.

கோந்துண்ணி நாயர் பேர்பெற்ற பகடை விளையாட்டு வீரர்.

ஓணம், சித்திரை விஷு, **திருவாதிரை போன்ற விசேஷ நாட்களில் ஆலமரத்தடியின் சுற்றுக்கெட்டு நிழலில் இப்போதும் பகடை விளையாட்டு நடப்பதுண்டு. கூடலூர் கிராமத்துக்காரர்களுக்கும் பெரும்பலம் கிராமத்துக்காரர்களுமிடையே போட்டி நடக்கும்.

பேர்பெற்ற பெரிய பெரிய பகடை விளையாட்டுக்காரர்கள் எல்லாம் போய்ச் சேர்ந்துவிட்டார்கள். இப்போது புதிதாக சில இளைஞர்கள் வந்திருக்கிறார்கள். "பழைய காலம்போல விளையாட்டு இப்ப சூடு பிடிக்கிறதில்லை" என்கிறார்கள் வயதானவர்கள். பகடைக்காய்களை உருட்டும் சத்தம் கேட்கும் போதும், உற்சாகக்குரல் எழும்போதும் அப்பாதான் நினைவுக்கு வருவார். அப்புண்ணிக்கு வருத்தத்தையும் மீறிய ஒரு பெருமித உணர்வு உருவாகும்.

சொல்லி வைத்த எண்ணிக்கையில் பகடை உருட்டும் ஒரே ஒருவர்தான் அந்த ஊரிலிருந்தார். அது அப்புண்ணியின் அப்பா கோந்துண்ணி நாயர் மட்டும்.

"நான் இந்த இரு கண்ணால பாத்திருக்கேன். பெரும்பலம் காரங்களோட நடந்த கடைசி விளையாட்டு அது. எதிரணியில மாரார் விளையாடுறாரு. அவர்கூட நேருக்கு நேரா போட்டி போட்டு மூணாவது காயை விழத்தட்டுற நேரம். தோற்றுப்போனா ஊரோட மானமே போச்சு. சும்மா உக்கார்ந்திருந்து பலனில்லை. விளையாடுனவங்களுக்கு எல்லாம் சலிச்சிப் போயிடுச்சு. மறுபக்கம் வண்ணான் சோப்பன் செய்வினை செய்திருக்கான். பிறகுதான் நமக்கு இது தெரிய வந்தது. முப்பத்திரெண்டு எண்ணிக்கை வேணும் சரிக்கு சமமா வர்றதுக்கு. காய்களைக் கையில எடுத்துட்டு வானத்தைப் பாத்துட்டு நிக்கிறார் அச்சும்மான்.

ஏமாத்திட்டியே தெய்வமே . . . உண்மையைச் சொல்லணும்னா அச்சும்மானுக்கும் தைரியமில்லை. இந்த

* கருமாதி

** மார்கழித் திருநாள்.

எறியிலும் கிடைக்கலேன்னா தோல்வி நிச்சயம். என்னைப் பாத்து, அவர் மெதுவாக் கேட்டார்: "என்னடா பையா, ஊரோட மானம் போகுது . . ?"

இருந்தாலும் விடுறதா இல்லை அச்சும்மான். அவரு ஆளு யாரு? திரும்பி நின்னுச் சத்தமாக் கேட்டார்: "பையங்க யாராவது இருக்காங்களா?"

அப்ப, 'காயை எங்கிட்ட தாங்க, பெரியவரே'ன்னு ஒரு குரல்.

பாத்தா, கோந்துண்ணி நாயர் நிக்கிறாரு.

எதிரணியில மாராரும் ஆட்களும், பூமியிலுள்ள சகலமான தெய்வங்களையும் அழைச்சுக் கூப்பாடு போடுறானுங்க. இந்தக் கூப்பாடு ரொம்ப தூரம் வரைக்கும் கேட்டது.

அந்தப் பாழாப்போனவளை நான் எதுக்குக் கூப்பிடணும்? கோந்துண்ணியாரு நெஞ்சிலறைஞ்சபடியே நாலு கெட்ட வார்த்தை. யாரை? தேவி பகவதியை! சொல்லும்போதே உடம்பு சிலுக்குது. கண்ணை மூடிட்டு ஒரு நாழிகை பிரார்த்தனை செய்த கோந்துண்ணியாரு ஒரு எறி வெச்சார். பளிங்கு பளிங்குபோல இந்தா கிடக்குது பன்னெண்டு.

கண்ணெல்லாம் அப்படியே செவந்துபோய்க் கிடக்கு. பாத்தா, பயமாயிருக்கும்.

இரண்டாவதும் ஒரு எறி. இப்பவும் பன்னெண்டு.

பிறகு, விளையாட ஆரம்பிச்சாரு. ரெண்டு மூணு, ஒரு ஆறு

கட்டிக்குங்க கொம்பைன்னு சொல்லி ஒரு எறியும் கொடுத்துட்டு அப்படியே நடந்தார். அவர் களத்துப்படிக்குப் போய்ச் சேரும்போதுதான் இங்கே விளையாட்டும் நின்னுது. பார்த்தால், பகடை."

"இப்பேர்ப்பட்ட ஆணாப் பொறந்த ஒருத்தன் இனி பொறக்கவே போறதில்லை."

கூடலூரின் இப்போதைய முன்னணி விளையாட்டுக்கார ரான குட்டன் நாயர் சொன்னார்:

"அந்த வீரன் தன்னோட இருபத்தொண்ணாவது வயசுலதான் குற்றிப்புறம், வட்டாஞ்சேரின்னு நடந்து அங்குள்ள பெரிய பெரிய விளையாட்டுக்காரன்களை எல்லாம் குப்புறவிழ வெச்சார்."

தோல்வி என்றால் என்னவென்றே தெரியாத தெற்கத்தி வண்ணான் ஒருவன் இருந்தான். தன்னுடைய மண்டகத்தில்*

---

* முன்னோரை வழிபடும் இடம்

வைத்து மட்டுமே அவன் விளையாடுவான். போட்டிக்கு வருகிற ஒவ்வொருவரையும் அவன் தோற்கடித்து வந்தான். ஒரு ஓணக்கால அவிட்டம் நாளன்று, அப்பா அங்கே புறப்பட்டார். கூடவே அப்புப்பணிக்கரும். அப்புப்பணிக்கர் இப்போதும் அதைச் சொல்லாத நாளே கிடையாது.

“ஒருநாள் காலையில தொடங்குன விளையாட்டுல மூணாவது நாள் அப்பா போட்டி போட்டாரு. தெக்கத்தியான் படிச்ச வித்தைகள் பலதையும் பிரயோகிச்சுப் பாத்தான். நாலாவது நாள் சாயங்காலம்தான் சூதாட்டம் முடிஞ்சுது. விளையாட்டைப் பாக்க வந்தவங்களோட கூட்டம் மண்ணள்ளிப் போட்டா கீழே விழாது. அப்பா எழுந்ததும் தெக்கத்தியான் கும்பிட்டபடியே சொன்னான்:

“எஜமான்கூட அடியேன் இனிமே விளையாட மாட்டேன். இது, அடியேனுடைய சந்தோஷத்துக்காக!”

நாலு ராத்தல் எடையுள்ள வெண்கலப் பகடைக் காய்கள் தெக்கத்தியான் அன்னைக்குக் கொடுத்ததுதான். அந்தக் காய்களை உருட்டி விளையாடினா இப்ப உள்ள இளந்தாரிகளோட நெஞ்சுக்கூடு கலங்கிடும். அதை வெச்சி விளையாடித்தான் கானோத்துப் பணிக்கர்மாரைத் தோற்கடிச்சார்.”

இப்படி, அப்புண்ணியின் அப்பா கோந்துண்ணி நாயரைப் பற்றி சொல்வதற்கு மக்களிடம் ஏராளமான செய்திகள் இருந்தன.

ஊரிலுள்ள பல இளைஞர்கள் அப்பாவின் பின்னால் நடந்தார்கள். எல்லோருக்குமே அப்பா தேவைப்பட்டார். அப்பாவின் திருமணத்துக்குப் பிறகு நண்பர்களில் பலர் அவரை விட்டுப் பிரிந்துபோய்விட்டார்கள். காரணம், அம்மாவின் குடும்பத்தை அப்பா இழிவுபடுத்தி விட்டாராம்.

வடக்குப்பாட்டு குடும்பத்தை இழிவுபடுத்திய அப்பாவின்மீது ஊரிலுள்ள பலருக்கும் வெறுப்பு உருவானதாம்.

அப்பாவின் குடும்பம் தகுதியில் குறைந்ததுதான். மூன்றோ நான்கோ தலைமுறைகளுக்கு முன்பு அப்பாவின் குடும்பத்திலுள்ள ஒரு பெண் வழி தவறிவிட்டாள் என்பதுதான் இதற்குக் காரணம். போதாக்குறைக்கு எல்லா சாதிக்காரர்களுடனும் அப்பா நட்புறவு வைத்திருந்தார். சாயா குடிப்பதே கெட்டப் பழக்கம் என்றிருந்த அன்றைய காலகட்டத்தில் அப்பா மாப்பிளை முஸ்லிம் கடைகளுக்குப்போய் சாயா குடித்தார். மாப்பிளையின் சாயாவை இந்துக்கள் குடிப்பது முறையல்லவே? அப்பா பெருந் தவறு செய்துவிட்டார். அவரது பகடை விளையாட்டும் வடக்குப்பாட்டு

பெரியவர்களின் கண்களில் தவறான ஒன்றாகவே தென்பட்டது. பகடை விளையாடப்போகும்போது அப்பா, கள்ளுக்குடிப்பதும் உண்டாம். இப்படிப்பட்ட ஒருவனுக்கு வடக்குப்பாட்டுக் குடும்பத்துப் பெண்ணை ஒரு போதும் முறைப்படி திருமணம் செய்து வைக்க மாட்டார்கள்.

அம்மாவுக்கு ஒரு சகோதரர் இருந்தார். இறந்துவிட்டார். அப்புண்ணி அவரை மாதவ மாமா என்பான். கோந்துண்ணி நாயரும் மாதவ மாமாவும் நண்பர்கள்.

பெரிய மாமா வீட்டில் இல்லாத ஒருநாள். அன்றெல்லாம் அன்னியர் யாரும் *பத்தாயப்புரைக்குள் நுழைவதில்லை. சாயங்கால நேரம், பத்தாயப்புரைக்குள்ளிருந்து மாதவ மாமாவும் அப்பாவும் பேசிக்கொண்டிருந்தார்கள். நேரம் போவதே தெரியாமல். திண்ணையில் இருந்து பெரிய மாமாவின் குரலைக் கேட்டதும் அவர்கள் திடுக்கிட்டார்கள்.

"யாருடா மாதவா அது?"

இதற்கான பதிலை அப்பாவே சொன்னார்:

"தாழத்து வீட்டு கோந்துண்ணி."

"அன்னிய ஆண்களுக்கு சாயங்கால வேளையில இங்கென்ன வேலை?"

அப்பா, பணிவுடன் சொன்னார்:

"நான் வடக்கு கட்டுக்குப் போகலை. இங்க, மாதவனோட பேசிட்டிருந்தேன்."

பெரிய மாமா காலைத் தரையில் தேய்த்தவாறே நடந்து வந்தார்.

"திண்ணையில நின்னு பேசணும். வந்த காரியம் முடிஞ்சா கிளம்பணும். அதை விட்டுட்டு, வடக்குப்பாட்டு பத்தாயப்புரைக் குள்ள உட்கார்ற அளவுக்குத் தாழத்து வீட்டு ஆண் பிள்ளை களுக்குத் தகுதி பத்தாது."

அப்பா கோபத்தை அடக்கியவாறே சொன்னார்:

"நான் இங்க ரகசியமாக இருக்க வரலை. இங்கிருந்து பெண் வேணும்னா என்னால கொண்டு போகவும் முடியும்."

"ப்ஃபூ..."

பெரிய மாமா அதட்டினார்.

---

* நெல்லறை.

அப்பா காறி உமிழ்ந்துவிட்டுச் சொன்னாராம்:

"குடும்பமாமே . . . பெரிய குடும்பம்."

இதையெல்லாம் தெற்கு மனையின் சாய்வுப்படி மரச்சட்டங்களுக்குப் பின்னால் நின்று ஒரு ஜீவன் பார்த்துக்கொண்டிருந்தது – அம்மா.

அம்மா அப்போது பருவம் நிறைந்த பெண்.

வடக்குப்பாட்டு காரணவர் குஞ்ஞிக்கிருஷ்ணனின் இளைய மருமகள். வெகு விமரிசையுடன் திருமணம் செய்து வைக்க நிச்சயிக்கப்பட்டிருந்த பெண். சம்பந்தக்காரன், பன்னிரெண்டு மைல் தொலைவில் காடும் குளங்களுமுள்ள பெரிய குடும்பத்தைச் சேர்ந்தவன். முற்றம் நிறைத்துப் பந்தல் போடப்பட்டிருந்தது. பூமான்தோடு முதல் கைதக் காடுவரையுள்ள மொத்த நாயர் வீடுகளுக்கும் அழைப்பு விடுக்கப்பட்டிருந்தது. சமையலுக்கு, கொடிக்குன்னத்துக் குட்டிப்பட்டர்கள் ஏற்பாடு செய்யப்பட்டிருந்தனர்.

ஆனால், திருமணம் நடந்தேறவில்லை.

புதுமாப்பிள்ளையின் வீட்டார் வந்த பிறகுதான் வீட்டுக்குள் இருந்தவர்களுக்கு விஷயம் தெரிய வந்தது. புதுப்பெண்ணைக் காணவில்லை.

"என்னாச்சு முத்தாச்சி?"

ஆச்சரியம் மேலிட பதற்றத்துடன் கேட்டான் அப்புண்ணி.

"வேறென்ன, கோந்துண்ணி, பாருக்குட்டியைக் கடத்திட்டுப் போயிட்டான்."

சீதையை புஷ்பக விமானத்தில் இராவணன் கடத்திச்சென்ற கதையை அவன் கேள்விப்பட்டிருக்கிறான். இராவணன் துஷ்டன். இராமரின் மனைவியைக் கடத்திச் சென்றதற்குக் காரணம் அவனது துஷ்டத்தனம்தான்.

சுபத்ரையை அர்ஜுனன் கடத்திச்சென்ற கதையை அவன் நினைத்துப் பார்த்தான். அர்ஜுனன் மாபெரும் வீரன். வில் வித்தையில் அர்ஜுனனை வெற்றிகொள்ள யாராலும் இயலாது. மலையாளப் பாடப்புத்தகத்தில் அந்தக் கதை இருக்கிறது. கிருஷ்ண பகவானின் வீட்டுக்குத் துறவி வேடத்தில் சென்ற அர்ஜுனன், சுபத்ரையுடன் வெளியேறினான். தைரியசாலி! எதிர்த்து வந்த யாதவர்களால் அர்ஜுனனைத் தொடக்கூட முடியவில்லை.

சுபத்ரையை ரதத்தில் ஏற்றிக் கொண்டுசென்ற பகுதியை வாசிக்கும்போது, அப்பாவைக் குறித்த கூனன் சாத்து நாயரின் விவரணைதான் நினைவுக்கு வரும். அதை விவரிப்பதற்கான உரிமை அவருக்கு மட்டுமே உரித்தானது.

“நான் நேரடியாப் பாத்தேன். அப்படிப்பட்ட ஒரு ஆணாப் பொறந்தவன் இனி பொறக்கப் போறதில்லை.”

சாத்து விவரிப்பார்: “வயக்காடு முழுவதும் மாரளவு மழை வெள்ளம். துருதுருன்னு அட்டை. ஈர்க்கிலைக் கொடியை எடுக்கிற லாவகத்தோட இப்படிக் கையால தூக்கிட்டு அப்படியே ஒரு நடை.”

ராந்தல் வெளிச்சத்துடன் பின்னால் நடந்துகொண்டிருந்த கூனன் சாத்து நாயர் கேட்டார்:

“அவங்க பின்னால வந்தா என்ன பண்றது?”

திரும்பி நின்று சாத்துவை ஒரு பார்வை பார்த்துவிட்டு அப்பா சொன்னார்: “சாத்து, நான் ஒரு ஆண். பொறப்புன்னு ஒண்ணு இருந்தா, என்னைக்காவது ஒருநாள் சாகத்தான் வேணும்.”

முத்தாச்சி சொல்லும் கதையைக் கேட்கும் சில நேரங்களில் தச்சோளி சந்துவும் கோமப்பனும் நினைவுக்கு வருவார்கள். குழந்தையாக இருக்கும்போது சொல்லிக்கேட்ட கதைகள். அங்கம் வெட்டி வென்ற கதைகள். . .

“கடவுள் அவனுக்குக் கொடுத்து வைக்கலை.”

கொத்தலங்காட்டுக்காரர்களின் *கையாலையில் ஒரு நாள் முழுவதும் தங்கியிருந்த அப்பா, வயக்காட்டுக்கரையில், இல்லத்துக்காரர்களுக்குச் சொந்தமான கொஞ்சம் நிலத்தை எழுதி வாங்கினார். வெற்றிடம். அதில் ஒரு வீடும் வைத்தார்.

“ரெண்டு மூணு வருசத்துல அவன் அதை நந்தவனமாக்கினான்.”

அம்மாவை அவளது வீட்டுக்காரர்கள் **புலை குளித்து, குடும்ப மானத்தைக் கெடுத்த அந்த நிகழ்வை மறக்க முயற்சி செய்தார்கள்.

பெண்ணைக் கடத்திக்கொண்டுபோன கோந்துண்ணி நாயரைப் பற்றித்தான் ஊர் நீண்ட காலம் பேசிக்கொண்டிருந்தது.

---

* வீட்டின் சாய்வுப் பகுதி.

** தலை முழுகும் சடங்கு.

அப்புண்ணிக்கு அப்போது மூன்று வயதிருக்கும். ஆற்றங்கரையிலுள்ள விளைச்சல் நிலங்கள் முழுவதையும் அப்பா குத்தகைக்கு எடுத்தார். அதில், அப்பாவும் செய்தாலிக் குட்டியும் பங்கு சேர்ந்து மரவள்ளி நட்டார்கள்.

பாட்டி சொன்னாள்:

"மரச்சீனின்னு சொன்னா, நம்புரம் பள்ளிவாசல் முதல் வடக்கு ஆத்தங்கரை வரைக்கும்."

கண்பார்வை இல்லாதவன்கூட ஆயிரம் ரூபாய் எண்ணிக்கொடுப்பான். அந்த அளவுக்குத் தரமான கிழங்கு. பள்ளிப்புரம் வியாபாரிகள் வந்து மொத்தக் கிழங்கையும் எடுத்துக் கொண்டார்கள். முன்பணமும் கொடுத்தார்கள்.

அன்றிரவு செய்தாலிக்குட்டி அப்பாவை விருந்துக்கு அழைத்தான்.

அப்புண்ணிக்கு சந்தேகம். அவன் கேட்டான்:

"நாம, மாப்பிளைமாரோட சோற்றைத் தின்னலாமா முத்தாச்சி?"

"உங்க அப்பனா தின்னாம இருப்பான்?"

அன்றிரவு இருவரும் *பத்திரியும் இறைச்சியும் தின்றார்கள். கறியில் மனதுக்குப் பிடிக்காத ஒரு சுவை தென்பட்டது.

"முத்திப்போன ஆட்டிறைச்சி" என்று சொல்லவும் செய்தான் செய்தாலிக்குட்டி. முத்தளிம் குன்று பள்ளிவாசலுக்கு மேற்பக்கம்தான் செய்தாலிக்குட்டியின் வீடு. விருந்து முடிந்து வெளியே வந்தார் கோந்துண்ணி நாயர். சுமைதாங்கியின் அருகில் வரும்போது வயிற்றுக்குள் எதுவோ குத்தியிழுப்பதுபோலிருந்தது. இரண்டடி எடுத்து வைத்ததும் வாந்தியெடுத்தார். தளர்ந்து, வயிற்றைப் பிடித்தபடி மீண்டும் இரண்டடி நடந்த கோந்துண்ணி நாயர் குழைந்து விழுந்தார்.

அப்புண்ணியின் கண்கள் மங்க ஆரம்பித்தன.

அப்போது பெரிய வளவு சந்து வந்தான். கும்பிடிச் சந்தையில் காய்கறி விற்று விட்டு வருகிறான்.

"யாரது?"

"நான்தான் சந்து."

"அய்யோ, எஞ்சாமிக்கு என்னாச்சு?"

---

* ஒறட்டி, பச்சரிசித் தோசை.

நாலுகெட்டு

“செய்தாலிக்குட்டி என்னை சதிச்சுட்டான் சந்து.”

அப்புண்ணியின் கண்கள் நிரம்பி வழிந்தன.

அப்பாவைக் கைத்தாங்கலாக அழைத்து வந்தான் சந்து. அம்மா விளக்குடன் அப்பாவை எதிர்பார்த்திருந்தாள். அப்புண்ணி தூங்கிவிட்டிருந்தான்.

“பாருக்குட்டீன்னு அலறிட்டு அப்படியே விழுந்தவன்தான். அதுக்குள்ள பல திசைகள்லே இருந்தும் ஆட்கள் வந்துக் கூடிட்டாங்க. என்னான்னு சொல்றது குழந்தே அதையெல்லாம்? அவ தலையெழுத்து சரியில்ல; அவ தலையெழுத்து சரியில்ல.”

– அப்புண்ணி ஏங்கியேங்கி அழுதான்.

கோந்துண்ணி நாயரின் சாவைப் பற்றி ஊருக்குள் பலவிதமாகப் பேசிக்கொண்டார்கள். போலீஸ் வரப்போவதாகவும் பிணத்தைத் தோண்டியெடுத்துப் பரிசோதனை செய்யப் போவதாகவும்... ஏனோ தெரியாது. எதுவுமே நடக்கவில்லை.

“அத்துண்ணி முதலாளிதான் பணம் கொடுத்து கேஸ் வராமல் பாத்துட்டாரே.”

எதிரிகளின் எண்ணிக்கையில் மேலும் ஒருவரை அப்புண்ணி மனதுக்குள் குறித்துக்கொண்டான். அத்துண்ணி முதலாளி.

பிறகுதான் அவனுக்குத் தெரிய வந்தது. அத்துண்ணி இறந்துவிட்டார். அதுவும் ஒரு வகையில் நல்லதுதான்.

அப்பா விஷம் வைத்துக் கொல்லப்பட்டிருக்கிறார். ஆட்டுக்கறியில் விஷம் கலந்து. விஷம் பறையர்களிடம் இருந்து வாங்கியதாம். பறையர்களுக்குப் பயப்பட வேண்டும். மந்திரவாதம் தெரிந்தவர்கள். நஞ்சு வைத்துக் கொல்வதாக இருந்தால் பாஷாணம் இருக்கிறது.

முத்தாச்சி அடிக்கடி சொல்வாள்:

“நீ பெரிய குடும்பத்தைச் சேந்தவன் அப்பு.”

அதை அங்கீகரித்து மனதுக்குள் அவன் பலமுறை திருப்பிச் சொல்லிக் கொண்டான். பழைய காலத்தில் அந்தக் குடும்பத்துக்கென்று பத்தாயிரம் கோட்டை விதைப்பாடு இருந்ததாம். அதெல்லாம் ரொம்ப பழைய காலம். முத்தாச்சி இரண்டாவது புருஷனுக்கு வாழ்க்கைப்பட்டிருந்த காலத்தில் குடும்பச் சொத்து பாகம் வைக்கப்பட்டது. பாகம் பிரியும் போது வடக்குப்பாட்டு குடும்பத்திலுள்ள அங்கத்தினர்களின் எண்ணிக்கை அறுபத்து நான்காம்.

அறுபத்து நான்கு உறுப்பினர்களைக்கொண்ட பெரிய குடும்பம்.

அன்று, இரண்டு நாலுகெட்டுகளைக் கொண்டதாக இருந்தது வீடு. பாதிக்கும் அதிகமாக இடித்து விட்டார்கள். இப்போது, தேவி பகவதி குடியிருக்கும் நாலு கெட்டும், பத்தாய அறையும், வராந்தாவும் மட்டும். ஒன்றிரண்டு மாதங்களுக்கொரு தடவை முத்தாச்சி அங்கே செல்வதுண்டு.

“பிரகாசம் வீசிய குடும்பம்டா அது. இப்பக்கூட அந்த முற்றத்துக்குப் போனா உடம்பு நடுங்கும் வரும்.”

அம்மா காலையில் அவனுக்கு கஞ்சிப் பரிமாறிக்கொடுத்து விட்டு இல்லத்துக்குப் புறப்படுவாள். முத்தாச்சி பக்கத்தில் எங்காவது நின்றால் அம்மா வாசலைத் தாண்டும்போது தவறாமல் சொல்வாள்:

“இதுவும் யோகம்தான் போலிருக்கு. வடக்குப்பாட்டு நாலுகெட்டுல வளந்தவ, இப்ப உலை மூட்டுறதுக்கு கூலி வாங்கப் போறா . . . தலையெழுத்து சரியில்ல; தலையெழுத்து சரியில்ல.”

வடக்குப்பாட்டு நாலுகெட்டில் வளர்ந்த கதையைக் கேட்கத் தொடங்கி கொஞ்ச காலம் ஆகிவிட்டது. அம்மாவின் காதுகளில் விழும்படியாகவும் சொல்வாள் முத்தாச்சி. ஆமினாவும்மாவும் கோச்சியும் இதைச் சொல்வதுண்டு. அப்போது யாருக்கும் தெரியாமல் அம்மா கண்களைத் துடைத்துக்கொள்வாள்.

“குஞ்ஞிக்காளியம்மையோட இளைய மகள். தரையில விட்டா, எறும்பு கடிச்சுடும்; தலையில வெச்சா பேனு கடிச்சுடும்னு வளத்தினவ. இவளோட திரண்டுக் கல்யாணத்துக்கு நூறு பறை அரிசி பொங்கி விருந்து வெச்சாங்க.”

அப்படி வளர்ந்தவள் அப்புண்ணியின் அம்மா. ஆனால், இப்போது . . .

காலையில் அவன் எழுந்திருப்பதற்குள் அம்மா குளித்து முடித்து கஞ்சியும் வைத்திருப்பாள். அவன் உட்காருவதற்கான பலகை போட்டு, பாத்திரத்தில் கஞ்சியும் இலைத்துண்டில் துவையலும், சாயங்காலத்துக்கானதை உறியிலும் வைத்து, பள்ளிக்கூடத்துக்கு உடுத்திக்கொண்டு போகும் சட்டையையும் நிக்கரையும் திண்ணையில் மடித்து வைத்துவிட்டு வேலைக்குப் போவாள்.

தன்னுடன் மகனையும் அழைத்துக்கொண்டு இல்லத்துக்குப் போவதில் அம்மாவுக்கு விருப்பமில்லை. இருந்தாலும் ஒரு தடவை

அவன் போயிருக்கிறான். ஐந்தாறு வயதிருக்கும்போது ஒருநாள். அப்புண்ணிக்கு இப்போதும் அது நினைவிருக்கிறது. பெரிய வீடு. அங்கே அம்மாவின் வேலைகள், நெல் காய வைப்பதும் குத்துவதும். அசைந்துகொண்டிருக்கும் பெரிய காதுகளில் பளபளக்கும் வட்டச் சுட்டிகள் அணிந்த *குஞ்ஞாத்தோல் "பெண்ணே, அந்தப் பாயை அப்படியே மடிச்சுப் போட்டுடு" என்று சத்தமாகச் சொல்வாள். அல்லது, "உரல்புரையில இருக்குற உமியைக் கொஞ்சம் இங்க கொண்டு வந்து வை" என்பாள்.

பின்புற வாசல் படியைக் கடந்தால் நேராக இல்லத்தின் சமையல் கட்டு முற்றத்துக்குச் சென்றுவிடலாம். அம்மா அந்த வழியாகத்தான் நடப்பாள்.

அம்மாவுடன் சென்ற அன்று குஞ்ஞாத்தோல் கேட்டாள்: "இவன், உன் பிள்ளையா பாரு?"

குஞ்ஞாத்தோலின் இரண்டு வார்த்தைகளுமே அவனுக்குப் பிடிக்கவில்லை. அம்மாவின் பெயர் பாரு அல்ல, பாருக்குட்டி. பிள்ளை என்பது அவனைக் குறிப்பிட்டுக் கேட்டது.

உரல்புரையின் பக்கத்திலேயே அவன் சுற்றிச் சுற்றி வந்தான். அம்மாவுக்கு நிறைய வேலைகள் இருந்தன. முன்புற முற்றத்தில் நின்றிருந்த அந்தி மந்தாரையின் அருகில் பாக்குமட்டை பாளைக் கோவணம் உடுத்தி, காலில் கிலுகிலுக்கும் தண்டையும், கழுத்தில் சரடில் கோர்த்த வட்ட மோதிரமும், உச்சியில் கட்டி வைத்த உருளைக் கொண்டையுமாக ஒரு குழந்தை விளையாடிக்கொண்டிருந்தது. பெரிய நம்பூதிரியின் பிள்ளை. பெரிய நம்பூதிரி என்று சொல்லப்படும் அந்த ஆள்தான் கால்களை அகற்றியபடி, முன்புறக்கூடத்தின் படித் திண்ணையில் உட்கார்ந்து வெற்றிலையை அசைபோட்டுத் துப்பிக்கொண்டிருப்பவர். அவருக்குக் கீழே அமர்ந்திருப்பவரையும் கவனித்தான். அவர் வெறுமனே உட்கார்ந்து இடையிடையே சிரித்துக்கொள்கிறார். முதலில் தன்னைப் பார்த்துச் சிரிக்கிறார் என்று நினைத்தான். பிறகுதான் இல்லை என்று தெரிந்தது.

மதியம் **தம்புராரின் சாப்பாடு முடிந்தது. பிறகு, பெரிய குஞ்ஞாத்தோலும் சிறிய குஞ்ஞாத்தோலும் குழந்தைகளும் சிறுவர் சிறுமிகளும் சாப்பிட்ட பிறகு குஞ்ஞாத்தோல் கூப்பிட்டாள்:

"பெண்ணே."

அப்புண்ணியின் அம்மாவைத்தான்.

---

* வீட்டுக்காரி, எஜமானி.

** நம்பூதிரியின்.

வாசலில் ஒன்றின்மீதொன்றாக இரண்டு எச்சில் இலைகள் வைக்கப்பட்டிருந்தன. அம்மா அதைச் சேர்த்து எடுத்து உரல்புரைத் திண்டில் கொண்டுவந்து வைத்தாள். இரண்டு இலைகளிலும் எச்சில் சோறும், சூப்பிய மாங்கொட்டையும், கூட்டுக்கறிகளும் இருந்தன.

அவனுக்குக் குமட்டியது.

"எனக்கு வேண்டாம்மா."

"பசிக்கலையா?"

"எனக்கு வேண்டாம்; எனக்கு வேண்டாம்."

அழுகையை அடக்கிக்கொண்டு அவன் சொன்னான். அம்மா எச்சில் இலைகளை கீழே வைத்துவிட்டு அவனைக் கட்டியணைத்துக்கொண்டாள். அம்மாவோட யோகம். செல்லமே இது . . .

உச்சியில் சூடான ஈரம் படுவதை உணர்ந்தான் அப்புண்ணி.

அதற்குப் பிறகு அவன் அம்மாவுடன் சென்றதில்லை. சாயங்காலம் பள்ளிக்கூடத்திலிருந்துத் திரும்பி வரும்போது முறத்தில் அரிசி இருக்கும். அம்மாவின் உடல் முழுவதும் தவிடும் தூசும் படிந்திருக்கும். நேரம் இருட்டிய பிறகு கிணற்றங் கரைக்குச் சென்று அம்மாவும் மகனும் குளிப்பார்கள்.

வீட்டின் மேற்புறத்தில் பெரிய கோயில் குளமிருக்கிறது. வடகோடியில் பாறைக் கூட்டங்களும் பொந்துகளும். பொந்துகளில் முதலைகள் முட்டையிட்டு குட்டிகளை வளர்த்துமாம். தெற்குத் துறையில் புதிய குளிப்புரை கட்டப்பட்டுள்ளது. ஒதுங்குவதற்கான இடமும். கருங்கல்லில் 'கேசவன் நம்பூதிரி வகை' என்று கொத்தி வைக்கப்பட்டுள்ளது. குளத்தில் குளிக்கச் சென்றால் அவனுடைய வகுப்பில் படிக்கும் பையன்களைப் பார்க்கலாம், நீந்தலாம், முங்கிக்குளிக்கலாம். ஆனால், குளத்துக்குச் செல்வதில் அம்மாவுக்கு விருப்பமில்லை. வீடு விட்டால் இல்லத்தின் வடக்குப்புறம்; அங்கிருந்து வீடு. இதுதான் அம்மாவின் வழக்கம்.

இரவில் படுத்த உடனேயே அம்மா தூங்கி விடுவாள். இருந்தாலும் இலேசாக அவன் அசைந்தால் போதும், உடனே கேட்பாள்: "என்னப்பா அப்புண்ணி?"

சிறு குழந்தையாக இருக்கும்போது அம்மா அவனது இடுப்பில் தாளம் தட்டிப் பாடித் தூங்க வைப்பாள். மழைமேக வர்ணனும் கோபியர்களும் ஆநிரை மேய்த்த காலத்தைக் குறித்த

பாடல். கிருஷ்ண பகவான் நல்ல வரி நெல்* சோறும் இலந்தை விதைக் கூட்டும் உண்ட ஒரு பாடலுமுண்டு.

தூக்கம் வராமல் படுத்திருக்கும்போது இருட்டில் பகடைக்காய்கள் உருளும். மாரளவு நீரினூடே தடித்த, குள்ளமான மனிதன் ஒருவன் தோளில் ஒரு சிறுமியையும் ஏந்திக்கொண்டு நடக்கிறான் ... பகடைக்காய்கள் உருளும் ஓசை ... அப்படியாக அவனது கண்கள் மெல்ல அடையும்.

கனத்தப் பகடைக்காய்கள் தரையில் செங்குத்தாக நின்று உருள்கின்றன ... உருள்கின்றன.

வெற்றிலை தரித்துச் சிவந்த உதடுகள் ...

இறந்தவர்கள் இரவு நேரங்களில் சொர்க்கத்தில் இருந்து இறங்கி வருவதுண்டா ...

தேர்வு முடிந்த விடுமுறைக் காலம் அப்புண்ணிக்குச் சலிப்பை ஏற்படுத்தியது.

நாற்பத்தைந்து நாட்களைக் கழித்தாக வேண்டும். இரவையும் பகலையும் ஒரே விதமாக கடத்திச் செல்வது அப்புண்ணிக்கு மிகவும் சிரமமாக இருந்தது.

அம்மா வேலைக்குப்போய்விட்டால் அவன் மட்டும் தன்னந்தனியாக ...

அம்மாவுடன் வடக்குப்பாட்டு இல்லத்துக்கு அவன் போவதில்லை.

நாற்பத்தைந்து நாட்களைக் கழித்தாக வேண்டும். அவன் நாற்பத்தைந்து கற்களை பொறுக்கி ஒரு தகரத் தாம்பாளத்தில் வைத்தான். பொழுது விடிந்ததும் முதல் வேலையாக ஒரு கல்லை எடுத்து நீக்கினான்.

குண்டுங்கல்காரர்களின் முற்றத்திலுள்ள மஞ்சாடி மரத்தடியில் போய் நின்றான். கேசவன் வந்தால் ஓலைப்பந்து பின்னி விளையாடலாம்.

ஆனால், கேசவனைக் காணோம். வெயில் பட்டால் அவனுக்கு மூச்சிரைக்கும். வெளியே போகக்கூடாது என்று அவனுடைய அம்மா சொல்லியிருக்கிறாள். கண்ட கண்ட பையன்களுடன் சேரக்கூடாது என்றும் உத்தரவிட்டிருக்கிறாள். அப்புண்ணிக்கும் இது தெரியும் என்பதால்தான் கேசவனைக் கூப்பிடவில்லை.

---

* முளை தானியம்.

கேசவன், அம்மாவுக்கு அவன் ஒரே மகன். குண்டுங்கல் காரர்கள் புதிய பணக்காரர்கள். ஒரு காலத்தில் அந்த வீட்டிலுள்ள மூத்தவர், பெரிய வீட்டின் வேலைக்காரராக இருந்து பிறகு, காரியஸ்தனாக ஆனார். பெரிய வீட்டு வேலைக்காரியைத்தான் அவர் திருமணம் செய்துகொண்டார். பிறகு, படிப்படியாக நெல் வந்தது; பணம் வந்தது.

கேசவனின் அம்மாவுக்கு இப்போது கழுத்து நிரம்பக் காசுமாலைகளுண்டு. கேசவனைக் குளிப்பாட்டுவதும், தலை துவட்டி விடுவதும், தலையில் சூரணம் வைப்பதும் மட்டும்தான் அவளது வேலைகள். இதுபோக, கிணற்றங்கரையில் பாத்திக்கட்டி பிடிகருணை நட்டுப் பராமரித்தாள். பிடிகருணை சாறு மூச்சிரைப்புக்குக் கைகண்ட மருந்து.

கேசவன் வெளியே எங்காவது நிற்கிறானா?

உதிர்ந்துகிடக்கும் மஞ்சாடிப் பூக்களைப் பொறுக்கி முகர்ந்து பார்த்துவிட்டு நான்கு நான்காக பிய்த்துப் போட்டபடி கொஞ்ச நேரம் அங்கேயே நின்றிருந்தான் அப்புண்ணி.

நாற்பத்தைந்து நாட்கள் கடந்தால் பள்ளிக்கூடம் திறந்து விடும். பாஸாகி விடுவோம் என்ற நம்பிக்கை இருந்தது. சான்றிதழ் வாங்கி திருத்தாலைப் பள்ளிக்கூடத்தில் சேரவேண்டும். பெரிய பள்ளிக்கூடம்.

திருத்தாலைப் பள்ளிக்கூடம் கொஞ்சம் தொலைவில் இருந்தது. ஒரு தூக்குச் சட்டி இருந்தால் சோறுகொண்டு போகலாம். பித்தளைப் பாத்திரம் விற்பவனை அழைத்து அம்மா விலை கேட்டாள். அவன் ஐந்தரை ரூபாய் என்றான். வேண்டாமென்று சொல்லி அனுப்பிவிட்டாள்.

ஏன் என்று அவன் கேட்கவில்லை. ஐந்தரை ரூபாய் இருந்தால் வாங்கியிருப்பாள் அல்லவா?

ஆமினாவும்மாவின் சீட்டு விழுந்தால் போதுமாக இருந்தது. இருபது பேர் கொண்ட சீட்டு. ஆள் ஒன்றுக்கு ஒரு ரூபாய். எட்டோ ஒன்பதோ சீட்டு முடிந்துவிட்டது. அது கிடைத்தால் கொஞ்சம் ஆறுதலாக இருக்குமென்று அம்மா சொல்வதுண்டு.

சீட்டுக் குலுக்கல் ஒன்றாம் தேதி. அன்று சாயங்காலமானதும் எல்லோரும் ஆமினாவும்மாவின் குடிலுக்குப் போய்விடுவார்கள். அம்மா, அப்புண்ணியின் பெயரில் தான் சீட்டில் சேர்ந்திருந்தாள். அங்கே முதலில் செல்பவனும் அப்புண்ணிதான். எல்லோருடைய பெயர்களையும் ஓலைத்துண்டுகளில் எழுதி பெரிய பாத்திரத்தில் போட்டுக் குலுக்கி, அதிலொன்றை ஆமினாவும்மாவின்

இளைய மகன் எடுப்பான். அப்புண்ணி ஒவ்வொரு தடவையும் எதிர்பார்ப்பான்: "பாருக்குட்டியம்மா மகன் அப்புண்ணி" என்று வாசிப்பாள். ஆனால், ஏதாவது, களத்தில்படி கண்டங்காளி என்றோ, வீரான்குட்டி பொஞ்சாதி குஞ்ஞிருத்தும்மா என்றோ வரும். பாருக்குட்டியம்மா மகன் அப்புண்ணியின் சீட்டு இன்னும் விழவில்லை.

இடைவழியில் மூங்கில் கம்பின் தட்டோசைக் கேட்டது. குடிசை முத்தாச்சியோ என்ற சந்தேகத்துடன் பார்த்தான். முத்தாச்சிதான் கம்பை ஊன்றியபடி இழுத்திழுத்து நடந்து வருகிறாள். முத்தாச்சி நடப்பதைப் பார்க்கும்போது துடுப்பை வலித்து தோணி நகர்வது போலிருக்கும். கடந்த மூன்று நான்கு நாட்களாக முத்தாச்சி குடிசையில் இல்லை.

"பாட்டீ . . ."

அவன் அழைத்தது காதில் விழாததுபோல் நகர்ந்து வந்து பக்கத்தில் வந்ததும் ஊன்றுகோலை அவனது தலையில் அடிப்பதுபோல் பாவித்து தரையில் அடித்தாள் முத்தாச்சி. முன்புற வரிசையில் தனியாக நிற்கும் தேய்ந்த ஒற்றைப் பல் வெளியே தெரிய உரக்கச் சிரித்தபடி கேட்டாள்:

"நான் வழியில ஏதோ கன்னுக் குட்டி நிக்கிதுன்னு நினைச்சேன்."

முத்தாச்சியின் வழக்கமான கேலி.

"மூணு நாலு நாளா முத்தாச்சிக்கு நல்ல யோகம்போல தெரியுது." முத்தாச்சியின் பெரிய முந்தானையை அமுக்கியபடி கேட்டான் அப்புண்ணி.

"என்னா பெரிய யோகம் அப்பு? கண்ணு நகர்ற அளவுக்குக் கால் நகர மாட்டேங்குதே? நீ ஏன் இந்த உச்சி வெயில்ல வந்து நிக்கிறப்பு?"

அவன் பாட்டியுடன் நடந்தான். குடிசை வாசலைத் திறந்து பொட்டலத்தைக் கீழே வைத்து, ஊன்று கோலை மூலையில் சாய்த்து வைத்துவிட்டு உட்கார்ந்த முத்தாச்சி சொன்னாள்:

"உடம்பில தெம்பில்லப்பு . . . பழைய காலம்போல ஊரு சுத்துறதுக்கு உடம்பில தெம்பில்ல."

"முத்தாச்சிக்கு எத்தனை வயசாச்சு?"

"அதெல்லாம் நிறைய ஆச்சுடாப்பு . . . முத்தாச்சி, இன்னைக்கோ நேத்தைக்கோ பொறந்தவ ஒண்ணுமில்லையே? கொழும்புச்சிங்கப்பூர்னு நிறைய சுற்றினவ இந்த முத்தாச்சி."

கொழும்புச்சிங்கப்பூர்னு சேர்த்துதான் சொல்வாள் முத்தாச்சி. முத்தாச்சி கொழும்புக்குப் போயிருந்தது உண்மைதான். அதை பார்ப்பவர்களிடம் எல்லாம் அவள் சொல்லவும் செய்வாள்.

கூடலூரில் இரண்டே இரண்டு பெண்கள்தான் கப்பல் ஏறியிருக்கிறார்கள். அதில் ஒருத்தி, குன்றின்மீது புதிய மாளிகை கட்டி வசிக்கும் அம்மாளு அம்மா. அவளுடைய புருஷனுக்குக் கொழும்பில் வேலை. அம்மாளு அம்மாவின் உதவிக்காகச் சென்றவள்தான் முத்தாச்சி. முத்தாச்சிக்கு அப்போது இவ்வளவு வயதாகவில்லை.

“ரெண்டு வருசம் கொழும்பில தங்கியிருந்தேன். எவ்வளவு சுகமான சாப்பாடு தெரியுமா? தோசை சுட்டு தின்னுத் தின்னுச் சலிச்சுப்போய் காக்கைக்குப் போட்டுக் கொடுப்பேன். பக்கத்து குடிசையில ஒரு தமிழச்சி இருந்தா, கண்ணம்மான்னு. அவளுக்கும் கொடுப்பேன்.”

கண்ணம்மாவைப் பற்றி அப்புண்ணி நிறையவே கேள்விப்பட்டிருந்தான். அவளை விலைக்கு வாங்கினார்களாம்.

கப்பல் புறப்படும்போது முத்தாச்சி வாந்தியெடுத்ததையும், கண்ணம்மாவுக்கு மலையாளம் சொல்லிக்கொடுத்ததையும், சிங்களத்தியுடன் சண்டை போட்டதையும் முத்தாச்சி சொல்ல ஆரம்பித்தால் அப்புண்ணி மெய்மறந்து உட்கார்ந்துவிடுவான்.

“முத்தாச்சி எங்கெல்லாம் போயிருந்தீங்க?”

அப்புண்ணி கயிற்றுக்கட்டிலில் உட்கார்ந்து கேட்டான்.

“எங்கயுமே போகலைப்பு. வடக்குப்பாட்டுக்குபோனேன். முந்தாநாள் அங்கே பூனேஸ்வரி பூசை. நேற்றைக்கு வாழாவில் கோயில்ல அவங்களோட களம் பாட்டு.”

ஒரு நாள் புவனேஸ்வரி பூஜை.

அடுத்த நாள் கோயிலில் பாட்டு.

அங்குள்ள பிள்ளைகளுக்கு எவ்வளவு ஜாலியாக இருந்திருக்கும். பாஸ்கரன், கிருஷ்ணன் குட்டி, தங்கு – பெயர்கள் மட்டும்தான் அவனுக்குத் தெரியும். அதுவும் முத்தாச்சி சொல்லித்தான் தெரிந்து கொண்டான். யாரையுமே அவன் பார்த்ததில்லை. பெரிய மாமா, சின்ன மாமா, இரண்டு பெரியம்மாக்கள் இருக்கிறார்கள். அம்மும்மா இருக்கிறாள். பிள்ளைகளில் யாரெல்லாம் அவனுக்கு இளையவர்கள், யாரெல்லாம் மூத்தவர்கள்? எதுவுமே அவனுக்குத் தெரியாது.

“பூனேஸ்வரி பூசைக்கு என்னவெல்லாம் வெச்சிருப்பாங்க முத்தாச்சி.”

முத்தாச்சி, பாட்டுபோல் அதைச் சொல்ல ஆரம்பித்தாள்.

“அவல், பொரி, வெல்லம், தேங்கா, ஓலைப்பணியாரம், நெய்யப்பம்.”

இவ்வளவும் சொல்லும்போதே அப்புண்ணியின் வாயில் நீரூறியது.

“அப்புறம், கோழி இறைச்சி. அப்புண்ணிக்கு முத்தாச்சி ஒரு சாதனம் கொண்டு வந்திருக்கேன்.”

முத்தாச்சி பொட்டலத்தை அவிழ்த்து அதை வெளியே எடுத்தாள். இரண்டு நெய்யப்பம்.

முத்தாச்சி எதையாவது கொண்டு வந்து அப்புண்ணிக்குக் கொடுக்கும் விஷயம் அம்மாவுக்குத் தெரியாது. அம்மாவுக்கு அது பிடிக்காது.

“பொட்டலத்துல நாறிப்புளிச்ச எதையாவது வெச்சிருப்பா அந்தக் கிழவி” என்பாள் அம்மா.

நெய் வாசமும் இனிப்புமுள்ள நெய்யப்பம். அதன் கருகியப் பகுதியில்தான் சுவை அதிகமாக இருந்தது.

வடக்குப்பாட்டு வீட்டுப் பையன்களுக்கெல்லாம் நிறைய கிடைத்திருக்கும்.

அப்போது அவனுக்கு நினைவு வந்தது. நானும் அந்த வீட்டிலுள்ளவன்தான். என்னுடைய குடும்பம்தான் அது.

"ரொம்ப தூரம் போகணுமா முத்தாச்சி?"

"கொழும்புக்கா?"

"இல்ல, அங்கே . . . வடக்குப்பாட்டுக்கு . . ."

முத்தாச்சி வழியை விவரித்துச் சொன்னாள். ரொம்ப சுலபம். வீட்டின் மேற்பக்கத்தில் இருந்து இடைவழியாக ஏறி, இரண்டு குன்றுகள் இறங்கினால் வடக்குப்பாட்டு இல்லத்தின் மேல் படிக்குப் போய்விடலாம். முத்தாச்சி அந்த வழியாகப் போவதில்லை. குன்றுகள் ஏறியிறங்குவதில் முத்தாச்சிக்குக் கொஞ்சம் சிரமம். வயல் வழியாகப் போவதானால் கொஞ்ச தூரம் அதிகம் நடக்க வேண்டும். இந்த வழியாகப் போனால் இல்லத்தின் மதில் கூடத்தை அடைந்துவிடலாம்.

"அது ரொம்ப பெரிய வீடா முத்தாச்சி?"

"நாலுகெட்டு. பழைய காலத்துல கட்டின வீடு. நானெல்லாம் சின்னக் குழந்தையா இருந்த காலத்துல மூணு வராந்தாவுள்ள எட்டுக் கெட்டு வீடாக இருந்தது. ரெண்டு கீழ் முற்றம். அந்தக் காலமெல்லாம் போயே போச்சு."

இனி வரவே வராதா?

"இனி எப்ப முத்தாச்சி அங்க போவீங்க?"

"அடுத்த வாரம் போகணும். துள்ளல் பக்கத்தில வந்துடுச்சே?"

துள்ளல் என்றால் அவனுக்குத் தெரியாது.

"ஓட்டம் துள்ளலா முத்தாச்சி? பள்ளிக்கூடத்தில பாத்துருக்கேன்."

"இல்லடா மடையா சர்ப்பம் துள்ளல். பதினேழு வருசமாகுது சர்ப்பம் துள்ளல் நடந்து. மூணு நாளாவது ஆகும். மூணு சர்ப்பம் இருக்கே?"

நாக வழிபாடு. நாகக்காவுகள் இருக்கும் வீடுகளில் நடப்பது.

"அழைக்கிறதுக்கு ஆள் அனுப்பியிருக்காங்க. ரொம்பப் பெருசா நடக்கும்."

யாரை அழைப்பதற்கு? தொலைவிலுள்ள உறவினர்களையும் முன்பு பாகம் பிரிந்து சென்ற குடும்பக்காரர்களையும் அழைக்க வேண்டும். மதியம் வறுவலும் கஞ்சியும். சாயங்காலத்துக்குள் விருந்து முடிந்துவிடும். இருட்டுவதற்கு முன்பு ஆரம்பித்தால் களமாடி முடிய நடுச்சாமம் கடந்துவிடும்.

"மாணியூரிலிருந்துப் பிள்ளைங்க வருவாங்க. அக்கரையிலுள்ளவங்க கண்டிப்பா வருவாங்க. தகவல் அறிஞ்சதுமே உணிச்சிரியும் பிள்ளைகளும் புறப்பட்டுட்டாங்களாம். இன்னைக்குக் குஞ்ஞிராமன் கூப்பிடப் போயிருக்குறான்."

ஊர்க்காரர்களும், முன்பு பாகம் பிரித்துச்சென்ற உறவினர்களும் உட்பட எல்லோரும் வருவார்கள்..

அம்மாவை மட்டும் யாரும் அழைக்க மாட்டார்கள்.

அப்புண்ணியையும் . . .

ஏன் அழைக்க வேண்டும். வெளியாட்களாக இருந்தால் அழைக்க வேண்டியதுதான். வீட்டிலுள்ளவர்களையுமா அழைக்க வேண்டும்? ஆனால் அம்மா, அங்கெல்லாம் போகக்கூடாது என்கிறாளே?

"பட்டினிக் கிடந்து செத்தாலும், மகனே நான் அந்த வீட்டு வாசப்படியை மிதிக்க மாட்டேன்."

ஆனால், அங்கே சர்ப்பம் துள்ளல் நடக்கிறது. இனி ஒருபோதும் அதைப் பார்க்க முடியாமலும் போகலாம். அபூர்வமாக நடக்கிற நிகழ்ச்சி. அவன் போனால்தான் என்ன?

"முத்தாச்சி உங்ககூட நானும் வரட்டுமா?"

"நீ என்ன வார்த்தைக் கேட்டுட்டே அப்பு?"

முத்தாச்சி, கால் மூட்டில் கையை ஊன்றிக்கொண்டு எழுந்தாள். மூப்படைந்தக் கண்கள் அப்புண்ணியின் முகத்தில் ஆச்சரியத்துடன் பதிந்து நின்றன. ஒரு நிமிட யோசனைக்குப் பிறகு முத்தாச்சி சொன்னாள்:

"உங்க அம்மா சம்மதிக்க மாட்டா."

"அம்மாட்ட நான் சொல்லிக்கிறேன்."

"நீ எங்கயுமே போக வேண்டாம்பு. இங்கயே இருந்துக்க." பாட்டி பரிவுடன் சொன்னாள்.

"நான் அம்மாட்ட கேப்பேன்" என்றபடி குடிசை வாசலைக் கடந்து வெளியே இறங்கினான் அப்புண்ணி. பாட்டி கூப்பிட்டாள்:

"அப்பு, இங்க வா."

அவன் திரும்பிப் பார்க்காமல் வீட்டுக்கு நடந்தான். 'அது எங்க வீடுதானே? நான் போனா என்னவாம்?'

நடக்கும்போதும் குளிக்கும்போதும் சாப்பிடும்போதும் அப்புண்ணிக்கு அதே எண்ணம்தான். அம்மாவிடம் எப்படிக் கேட்பது?

'கேட்டாலும் ஒத்துக்க மாட்டா ... ஒத்துக்கவே மாட்டா ... ஆனாலும் கேட்டுப் பாத்துட வேண்டியதுதான்.'

"அம்மா."

"என்னடா?"

"ஒண்ணுமில்ல."

அவன் படபடக்கும் நெஞ்சுடன் அசையாமல் படுத்திருந்தான். கண்களை இறுக மூடிய பிறகும் தூக்கம் வரவில்லை. புரண்டு புரண்டு படுத்துப் பார்த்தான். அம்மாவுடன் மேலும் ஒட்டிப் படுத்தான்.

"என்னடா அப்புண்ணி?"

"அம்மா தூங்கிட்டீங்களா?"

"இல்லை. என்ன?"

"ஒண்ணுமில்ல."

திரும்பவும் பதற்றம் உருவானது. கடைசியில் தைரியத்தை எல்லாம் திரட்டிக்கொண்டு அம்மாவிடம் கேட்டான்:

"அம்மா அங்க துள்ளல் நடக்குதாம்."

"எங்கடா?"

"அங்கதான். நம்ம ..."

அம்மாவின் தூக்கம் கலைந்துவிட்டதுபோல் தோன்றியது.

"அதுக்கு நீ ஏண்டா கெடந்து புரண்டுட்டிருக்கே?"

பிறகு அவன் பேசவில்லை. அழுகையை அடக்கியபடி படுத்திருந்தான்.

காலையில் மீண்டும் முத்தாச்சியிடம் சென்றான். முத்தாச்சி தான் அம்மாவிடம் சொல்லி அனுமதி வாங்க வேண்டும். முத்தாச்சி திரும்பவும் அறிவுரை சொன்னாள்: "நடக்காத விசயத்தைப் பேசாதப்பு." அவன் அழுதுவிடுவான்போல் தெரிந்ததும் முத்தாச்சி, "சரி சொல்லிப் பாக்கறேன்" என்றாள்.

முத்தாச்சி அம்மாவிடம் சொல்வதற்காக வந்தபோது அவன் எதுவும் அறியாதவன் போல் கீழ் முற்றத்தில் இறங்கி நடந்துகொண்டிருந்தான். ஒரு பிடி மணலை அள்ளி, ஓரமாக நின்றிருந்த மூங்கில் புதரில் எறிந்தான். அது கீழே உதிரும்போது கேட்கும் சலசல ஓசையை ரசித்தான். ஆமினாவும்மாவின் கீழ்த்தோட்டத்தில் நின்றிருந்த மொட்டை மரப்பொந்தில் ஒளிந்திருந்த செம்போத்துக்கும் ஒரு எறி வைத்தான்.

முத்தாச்சி சொல்லி முடித்திருப்பாள் என்று உறுதி செய்த பிறகு திரும்பி வந்தான். அப்போது முத்தாச்சி அங்கில்லை. அம்மா வீட்டுக்குள் நிற்கிறாள். சத்தம் வராமல் உள்ளே வந்த அவன் அம்மாவின் கண்களில் நீர் நிரம்பியிருப்பதைக் கண்டான்.

கண்களைத் துடைத்துக்கொண்டு அம்மா அழைத்தாள்:
"அப்புண்ணி . . ."

அவன் தயங்கியபடியே அம்மாவின் அருகில் வந்தான்.

"என் செல்லமில்லே, அதைச் சொல்லி வீம்புப் பிடிக்கக் கூடாது . . ."

கோபம் வருவதற்குப் பதிலாக வருத்தம்தான் ஏற்பட்டது.

"அதுக்கெல்லாம் உனக்குக் கொடுப்பினை இல்ல. உங்கப்பாவும் அம்மாவும் அதுக்கான புண்ணியம் செய்யல."

அப்புண்ணியும் கண்ணீரைத் துடைத்துக்கொண்டான்.

"என் செல்லம் எதுக்காக அங்க போகணும்கிறே?"

கட்டுப்பாட்டை இழந்துவிட்ட அப்புண்ணி வாய் விட்டழுதான்.

"அழாதே அப்புண்ணி."

அம்மா வாசல் இடைவெளியினூடே வெளியே பார்த்தபடி மகனை அணைத்துக்கொண்டு சிறிது நேரம் நின்றிருந்தாள்.

"என் செல்லம் வேணும்னா போயிட்டு வா . . ."

அம்மா இப்படிச் சொல்வாள் என்று அப்புண்ணி எதிர்பார்க்கவே இல்லை. அவனுக்கு வேண்டாம் என்றுதான் சொல்லத் தோன்றியது.

யாரிடமோ சொல்வதுபோல் அம்மா சொல்லிக்கொண்டாள்:
"ஒரே பிள்ளை. அவனுக்கும்தான் ஆசை இருக்காதா?"

அப்புண்ணி திகைப்புடன் நின்றிருந்தான்.

எம்.டி. வாசுதேவன் நாயர்

“அங்குள்ள எல்லாரையும்போல நீயும் உரிமைப் பட்டவன்தாம்பா. போயிட்டு வா.”

அம்மாவின் குரலில் இயல்புக்கு மாறான தொனி.

அம்மாவின் பிடியிலிருந்து தன்னை விடுவித்துக்கொண்ட அப்புண்ணி கண்களைத் துடைத்து விட்டு முத்தாச்சியின் குடிசைக்கு ஓடினான்.

○○○

வேலைகள் முடிந்து வீட்டுக்குச் செல்வதற்கான அனுமதியை எதிர்பார்த்து நின்றிருந்த பாருக்குட்டியிடம் ஏதாவதொரு வேலை சொல்லத் தோன்றியது குஞ்ஞாத்தோலுக்கு.

“ஆங்... இந்த விறகுக்கட்டையைக் கொஞ்சம் கீறிப்போட்டுடு.”

சமையல் கட்டு வாசலில் நின்றபடி விறகுகளை எடுத்து முற்றத்தில் போட்டாள் குஞ்ஞாத்தோல். உரல்புரைச் சுவரில் சாய்த்து வைத்திருந்தக் கோடாரியை எடுத்துக் கொண்டு வந்தாள். காய்ந்த விறகு, வெட்டும்போது தெறிக்கிறது.

பாருக்குட்டி விறகுடன் மல்லுக்கட்டிக்கொண்டிருக்கும் நேரம் பார்த்து அவளுடைய வீட்டு விசேஷங்களை விசாரிக்கத் தோன்றியது குஞ்ஞாத்தோலுக்கு.

“பாருக்குட்டிக்கு ராத்துணை யாரு?”

தெய்வமே துணை என்று சொல்லத் தோன்றியது. ஆனால்,

“அடிச்சியும் பிள்ளையும் மட்டும்தான்” என்றாள்.

“கோந்துவோட சொந்தம்னு சொல்லிக்க யாருமில்லையா?”

“அவங்க இருந்த எல்லாத்தையும் வித்துட்டுப்போயும் காலம் கொஞ்சம் ஆகுதே?”

“கோந்துவோட பெரியம்மா மகன் ஒருத்தன் இருந்தானே?”

“அவரு சின்ன வயசுலேயே போயிட்டாரு.”

“உன் வீட்டிலிருந்தா?”

காய்ந்த விறகுக்கட்டையின்மீது கோடாரியை ஓங்கி வெட்டினாள் பாருக்குட்டி. கோடாரி நழுவி தரையில் பதிந்ததை குஞ்ஞாத்தோல் கவனித்தாள்.

“ஆய்... ஆய்... கோடாரி மழுங்க பண்ணிடுவ போலிருக்கே?”

விறகை இடது காலால் அழுத்திப் பிடித்துக்கொண்டு வெட்டிப் பார்த்தாள். கீறல் விழுகிறது. இன்னும் நான்கைந்து விறகுகள் மிச்சமிருந்தன. அதையும் கீறிப்போட்ட பிறகுதான் வீட்டுக்குப் போக முடியும்.

இதனிடையில்தான் அது நிகழ்ந்தது. கோடாரி, பிடியிலிருந்து உருவித் தெறித்த போது கால் பெருவிரலின் நுனியில் வலித்தது.

"அம்மோ . . ."

பாருக்குட்டி அப்படியே தரையில் உட்கார்ந்துவிட்டாள். பெருவிரல் நுனியில், செம்பருத்திப்பூ போல் இரத்தம் படர்ந்தது. ஒரு தடவைதான் பார்த்தாள்.

சமையல் கட்டிலிருந்து குஞ்ஞாத்தோலின் சத்தம் கேட்டது.

"என்னாச்சு? விளக்கு வைக்கிற நேரமும் அதுவுமா காலை கீலை ஒடிச்சுட்டியா? . . ."

"இல்ல . . . ஒண்ணுமில்ல . . ?"

மெல்ல நடந்து உரல்புரைத் திண்டில் உட்கார்ந்தாள் பாருக்குட்டி. கண்களில் இருள் படர்ந்தேறிய நிலையில் அப்படியே தளர்ந்துபோய் உட்கார்ந்திருந்தாள்.

"என்ன நடந்தது?"

கனத்தக் குரல் கேட்டது. பாருக்குட்டி தலை உயர்த்திப் பார்க்கவில்லை. காலில் குளிர்ந்த நீர் பட்டதும் கண்களைத் திறந்துப் பார்த்தாள். அடிபட்ட கால், உறுதியான இரு கைகளுக்கிடையே இருந்தது. துணியை இறுக்கமாகச் சுற்றிவிட்டு அவர் சொன்னார்

"பயப்படுறதுக்கில்லை. பெருசா ஒண்ணும் காயமில்லை."

வாசலுக்கு அந்தப் பக்கமாக நகர்ந்துவிட்ட குஞ்ஞாத்தோல் சொன்னாள்:

"இப்படித்தான் எதையுமே கண்ணுமண்ணு தெரியாம பண்றது."

குஞ்ஞாத்தோல் சொல்வதைக் கேட்கும்போது கோடாரியை அவள் வேண்டும் என்றே காலில் போட்டுக்கொண்டாள் என்பதுபோலிருந்தது. சங்கரன் நாயர் பொதுவாகச் சொன்னார்:

"ஹும் . . . இதையெல்லாம் பழக்கமில்லாதவங்க செய்தா இப்படித்தான்."

உருவிக்கிடந்த கோடாரியை எடுத்துக் கம்பில் செலுத்தி, ஓரக்கல்லில் ஊன்றி வலுப்படுத்திய அவர் எதுவும் நடக்காததுபோல் உள்ளறைக்குச் சென்றார்.

பாருக்குட்டி எழுந்தாள். துணி சுற்றிய கால் விரல் விலகும் போது விண்ணென்று வலித்தது. இருந்தாலும் பரவாயில்லை. முதலில் ரொம்பவே பயந்துபோனாள்.

முற்றத்தில் சிதறிக்கிடந்த வெட்டிய விறகுகளை ஒவ்வொன்றாக எடுத்து, முழங்கையில் அடுக்கி, சமையல் கட்டுக்குள் கொண்டுபோய் வைத்தாள். விறகுத் துண்டுகளை அள்ளி உரல்புரை வராந்தாவில் குவித்தாள்.

முற்றத்திலுள்ள ஒட்டுத்திண்ணை அம்மியில் சாய்ந்தபடி சிறிது நேரம் நின்றிருந்தாள். பதற்றம் முற்றிலுமாகத் தணிந்திருக்கவில்லை. விரலில்பட்ட கோடாரி கொஞ்சம் மேலே பட்டிருந்தால் கால் போயிருக்கும்.

வேலை செய்ய முடியாமல் படுக்கையிலாகி இருந்தால் ஏற்படும் நிலையை பாருக்குட்டியால் நினைத்துப் பார்க்கவும் முடியவில்லை. அப்புண்ணி வளர்ந்து ஆளாவது வரைக்கும் இது நின்றுவிடக்கூடாது என்பதுதான் அவளது பிரார்த்தனை.

"குஞ்ஞாத்தோல் . . ."

குஞ்ஞாத்தோலின் காதுகளில் விழவில்லை போலிருக்கிறது.

வெளியே மாலை வெளிச்சம் மயங்கிக்கொண்டிருந்தது. குளப்புரையின் பின்னால் கமுகு மரங்களினூடே தென்பட்ட மேல்வானத்தின் சிறு பகுதி அரளிச்செடி பூத்ததுபோல் தெரிந்தது. தொலைவில், மேல் தோட்டத்தின் மரக்கூட்டங்களுக்கிடையே இருள் குடியேறிக்கொண்டிருந்தது. இல்லத்தைச் சுற்றிப் பகல் நேரத்திலும் இருட்டுதான். உச்சி வெயிலைக்கூட கீழே விழ விடாமல் அடர்ந்து வளர்ந்து நின்ற கமுகும் வாழை மரங்களும் மறைத்து நின்றிருந்தன.

"குஞ்ஞாத்தோல் . . ."

"இரு . . . இரு . . . வந்துட்டேன்."

இல்லத்தின் வடக்குப்புறத்தில் இப்படி காத்துக்கிடக்க மட்டும்தான் நமக்குக் கொடுப்பினை என்று நினைத்துக்கொண்டாள் பாருக்குட்டி.

தறவாட்டிலிருந்த காலத்தில் கருக்கல் நேரமானதும் உடலைச் சுத்தம் செய்துவிட்டு, குத்துவிளக்கேற்றி தீபாராதனை

காட்ட வேண்டும். நாகக்காவிலும், படித் திண்ணையிலும், நடுமுற்றத்தின் நான்கு புறமும், நடுக்கல்லிலும், மாடியிலும் – முன்புறக் கூடத்தைக் கடக்காமல் – எல்லா இடங்களிலும் காட்ட வேண்டும். அத்துடன் வேலை முடிந்தது.

கருக்கல் நேரத்தில் சிறு பிள்ளைகள் அனைவரும் உட்கார்ந்து நாமம் ஜெபிப்பார்கள். நடை வராந்தாவில் தூணில் சாய்ந்து மேல்வானத்தைப் பார்த்தபடி அமர்ந்திருப்பார்கள்.

அந்தக் காலமெல்லாம் எங்கோ போய்விட்டது...

கடந்துபோன காலங்களை நினைத்துப் பார்க்கக் கூடாது என்பதில் அவள் கவனமாக இருந்தாள்.

"ஆய் ..."

குஞ்ஞாத்தோல் அழைத்தாள்.

"வாசப்படியில வட்ட முறத்தில அஞ்சு *உழக்கு அரிசி வச்சிருக்கேன்."

உரல் புரையில் வைத்திருந்த சிறு ஓலைக்கூடையை எடுத்து அதில் அரிசியைக் கொட்டிவிட்டு சமையல் கட்டு வாசலைப்பார்த்து விடைபெற்றாள் பாருக்குட்டி.

"அடிச்சி போகட்டுமா?."

"ஆங் ... சரி ..."

பாருக்குட்டி நடந்தாள். பின்னால் சங்கரன் நாயர் வருகிறார் என்று தெரிந்தபோது சற்று ஆறுதலாக இருந்தது. அவருக்கும் அதே வழியாகத்தான் போக வேண்டும். கருக்கல் நேரத்தில் கொஞ்ச தூரமாவது தனியாகப் போக வேண்டாம் அல்லவா? அவள் முன்னால் நடந்தாள். தொட்டுப் பின்னால் சங்கரன் நாயர். ஆனால், எதுவும் பேசிக்கொள்வதில்லை.

சங்கரன் நாயரின் முன் அவளால் தலை நிமிர்ந்து நடக்க இயலாது. குடும்பத்துடன் வாழ்ந்த காலத்திலேயே சங்கரன் நாயரைத் தெரியும். முற்றத்துக் கிணற்றிலிருந்து நீரிறைப்பது சங்கரன் நாயரின் வேலைதான். செறுமரும் தீயரும் கிணற்றைத் தொடக் கூடாது. பார்ப்பதற்குக் கறுப்பாக, சற்றுக் கரடு முரடாகத் தெரிவார். குரலும் அதுபோல்தான். தோற்றத்தில் எந்த மாற்றங்களும் இல்லாமல் அன்றுபோலவே இன்றும் இருக்கிறார். வயது அவரது உடலில் மாற்றங்கள் எதையும் ஏற்படுத்திவிடவில்லை.

---

* கால்படி.

கொஞ்ச நாட்கள் பெரிய வீட்டுக் காரியஸ்தனாக இருந்தார். அதன் பிறகுதான் வடக்குப்பாட்டுக்கு வந்தார். குடும்பம் என்று சொல்லிக்கொள்ள யாருமில்லை. ஒரே ஒரு மருமகள் இருந்தாளாம். – நாணி. நாணியைப் பற்றிச் சொல்வதற்கு ஊரிலுள்ள ஒவ்வொருவரிடமும் கதைகள் இருந்தன. சிறு வயதுப் பெண்களை 'நாணிக்குச் சூடு வெச்சதுபோல்' என்று மிரட்டுவதுண்டு. நாணி யாரையும் கண்டுகொள்ளாமல் வளர்ந்தவள். மருமகளைச் சரியாக்கி எடுத்தே தீருவேன் என்று கங்கணம் கட்டிக்கொண்ட சங்கரன் நாயர், அவளைப் பிடித்துத் தூணில் கட்டி வைத்து, காய்கறி நறுக்கும் கத்தியைப் பழுக்கக் காய்ச்சி, அவளது இடது தொடையில் சூடு வைத்தாராம்.

கடைசியில் அவள், அஸ்ஸாம் கூலிக்காரன் ஒருவனுடன் ஊரை விட்டே ஓடிவிட்டதாகச் சிலர் சொன்னார். ஆனைமலையில் தேயிலைக் கொழுந்து பறிக்கும் வேலைக்கு கண்டன் மேஸ்திரியால் அழைத்துச் செல்லப்பட்டவர்களில் நாணியுமிருந்தாள் என்றும் சிலர் சொல்கிறார்கள்.

"அப்புண்ணி ஸ்கூலுக்குப் போறானா?"

இடையே சங்கரன் நாயர் கேட்டார்.

"போறான்."

பாருக்குட்டி திரும்ப வேண்டிய இடம் வந்ததும் சங்கரன் நாயர் கேட்டார்:

"எத்தனாவது வகுப்பு?"

"எட்டாம் வகுப்பு. அவனை ..."

பாருக்குட்டி எதுவோ சொல்ல வந்தாள்.

"என்ன?"

"நாளைக்குக் குடும்பத்தில துள்ளலுக்குப் போகணும்னு உண்ணாவிரதமிருக்கான். சொன்னா கேட்க மாட்டேங்கறான். என்ன பண்றதுன்னே தெரியலை?"

"ம் ..."

"தெய்வமே, என்ன நடக்கப்போகுதுன்னு தெரியலை ... இப்படி அடம் பிடிச்சா என்ன பண்ண முடியும்? எனக்கோ சொல்றதுக்கும் ஆளில்லை; கேட்குறதுக்கும் ஆளில்லை ..."

இந்த அளவுக்குச் சொல்ல வேண்டும் என்று அவள் நினைக்கவில்லை. அப்புண்ணியைப் பற்றிய எண்ணம் வந்ததும் தன்னையறியாமல் சொல்லி விட்டாள்.

நாலுகெட்டு

“போறதுல ஒண்ணும் தப்பில்லை. அந்த வீட்டில அவனுக்கும் உரிமை இருக்குதானே?”

“ரெண்டு நாளைக்குக் காலை நனைக்க வேண்டாம்” என்று மட்டும் சொல்லிவிட்டு சங்கரன் நாயர் நடந்தார். அவரது கரிய நிழல் இருளில் கரைந்தது.

பாருக்குட்டி படியேறத் தொடங்கியதும் குண்டுங்கல் படியைக் கடந்து வந்துகொண்டிருந்த தோட்டக்காரி சீரு கேட்டாள்:

“பாருக்குட்டியம்மாதானே அது?”

“ஆமா, அது யாரு சீருவா?”

“பாருக்குட்டியம்மா யார்கூட பேசிட்டு வர்றீங்க?”

சரிதான். அதை இப்போது அவளுக்கு அறிந்தே ஆகவேண்டும் போலிருக்கிறது.

“அதுவா, அது . . . சங்கரன் நாயர்.”

படியைக் கடந்ததும் பாருக்குட்டி நினைத்துக்கொண்டாள்: “சீருவுக்குச் சொல்லித் திரிய ஒரு சேதி கிடைச்சிடுச்சு. சவம் . . .”

சின்னச் சின்ன கட்டுக்கதைகள் முதல் பெரிய விவகாரங்கள் வரையிலான பலவற்றையும் வீடுகள்தோறும் கொண்டு சேர்க்கும் பணி ஊரிலுள்ள இரண்டு பெண்களுக்கு. ஒருத்தி, சீரு. இன்னொருத்தி, விளக்கத்தரை அம்மாளு. இதில் அம்மாளுவிடம் சீரு பிச்சை வாங்க வேண்டும்.

அப்புண்ணி சிமினி விளக்கின் முன் அமர்ந்து கடையிலிருந்து வெங்காயமும் மிளகு வற்றலும் பொதிந்துகொண்டு வந்த வாரப்பத்திரிகைத் தாளை ஆர்வத்துடன் வாசித்துக்கொண்டிருந்தான். நான்கைந்து நாட்களாக அவன் மிகுந்த உற்சாகத்தில் இருந்தான் – அம்மா துள்ளலுக்குச் செல்ல அனுமதித்த அன்று முதல்.

சாப்பிட்டு முடிந்ததும் பெருங்காற்றுடன் இலேசான சாரல் மழை பொழிந்தது. சாரலாவது பரவாயில்லை. காற்று, தோட்டத்திலுள்ள வாழை மரங்களைச் சுழற்றி அடித்தது. நெட்டுக்குத்தாக வைக்கப்பட்ட மரத்தட்டியில் கிடந்த ஓலைப்பாய் சுவரில் தட்டி ஓசை எழுப்பியது. பாருக்குட்டி படுத்தவுடன் தூங்கிவிடுவாள். அன்று தூக்கம் வரவில்லை. காயம்பட்ட கால் விரல் விண்ணென்று வலித்தது.

சாரல் மழை அதிகரித்துக்கொண்டிருந்தது. ஓலைக்கூரையில் பெரிய பெரிய மழைத் துளிகள் விழும் ஓசையைக் கேட்டபடியே படுத்திருந்தாள் பாருக்குட்டி.

அப்புண்ணி தூங்கிவிட்டான். இரண்டு கைகளையும் நெஞ்சில் வைத்து, கழுத்தைச் சாய்த்தபடி தூங்கும் மகனை கண்களால் வருடினாள்.

கை படாத தூரத்தில் சிமினி விளக்கை நீக்கி வைத்துவிட்டு ஊதி அணைத்தாள்.

அப்பா இறக்கும்போது அப்புண்ணிக்கு மூன்று வயது.

ஒரு சாயங்கால வேளையில் வெண்டைக்கும் கத்தரிக்காய்க்கும் பாத்திக்கட்டிவிட்டு, வேட்டியை மாற்றி இன்னொன்றை உடுத்துவிட்டு வேடிக்கையாக ஏதோ சொல்லி உரக்கச் சிரித்தபடி இறங்கிச் சென்றவர்தான் ... பிறகு, வீட்டுக்கு வந்தது ...

முதன் முதலாக அந்த வீட்டுக்கு வரும்போது அப்புண்ணியை ஏழு மாதக் கர்ப்பமாக இருந்தாள் பாருக்குட்டி. அன்று மேற்கூரையில் வைக்கோல் மட்டும்தான் வேயப்பட்டிருந்தது. அது ஒரு *மீன மாதம். **மேடம் பிறப்பதற்குள் பாய் கட்டி விடலாமென்று சொல்லியிருந்தார். அன்றிரவு திடீரென்று இடியும் மழையும் வந்துவிட்டது. மீன மாதத்தில் அப்படியொரு மழை பிறகு ஒருபோதும் பெய்ததில்லை. தகர்த்துப் பெய்த மழை, மேற்கூரையின் இடைவெளிகளினூடே வீட்டுக்குள் ஒழுகியது. பாய் நனைந்தது. வீடு முழுவதும் மழை வெள்ளம்.

கூடத்தில் வெள்ளம் ஒழுகாத ஒரு மூலையில் சிமினி விளக்கை வைத்துவிட்டு சேர்ந்து உட்கார்ந்துகொண்டார்கள். பாருக்குட்டியின் முகத்தை, கண்களை உற்றுப் பார்த்தபடி இருந்தார் கோந்துண்ணி நாயர்.

"பாருட்டி." அவர் ஒரே ஒருவர் மட்டும்தான் இப்படி அழைத்தார்.

"என்ன யோசிக்கிறே பாருட்டி?"

"ஒண்ணுமில்ல."

"இப்ப வருத்தமா இருக்கா?"

---

* பங்குனி.

** சித்திரை.

ஏன் என்பதுபோல் அவள் முகம் உயர்த்தினாள்.

"எனக்குத் தெரியும். என் பாருட்டி இப்படி வாழ வேண்டியவளே இல்லை."

"நான் அப்படியெல்லாம் நினைக்கவே இல்ல."

வாழ்க்கையின் இடர்ப்பாடுகளை எதிர்கொள்ளத் தொடங்கி அதிக நாட்களாக வில்லை.

ஊர்க்காரர்கள் பேசுகிற எல்லாமே அவளது காதுகளிலும் விழுந்தன.

– ஓடுகாலி. வீட்டுக்காரங்க அவளைத் தலை முழுகிட்டாங்களாம் –

செத்துப்போனால்தான் தலை முழுகுவார்கள். ஒரு மகள் செத்துப்போய்விட்டாள்; இல்லத்திலுள்ள ஒரு மருமகள் செத்துப்போய்விட்டாள்; அக்காமார்களும் தலை முழுகினார்களா? அப்படி என்றால் ஒரு தங்கையும் செத்துப்போய் விட்டாள்.

கோந்துண்ணியின் கைகளைப் பற்றிக்கொள்ளத் தோன்றியது அவளது பதினேழாவது வயதில். அதற்கான தைரியம் உருவானதை நினைத்தால் இப்போது வியப்பாக இருக்கிறது.

அறுபத்து நான்கு உறுப்பினர்கள் ஒன்றாக வாழ்ந்த இடமென்று அம்மா சொல்கிற அந்தப் பழைய வீட்டின் வடக்குப்புற அறையில் பிறந்தவள் பாருக்குட்டி. அதே நாலுகெட்டில்தான் வளரவும் செய்தாள். பத்தாயப்புரையின்கீழ் அறையில் உட்கார வைத்து மற்ற குழந்தைகளுடன் சேர்த்து *எழுத்தச்சன் எழுத்துக் கற்பித்தார். மேல் களத்துமேட்டின் புளிமா மரத்தடியிலிருந்து பார்த்தால் தெரியும் இடங்கள்தான் அவளது உலகம். அதற்கப்பாலுள்ள உலகம் அவள் அறியாதது.

வேனிற்காலங்களில் குளத்தின் அடியிலுள்ள சேறு தெரியும். அப்போது ஆற்றுக்குப் போய் குளிப்பதற்கு அனுமதியுண்டு. தனியாகப் போக முடியாது. சின்னக்காவும் பெரியக்காவும் கூடவே வருவார்கள். அல்லது, வடக்கு வீட்டில் குஞ்ஞுக்குட்டி வருவாள். குஞ்ஞுக்குட்டி, பாருக்குட்டியை விடவும் நான்கு மாதம் மூத்தவள்.

சத்தம் வராமல் வழி நடக்க வேண்டும். வீட்டிலிருந்து மூன்று தோப்புகளைக் கடந்தால் ஆற்றோரமுள்ள பொதுப்பாதைக்கு வந்துவிடலாம். அங்கிருந்து படித்துறைக்குச் செல்வதற்கான தடம்

---

* முதன் முதலில் எழுத்துப் பயிற்றுவிப்பவர்.

குருதிப்பரம்பு பகுதியில் வெட்டப்பட்டிருந்தது. வடக்குப்பாட்டு பெண்கள் குளிக்க வருவதாக இருந்தால் படித்துறையில் நிற்பவர்கள் அகன்றுவிடுவார்கள். பெரிய மாமா இறந்துபோன பிறகும் குடும்பப் பெருமைக்குக் குந்தகம் எதுவும் நிகழ்ந்துவிட வில்லை.

குளித்துவிட்டு முன்வாசல் வழியாகத்தான் வீட்டுக்குள் வரவேண்டும். சில நேரங்களில் முற்றத்தில் முத்தாச்சி நடந்து கொண்டிருப்பாள். காலடிகளை மட்டும் கவனித்தபடி மெதுவாக உள்ளே போக வேண்டும். 'பூமிக்குத் தெரியாம நடக்கணும்' என்பாள் அம்மா.

குளிக்கச் சென்ற ஒரு சாயங்கால வேளையில்தான் முதன் முதலாக அவள் கோந்துண்ணி நாயரைக் கண்டாள். குருதிப் பரம்புக்குத் திரும்புகிற இடத்தில் ஒரு சுமை தாங்கியின்மீது தலைப்பாகையின் ஓரப்பகுதியை உயர்த்திக் கட்டியபடி ஒருவர் உட்கார்ந்திருந்தார். இரண்டு பேர் கீழே நின்று பேசிக்கொண்டிருந்தார்கள். அவள் தலையை மட்டும் இலேசாக உயர்த்திப் பார்த்தாள். வெற்றிலை போட்டுச் சிவந்த உதடுகள். காதுகளில் சிவப்புக் கல் பதித்த கடுக்கன். பெரியக்காவின் அறையில் தொங்கும் ராஜாவின் படம் நினைவுக்கு வந்தது. எதையோ சொல்லி அவர் சிரித்தபோது அந்தச் சிரிப்பலைகள் ஆற்றோரம்வரை முழங்குவதுபோல் கேட்டது. அவளும் குஞ்ஞிக்குட்டியும் சுமைதாங்கியின்கீழ் வரும்போது அவர்களது பேச்சு தடைபட்டது. அந்தக் கண்கள் தன்னுடல்மீது பதிந்தனவா? சீக்கிரமாக அந்த இடத்தைக் கடந்துப் போய்விட வேண்டும் போலிருந்தது பாருக்குட்டிக்கு. ஆனால், கால்கள் தயக்கத்துடன் நகர்ந்தன. படித்துறையில் இறங்கும்போது குஞ்ஞிக்குட்டிக்குத் தெரியாமல் இலேசாக அவள் திரும்பிப் பார்த்தாள். அப்போது சுமைதாங்கியில் இருந்து அவர் கீழே இறங்கியிருந்தார். தென்னை மரம்போல் நிமிர்ந்து நிற்கும் அந்தப் பெரிய மனிதனின் கண்கள் தன்னை நோக்கி நகர்ந்து வருகின்றன.

குளிக்கும்போது ஆர்வம் வெளிப்பட்டு விடாமல் இயல்பாகக் கேட்பதுபோல் கேட்டாள் பாருக்குட்டி.

"அது யாரு குஞ்ஞிக்குட்டி?"

"எது?"

"சுமைதாங்கி மேல?"

"கோந்துண்ணியாரு. பகடை விளையாட்டுக்காரன் கோந்துண்ணியாரு."

நாலுகெட்டு

குளிக்க வரும்போதெல்லாம் அவள் சுமைதாங்கி ராஜாவைப் பார்த்தாள்.

ஒருநாள் தனியாகவே சென்றாள். அம்மா சொன்னாள்: "நீ மட்டும் தனியாகவா போறே? ஆத்துக்குக்கெல்லாம் போக வேண்டாம். குளத்தில போயி உடம்பைக் கழுவு."

"அந்தத் தண்ணியில துணியை முக்கினா முழுசும் சேறாயிடும்மா" என்று சொல்லிவிட்டு அவள் புறப்பட்டாள்.

வயல் வெளியைக் கடந்து சுமைதாங்கியை அடைந்த அவளது தலை தானாகவே தாழ்ந்துகொண்டது. கால்கள் நடுங்குகின்றனவா? தரையில் இருந்து கண்களைப் பறித்தெடுத்து பாதையைப் பார்த்தாள். சுமை தாங்கி காலியாக நின்றது. வேகமாக நடந்து குருதிப் பரம்பில் ஏறிய அவளது கண்கள் திடீரென ஆலமரக்கிளையில் அமர்ந்திருக்கும் கோந்துண்ணியின் முகத்தில் சென்று பதிந்தன. அவளது நடையின் வேகம் அதிகரித்தது.

"தனியாகவா வந்திருக்கே?"

தன்னிடம்தான் கேட்கிறான். 'உம்' கொட்டியதாக நினைவு. சத்தம் வெளியே கேட்டதோ என்னமோ?

மறுநாளும் பார்த்தாள். அப்போது கோந்துண்ணி அழைத்தான்: "பாருட்டி."

அவள் சிவந்த முகத்துடன் நெஞ்சு படபடக்க கீழே இறங்கும்போது சிரித்தபடியே சொன்னான்:

"நானும் இந்த ஊர்க்காரன்தான். எம்பேரு கோந்துண்ணி."

தன்னைத்தானே அறிமுகம் செய்வதைக் கேட்டதும் அவளுக்குச் சிரிப்பு வந்தது. கூடவே, அவன் கூச்சமில்லாமல் கேட்டதும். அவள் ஒரு நிமிடம் நின்றாள்.

"தெரியும்."

"தெரியுமா? தெரிஞ்சிருந்துமா கண்டுக்காம போறே?"

"பஞ்சாயத்துப் பாதைதானே?"

அவர்களிடையிலான பழக்கம் இப்படித்தான் தொடங்கியது. முத்தாச்சி இறந்தபோது வெட்டிக்கூட்டவும் பதினாறு அடியந்திரக் காரியங்களுக்கும் வந்தவர்களில் கோந்துண்ணி நாயரும் இருந்தார். நாலுகெட்டு மாடியில் நின்று அடுக்குச் சாளரம் வழியாகப் பார்க்கும்போது வராந்தா முற்றத்தில் அவர் வேலை செய்வதையும் வேலை வாங்குவதையும் பார்க்க முடிந்தது.

கொடிக்குன்னம்காவில் குருதிக்குத் தாலம் ஏற்றுமிடத்திலும் அவர் இருந்தார். வாழாவிலில் ஏற்றிய தாலத்தைக் கொண்டு போய்ச் சொரிய வேண்டிய இடம் குருதிப் பரம்பு. தூரம் அதிகமிருந்தது. தொற்று நோய்க் காலத்தில் குருதி கழித்த பிறகு, முதன் முதலில் நடக்கும் குருதி. எல்லா நாயர் வீடுகளிலிருந்தும் தாலம் இருந்தது. முதலில், களத்தில் தாலம் அடுத்தது, பெரிய வீட்டுத் தாலம். மூன்றாவது, வடக்குப்பாட்டு தாலம்.

அந்த வருடம் மோதல் உருவாகும்போல் தோன்றியது. முத்தளீம் குன்றின் சிவராத்திரிக்கு பூதனும் திரையும் கொட்டுமேளத்துடன் பள்ளிரோட்டைக் கடக்கும்போது மாப்பிளைமார் தடுத்தார்கள். சண்டை உருவானது. பலருக்கும் காயம்பட்டது.

"மாப்பிளைமார் பிரச்சினை பண்ணுவாங்களா?"

ஊரிலுள்ள முக்கியஸ்தர்கள் தயங்கினார்கள். தாலமேந்துகிறவர்கள் நாயர் வீடுகளிலுள்ள குமரிப்பெண்கள். தாலப்பொலிகளிடையே கலவரம் உருவானால்...

ஊரிலுள்ள இளைஞர்கள் குருதி நடத்துகிறார்கள். அதில் முக்கியஸ்தராக இருப்பவர் கோந்துண்ணி நாயர். கலவர பயத்தில் தயக்கம் காட்டிய வீடுகளுக்கெல்லாம் அவர் சென்றார். "எந்தப் பிரச்சினையும் வராது. கோந்துண்ணி உயிரோட இருக்கிற வரைக்கும் நீங்க யாரும் பயப்படத் தேவையில்லை."

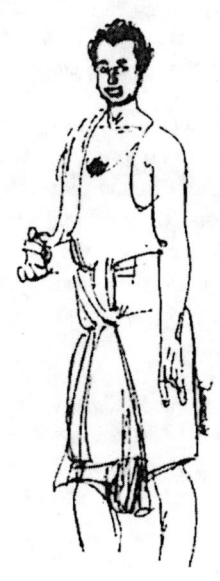

பகல்பூரமும் வெடிக்கட்டும் முடிந்தது. குதிரைப்பரம்பில் பஞ்ச வாத்திய மேளம் முடிந்ததும் ஆட்கள் வாழாவிலுக்குப் புறப்பட்டனர். பெண்களின் பின்னால், ஆண்களின் பாதுகாப்பு வரிசையுடன் தாலம் இரண்டு வரிசைகளாக நகர்ந்தது. இருந்தும் தாலமேந்தியவர்களுக்குப் பயம்தான்.

தாலமேந்துவதில் பாருக்குட்டிக்கு அவ்வளவாக விருப்ப மில்லை. அதுவும் ஒரு வழிபாடுதானே என்றாள் அம்மா. தெய்வ காரியத்தில் தனிப்பட்ட விருப்பங்கள் கூடாதல்லவா? நாலுகெட்டு மாடியில், குலதெய்வமான தேவி பகவதி குடியமர்ந்திருக்கிறாள்.

சாமியாடி தாலம் கொளுத்தி நகர ஆரம்பித்ததும் அவள் திரும்பிப் பார்த்தாள். சின்ன அண்ணன் வருகிறார் என்று சொல்லி யிருந்தார்கள். ஆனால், கண்கள் சென்று கோந்துண்ணியின் முகத்தில் பதிந்தன. அந்தக் கண்களில் நானிருக்கிறேன் என்ற தைரியம். கூட்டம் அதிகரிக்கும்போது தொட்டும் தொடாமலும் நடக்க வேண்டியது வரும். உச்சந்தலையில் சுவாசக் காற்றுபட்டது போல் தோன்றியது. குருதிப் பரம்புக்கு வந்து சேர்ந்ததே தெரியவில்லை.

பார்க்கவும் பேசவுமான வாய்ப்புகள் உருவாயின. அல்லது உருவாக்கப்பட்டன. இதனிடையே, மாதவ மாமாவின் நண்பராக ஒருநாள் வீட்டுக்கும் வந்தார். பெரிய மாமாவுக்கு இது பிடிக்கவில்லை. இப்படித்தான் பிரச்சினை ஆரம்பமானது.

சம்பந்தம் நிச்சயிக்கப்பட்ட தகவல் திடீரென்றுதான் தெரியவந்தது. மாணியூரிலிருந்து ஆள் வந்தது.

*சம்பந்தக்காரனும் மற்றும் மூன்று பேருமாக ஒருநாள் வீட்டுக்கு வந்து பெரிய மாமாவுடன் பேசினார்கள். தெற்கு மனையில் இலை போடப்பட்டது. ஊரிலுள்ள வேறு இரண்டு மூன்று முக்கியஸ்தர்களும் வந்திருந்தார்கள். சாப்பிட்டுக் கொண்டிருப்பவர்களில் மணமகனை மீனாட்சியக்கா சுட்டிக் காட்டினாள். தன்னை அவரிடம் காட்டுவதற்காக கிண்டியில் தண்ணீருடன் திண்ணைக்கு அனுப்பி வைப்பதற்குள் அவரை அவள் பார்த்துவிட்டாள்.

வயதான மனிதர். உதட்டிலும் உள்ளங்கையிலும் வெறுப்பை உருவாக்குகிற வெள்ளைத் தேமல்கள். தோலுரித்த சேனைக்கிழங்குபோல். ஒரு தடவைதான் பார்த்தாள்.

---

* நம்பூதிரி மணமகன்.

அன்றிரவு முழுவதும் அழுதாள். யாரிடமும் எதுவும் சொல்லவில்லை. சொல்வதற்கு எதுவுமில்லை. அம்மாவுக்குத் தெரியும். ஆனால்,

“குஞ்ஞிக்கிருஷ்ணன் நிச்சயிச்ச பிறகு நான் என்ன செய்ய முடியும்?”

காடும் மலையும் நிலபுலன்களும் இருக்கிறதாம். ஏராளமான சொத்துக்கள். முதல் மனைவி இறந்துபோய்விட்டாள். இரண்டாவது மனைவியைத் தள்ளி வைத்துவிட்டார். ஆனாலும் ரொம்ப நல்ல மனிதர். இரண்டாவது மனைவிக்குப் பிறந்த குழந்தைகளுக்கு செலவுக்குக் கொடுக்கிறார். அன்றைய இதுவெல்லாம் தான் அன்றை பேச்சு.

கோந்துண்ணியை ஒருமுறையாவது பார்க்க வேண்டும் போலிருந்தது. கடைசியில், திருமணத்திற்கு முதல் நாளன்று பெரிய முத்தாச்சிக்கு வெற்றிலை வைத்து ஆசி பெற்றுத் திரும்பி வரும்போது பார்த்தாள். வள்ளியின் மகள் குட்டிப்பெண்ணு மட்டும்தான் உடனிருந்தாள்.

இடைவழியில் கடலாமணக்கின் கிளையை வளைத்துப் பிடித்து, திண்டில் ஒரு காலை வைத்தபடி நின்றுகொண்டிருந்தார். வெற்றிலைப்போட்டு சிவந்த உதடுகளில் அப்போதும் தயக்கமில்லாத ஒரு சிரிப்புப் படர்ந்திருந்தது. கோந்துண்ணியைப் பார்த்ததும் கட்டுப்பாடுகள் அனைத்தையும் இழந்துபோன அவள் வாய்விட்டே அழுதுவிட்டாள்.

“பாருட்டி . . .”

. . . .

“என்ன பாருட்டி?”

பேசுவதற்கு வார்த்தைகள் இல்லை. தெளிவாக எதுவும் சொல்லத் தெரியவில்லை. அவர் சொன்ன ஒன்று மட்டும் காதில் விழுந்தது. வேறெதையும் யோசிக்கத் தோன்றவில்லை.

“பாருட்டிக்கு என்மேல நம்பிக்கை இருக்கா?”

வார்த்தைகள் எழவில்லை . . . மனம் நிரம்பியிருந்தது.

“எனக்கு நாலுகெட்டோ பத்தாயப்புரையோ கிடையாது. ஆனா, ஆணாகப் பிறந்தவன் நான். தைரியமிருந்தா என்கூட வா. இந்தக் கைகள்ல வலு இருக்குறவரைக்கும் உன்னைக் காப்பாத்துறேன்.”

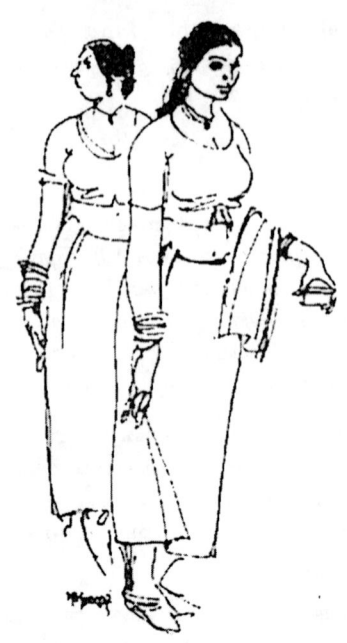

உடம்பை விடவும் வார்த்தைகளுக்கு வலுவாக இருந்தது. கண்களை மூடியபடி அவள் மெதுவாக, ஆனால் தெளிவாக சொன்னாள்.

"நம்பிக்கை இருக்கு."

— உண்மைதான். ஆயுள் காலம்வரைக்கும் கோந்துண்ணி அவளைக் கண்கலங்க விடவில்லை. திருமணம் முடிந்ததும் – அது திருமணமா? – முற்றிலுமாக அவர் ஆளே மாறிப் போய்விட்டதாக மற்றவர்கள் சொன்னார்கள். திருமணத்திற்குப் பிறகு பகடைக்காய்களைக் கையில் எடுக்கவில்லை. குடித்து சுயநினைவற்று நடக்கவில்லை. தோட்டத்தில் இரவு பகல் பேதமில்லாமல் உழைத்தார்.

வெளியே மழை ஓய்ந்திருந்தது. காற்று மெல்லிய சீழ்க்கையொலி யுடன் வீசிக்கொண்டிருந்தது. மழை இன்னும் பெய்யலாம். ஜன்னலில் கிடந்த ஓலைப்பாயின் இடைவெளியினூடே ஓசையற்ற மின்னல் கீற்றுகள். காற்றில் மெல்லிய குளிர் இருந்தது. மேலே விரிக்கப்பட்டிருந்த துண்டை எடுத்து அப்புண்ணிக்குப் போர்த்திவிட்ட பாருக்குட்டி அவனுடன் ஒட்டிப்படுத்துக் கொண்டாள்.

மதிய நேரமானதும் வீடு நிரம்பியது. தெற்கு மனையிலும் வடக்கு மனையிலும் நடைவழியிலும் பெண்கள் கூட்டம். கூடவே அழுதுகொண்டிருக்கும் குழந்தைகளும். அனைவரும் ஒரே குடும்பத்தவர்கள், அல்லது உறவினர்கள். வாசல் படியிலும் வராந்தாவிலும் சிறுவர்கள். முற்றத்திலும் பந்தலிலும் ஆண்கள்.

பந்தலை அடுத்து ஓலையால் மறைக்கப்பட்ட நெடும்புரை. அதில் புள்ளுவர்கள் அமர்ந்திருந் தார்கள். அவர்களுக்கான வெற்றிலையும் தண்ணீரும் வினியோகிப்பது மாளுவின் பொறுப்பு. தறவாட்டின் மருமகன் குட்டன் மாமாவின் மகள்.

அந்த வேலை அவளுக்குப் பிடித்திருந்தது. புள்ளுவர்களின் மூப்பன், ராமன். ராமனின் புள்ளுவத்திக்கும் பாடத் தெரியும்.

நாலுகெட்டு நிரம்பி வழிய ஆரம்பித்த பிறகு பந்தலிலும் நெடும்புரையிலும் சுற்றித் திரியவே அவளுக்கு நேரம் போதவில்லை என்றானது. அழுகிற குழந்தையை நீட்டி யாராவது சொல்வார்கள்: "அடியே, குழந்தையைக் கொஞ்சம் வெளியே கொண்டுபோய் அழுகையை நிப்பாட்டேன்."

முதலில் கிடைத்த குழந்தையின் அழுகையை நிறுத்தும்போது சுவாரஸ்யமாக இருந்தது. ஆனால், அது அந்தக் குழந்தையுடன் நின்றுவிடவில்லை. புதிய ஆட்கள் வருவதுடன் அழுகிற குழந்தைகளின் எண்ணிக்கையும் அதிகமானது. மாட்டேன் என்று சொல்ல முடிவில்லை.

அப்பாவுடன் வீட்டிலிருந்து புறப்படும்போதே அவளிடம் சொல்லப்பட்டது.

“கூப்பிட்ட குரலுக்கு மறுகுரல் கேட்கணும்; சொன்னதைச் செய்யணும்; சொல்படி நிக்கணும்.”

எல்லோருமே வேண்டியவர்கள்தான். அதிகமாக யாரையும் மாளுவுக்குத் தெரியாது. கேட்டால் தெரியும். ‘அது வந்து . . . குழித்தோப்பில பாப்பிச் சித்திக்கு இளையவங்க தானே?’

‘அம்முக்குட்டியக்காவோட நாயர் வீட்டுக்காரங்கதானே?’

துள்ளலுக்கு வருவதற்கு மாளுவும் ஆசைப்பட்டாள். துள்ளல் என்று அவளும் கேள்விதான் பட்டிருந்தாள்.

கீழும் மேலுமாக இரண்டு நாகக்காவுகளும் மூன்று நாகங்களுமுண்டு. அவற்றின் பெயர்களும் மாளுவுக்குத் தெரியும். கருநாகன், மணிநாகன், அஞ்சனமணி நாகன்.

கருநாகன் பொல்லாதது; தாழ்ந்த சாதி. அய்யப்பனும் சாத்தப்பனும் எல்லாம் இருப்பதுபோல் என்று நினைத்துக் கொண்டாள் மாளு. அதனால்தான் சிவராத்திரியன்று பாலும் பழமும் கொடுக்கும்போது முதலில் கருநாகனுக்குக் கொடுக்கிறார்கள். முதலில் மேக்காவு நாகனுக்குக் கொடுத்தால் தொலைவில் கீழ்க்காவிலுள்ள கருநாகன் சென்று அதைத் தீட்டாக்கிவிடும் அல்லவா?

மாளு இந்த நாகங்களைப் பார்த்ததில்லை. நாகக்காவில் சித்திரக்கூடத்தின் கீழ்தான் அவற்றின் மாளிகைகள் இருந்தன. ஒவ்வொன்றுக்கும் மக்களும் மருமக்களும் பணியாட்களுமாக வேறு நிறைய நாகங்களும் இருக்கக்கூடும். அதில் ஒன்றைத்தான் முற்றத்தின் ஓரப்படியில் கொஞ்ச நாட்களுக்கு முன் பார்த்தது. கருக்கல் நேரத்தில் விளக்கேற்றுவதற்காக திண்ணைக்குச் சென்ற தங்கக்கா சத்தமாகச் சொன்னாள்: “அம்மா, பாம்பு . . . சித்தீ பாம்பு . . .”

திரியை வைக்காமல் திரும்பி அவள் வீட்டுக்குள் ஓடினாள்.

“கருக்கல் நேரத்துல எதுக்குடீ கத்துறே?” என்றபடியே அண்ணாம்மா வந்தாள். தங்குவின் அம்மாவை மாளு அண்ணாம்மா என்றுதான் சொல்வாள். தங்கு திரும்பி உள்ளறைக்கு ஓடினாள்.

“அங்க பாம்பிருக்கும்மா.”

அண்ணாம்மா தெற்கு மனைக்கு வந்து உரத்தக் குரலில் சொன்னாள்:

"குட்டா, மீனாட்சி, பாஸ்கரா – பாம்பு, திண்ணையில பாம்பு."

அண்ணாம்மாவுக்கு இளையவன் மாளுவின் அப்பா. குட்டா என்று பெயர் சொல்லித்தான் அழைப்பாள்.

அப்பா வந்தார். பாஸ்கரன் அண்ணனும் கிருஷ்ணன் குட்டியும் வந்தார்கள். உள்ளே இருந்து முத்தாச்சியும் மெல்ல எழுந்து வந்தாள்.

"எங்கே... எங்கே..?"

தேடிப்பார்த்தபோது பாம்பைக் காணவில்லை. முற்றத்திலும் ஓரப்படியின்கீழும் பச்சைத் தேங்காய்கள் குவித்து வைத்திருக்கும் இடத்திலும் தேடினார்கள். பாம்பைக் காணோம்.

பாஸ்கரன், தங்கையைக் குற்றம் சொன்னான்:

"இது ஏதாவது ஓலைத் தும்பைப் பாத்துட்டுக் கத்தியிருக்கும்."

அண்ணாம்மா மகளின் பக்கம் சேர்ந்துகொண்டு சொன்னாள்:

"நீ போடா... அவ அப்படியெல்லாம் சொல்றவ இல்லை."

"நான் பாத்தேம்மா."

முத்தாச்சி, தங்குவைக் கூப்பிட்டுக் கேட்டாள்:

"உண்மையாவே நீ பாத்தியா தங்கு."

"உண்மையாவே பாத்தேன் முத்தாச்சி." அவள் சத்தியமும் செய்தாள்:

"என் ரெண்டு கண்பேர் சத்தியமா, கொடிக்குன்னம் அம்மைபேர் சத்தியமா நான் பாத்தேன்."

"படம் இருந்துச்சா?"

"இந்தா, இவ்வளவுதான் இருக்கும் முத்தாச்சி. சின்னது."

"என்ன நிறம்?"

"கறுப்பா, ப்ளபளன்னு இருந்துச்சு."

"ஆங்."

முத்தாச்சிக்குப் புரிந்துவிட்டது. அவள் நிமிர்ந்து நின்று அனைவருடனும் சொன்னாள்: "எல்லாரும் கேட்டுக்குங்க. அடிக்கவோ கொல்லவோ வேண்டாம். அது சாதாரண பாம்பில்லை. நாகக்காவு சர்ப்பமாத்தான் இருக்கும் . . ."

கொஞ்ச நேரத்திற்குப் பிறகு பெரிய மாமா வந்தார். அனைவரும் வீட்டுக்குள் சென்றார்கள். மாளுவின் அப்பா கிழக்குப் பக்க நடைவழியில் விலகி நின்றார். பாட்டி பாம்பு வந்த விஷயத்தைச் சொல்வதற்காக தம்பியை எதிர்பார்த்து நின்றிருந்தாள்.

தகவலை அறிந்ததும் பெரிய மாமா சொன்னார்:

“பாலும் பொடியும் எல்லாம் கொடுத்திருக்கமே, அப்புறம் எதுக்கு இந்தப் பக்கம்?”

அங்குமிங்குமாக முற்றத்தில் சிறிது நேரம் உலாத்திவிட்டு சத்தமாகச் சொன்னார்:

“என்ன சொல்றது, தீட்டும் பாக்குறதில்லை; சுத்தமும் பாக்குறதில்லை. எல்லாத்தையும் தீண்டி உடைச்சிருக்கும். அதுங்க.”

இதைச் சொல்லிவிட்டு மாளுவின் அப்பாவை அழைத்தார்:

“குட்டா, நாளைக்குத் தோட்டத்திலேருந்து வரும்போது கோயில் பூசாரிகிட்ட ஒரு தோஷம் கழிக்கணும்னு சொல்லு.”

மாமாவின் உத்தரவை மாளுவின் அப்பா கேட்டுக்கொண்டார். பெரிய மாமா எதைச் சொன்னாலும் அப்பா பதில் சொல்ல மாட்டார். அப்பாவின் வழக்கம் அது. சொன்ன சொல்லுக்குக் கீழ்ப்படியவும் செய்வார். பெரிய மாமாவை மிகவும் கவனமாக எதிர்கொள்ள வேண்டும். சரி என்றோ இல்லை என்றோ சொன்னால் இடிமுழங்குவது போல்,

“என்ன சரி?”

“என்ன இல்லை?” என்று அலறுவார். அது அவரது வழக்கம்.

பாம்பை மீண்டும் பலரும் பார்த்தார்களாம். தொழுவத்தின் பின்னாலுள்ள படியில், களத்து மேட்டில், பலா மரத்தின்கீழ்.

அப்புக்குட்டன் பணிக்கர் வந்து ராசி வைத்துப் பார்த்தார்.

“நாகங்கள்லாம் தாகத்துல அலையுதுங்க. பாலும் பொடியும் மட்டும் போதாது. துள்ளல் வேணும்.”

இப்படித்தான் புள்ளுவன் ராமன் வந்து துள்ளலுக்கான நாள் குறித்தான்.

திண்ணையில் குழந்தைகளுடன் போய் உட்கார்ந்தால் பந்தலில் நடக்கும் எல்லாவற்றையும் மாளுவால் பார்க்க முடியும்.

ஆனால், இடையிடையே தங்கு அழைப்பாள்; மீனாட்சியத்தை அழைப்பாள்; வந்தவர்களில் பலரும் அழைப்பார்கள்.

நேரம் கிடைத்தபோது அச்சம்மாவின் அறைக்குப் போனாள் மாளு. அச்சம்மாவினுக்குப் பாடு பேசுவதற்கு இரண்டு பேர் கிடைத்திருக்கிறார்கள். பொருத்தமான துணைகள். பஞ்சுப் பொதிபோல் தலை நரைத்த ஒரு பாட்டி, தடித்த எண்ணெய் மினுங்கும் உடலுடன் கழுத்தில் தங்கச் சரடு அணிந்திருந்தாள். இரண்டாவது பாட்டி, மெலிந்த, தோள்வரை நீண்ட பெரிய காதுகளுடன் இருந்தாள். தலைமுடியை உயர்த்திக்கட்டி உச்சியில் கொம்பு போல் வைத்திருந்தாள். அவள்தான் கேட்டாள்:

"அடியே, நான் யாருன்னு உனக்குத் தெரியுமா?"

அவளது குரல் மிகுந்த நடுக்கத்துடன் வெளிவந்தது.

"இவ இப்போ இங்கயா இருக்கா?"

தங்கச் சரடு அணிந்திருந்த பாட்டி கேட்டாள்.

அவர்கள் பாட்டியின் தங்கைகள் என்று பிறகுதான் தெரிய வந்தது. மூன்று பேரும் கால்களை நீட்டியமர்ந்து, வாயில் வெற்றிலையைக் குதப்பியபடி பேசுவதைப் பார்க்க வேடிக்கையாக இருந்தது. அவர்கள் குழந்தைகளாக இருந்தபோதுள்ள பழங்காலத்துக் கதைகள். அவர்கள் அனைவரும் இந்த வீட்டில்தான் வளர்ந்தார்கள். இந்தப் பாட்டிகளும் குழந்தைகளாக இருந்திருக்கிறார்கள் என்பதை மாளுவால் நம்பவே முடியவில்லை.

பிறகு அவர்கள் துள்ளலைப் பற்றி பேசினார்கள். அக்கா தங்கைகளுக்குள் நடக்கும் உரையாடல்போலவே தெரியவில்லை.

"உனக்கு ஞாபகமிருக்கா? உணிச்சிரி துள்ளலுக்கு இருந்த வருசம் மேக்காட்டுல பூக்குலைக் குத்தியது ..?"

"பின்னே ஞாபகமில்லாமலா? ஏதோ நேற்று நடந்ததுபோல இருக்கு. ரொம்ப கஷ்டமா போயிட்டுது."

மூன்று பேருக்குமே நினைவிருந்தது. இருந்தாலும் அதை விவரிப்பதற்கான ஆசையில் பெரிய பாட்டி சொல்ல ஆரம்பித்தாள்:

"*இடவப் பாதியில பெய்த பெருமழையில நீர்த்தடம் உடைஞ்சு சித்திரக்கூடத்தையும் அடிச்சிட்டுபோயிட்டுது. நல்ல நாள் பாத்து புதிய சித்திரக்கூடம் கொத்தி வெச்சோம். அடுத்த வருசம் ஆம்பிள்ளைங்க தீப்பந்தங்களோட மேலே காவுக்குப் போற

---
* வைகாசி நடுவில்.

வழியில தயாரா நின்னுட்டிருந்தாங்க. பூக்குலைக் குத்த ஓடும்போது கூடவே ஓடணுமே? ஆனா, களமாடிட்டிருந்த குமரிப்பெண்ணு துள்ளியோடினது அந்த வழியாக இல்லை. இருட்டுல திடீர்னு அவ காணாமப் போயிட்டாள். விளக்குகளும் ஆளுகளுமாக போய்ப் பாக்கும்போது மேக்கோரமா மூங்கில் புதர்ல, தலையைச் சாய்ச்சுட்டு உக்காந்துருக்குறா. பாக்கும்போதுதான் தெரியுது, எல்லோரும் கைவிட்டுப் போயிட்டதா நினைச்சிட்டிருந்த சித்திரக்கூடத்தோட முக்காப் பங்கும் அந்த இடத்துல மண்ணுல புதைஞ்சுக் கிடக்கு."

"நாக தெய்வங்களோட ஒரு இதைப் பாரேன்."

"நா–ரா–ய–ணா, நா–ரா–ய–ணா."

பாட்டியும் துள்ளலுக்கு இருந்திருக்கிறாள். இன்று துள்ளலுக்கு இருப்பவர்கள் அம்மிணியும் தங்குவும். அம்மிணி, பெரிய மாமாவின் இளைய மகள். மாமியும் மக்களும் நேற்றுதான் வந்தார்கள்.

வேட்டியை மார்பின்மீது உயர்த்திக்கட்டியபடி மிதியடிக்கால்களுடன் பெரிய மாமா திண்ணை முற்றத்தில் நடந்துகொண்டிருக்கிறார். நெஞ்சில் அடர்ந்த நரை முடிகளினூடே கை விரல்கள் நகர்ந்துகொண்டிருந்தன. கடந்துபோன பழைய காலங்களைக் குறித்துப் பந்தலிலும் முற்றத்திலும் நிற்பவர்களிடம் அவர் சிலாகிக்கிறார்:

"பத்தாய அறையில அச்சும்மாமா உட்கார்ந்திருந்தாப் போதும். இந்த ஊரில காகம் கூட கரையாது . . ."

பெரிய மாமா சொல்வதை வயதான சிலர் மிகுந்த அக்கறையுடன் செவிமடுத்துக் கொண்டிருக்கிறார்கள்.

"பெரியவரை எனக்கு நல்லாவே ஞாபகமிருக்கு. புலிபோலுள்ள ஒரு மனுசன். புலியேதான்." *களத்துக்கம்மள் வடக்கறை நாராயணன் நாயர் சொன்னார்.

புது வேட்டியும், நெற்றியில் சந்தனப்பொட்டும், காதுகளிடையே துளசிப்பூவுமாக எதையும் தொட்டுவிடாமல் நின்றுகொண்டிருக்கிறார் களத்துக்கம்மள்.

ஊரிலுள்ள வயது முதிர்ந்தவர்கள் யாராவது இல்லத்துக்கு வரும்போதுதான் பெரிய மாமா இப்படியெல்லாம் பேசுவது வழக்கம். பேச்சு பெரும்பாலும் பழைய காலத்தைப் பற்றியதாகவே இருக்கும். எட்டுக்கெட்டும் மூன்று வராந்தாவும் அறுபத்து

* புள்ளுவனின் வழிகாட்டுதல்படி நாகக்காவில் பூஜை செய்பவர்.

நான்கு உறுப்பினர்களும் புலிபோன்ற அச்சும்மாமாவும் வாழ்ந்த காலத்தில் குடும்பச் சொத்தைப் பாகம் பிரித்த கதை.

"ஊருக்குள்ள இன்னைக்குக் காசும் பணமும் வந்துருக்கலாம். இதைவிட அதிகமான சொத்துள்ள நாயர் குடும்பங்களும் இருக்கலாம். ஆனா, இந்தக் குடும்பத்தோட அருகில நிக்கிறதுக்கான அருகதை இருக்குன்னுச் சொல்லிக்க எந்தக் குடும்பம் இருக்கு?"

அதை ஆமோதிப்பதுபோல் வயதான ஒருவர் தலையாட்டியபடியே சொன்னார்:

"நெசமான பேச்சு. எல்லாமே நேத்துப் பெய்த மழையில இன்னைக்கு மொளைச்சப் பூஞ்சைங்க."

"என் களத்து மேட்டிலேருந்து நெல்லள்ளிட்டுப் போனதை செறுமக்க பாத்திருக்கானுங்க. அவனெல்லாம்தான் இப்ப மாளிகைக் கட்டி குடியிருக்கான். ப்ஃபூ . . ."

வயதானவர் மீண்டும் தலையாட்டினார்.

"நான் சொல்றது புரியுதா? எனக்குக் காசோ பணமோ அல்ல பெருசு. குரு பெரியவங்க தொடங்கி வெச்ச எதையும் உயிரோடிருக்குற காலம்வரைக்கும் நான் நிறுத்த மாட்டேன். இந்தத் துள்ளலுக்கு எவ்வளவு பணம் செலவாகும்னு நினைக்கிறீங்க?"

"அதெல்லாம் கொஞ்சமா நஞ்சமா? இப்பவுள்ள காலத்துல." களத்துக்கம்மள் சொன்னார்.

"இது சாதாரண குடும்பம் ஒண்ணும் கிடையாது; இதுக்குள்ள குலதெய்வமாகக் குடியிருப்பவ தேவி பகவதி."

"சோறு போட்ட தாயில்லையா அவ? செல்வம்கிறது வேற என்ன?"

மாளு சாய்வு அடுக்கின் பின்னாலிருந்து விலகி மெல்ல வடக்கு மனைக்கு நகர்ந்தாள்.

தங்குவும் அம்மிணியும் குளித்து சுத்த பத்தமாக இருந்தார்கள். தங்குவுக்கு ஏற்கனவே தான் பெரிய ஆளென்ற தோரணை. இன்று சொல்லவே வேண்டாம். அம்மிணி குளித்து சந்தன வரிப்பொட்டும் இடையில் சாந்துப்பொட்டும் வைத்திருப்பதைப் பார்க்க சந்தமாக இருந்தது. அம்மிணியை அவள் பொறாமையுடன் பார்த்துக்கொண்டு நின்றாள். நல்ல வாழைக்குருத்தின் நிறம். கழுத்தில் நீல நரம்புகள் தெளிவாகத் தெரிந்தன. இடது புறத்தோளினூடே முன்னால் விட்டிருந்த தலைமுடி, தரையில் நெளியும் கருநாகம்போல் அலைந்தது.

பெரிய மாமாவின் பிள்ளைகளில் கல்யாணி மட்டும் வரவில்லை. அவள் பிரசவித்துக் கிடக்கிறாள். அவளது மூத்த மகன் பாலன் பெரிய அத்தையுடன் வந்திருந்தான்.

அத்தையின் வீட்டுக்கு நான்கு நாழிகை தூரம் நடக்க வேண்டும். ஆற்றையும் ஒரு தோப்பையும் கடந்துதான் போக முடியும். பெரிய அத்தை வசிப்பது தன்னுடைய குடும்ப வீட்டில் அல்ல! அவளுக்கென்று தனியாக தென்னந்தோப்பும் ஓடு வேய்ந்த புதிய வீடும் இருக்கிறது. போன வருடம் அம்மிணியின் சடங்குக்குச் சென்ற அண்ணாம்மாவுடன் மாளுவும் இருந்தாள்.

அம்மிணியின் கழுத்தில் கிடந்த, பளபளக்கும் குழிப்பொன்னு ரொம்ப அழகாக இருந்தது.

மாளுவின் கழுத்தில் கிடந்த, சரடில் கோர்த்த அகலமான சுட்டி முதலில் அம்மாவின் கழுத்தில் கிடந்தது. அம்மாவை மறைவு செய்வதற்காகக் கொண்டு போவதற்குச் சிறிது கொஞ்ச நேரத்திற்கு முன்புதான் யாரோ அதை அறுத்தார்கள். பிறகு, அது மாளுவின் கழுத்துக்கு வந்தது.

அம்மிணி சிறிது நேரம் கழிந்த பிறகுதான் மாளுவைப் பார்த்தாள்.

"எப்ப வந்தே மாளு?"

இதற்கான பதிலை தங்கு சொன்னாள்:

"அவ ஒரு வருசமா இங்கதானே இருக்கா?"

மாளு இங்கே வந்து ஒரு வருடமாகிறது. அம்மா இறந்த பிறகு அங்குள்ள வாழ்க்கை சுகப்படவில்லை. சித்தியும் பிள்ளைகளும் இருக்கிறார்கள். வீடு அவர்களுடையது. அம்மாவுக்கென்று எதுவுமில்லை. அப்பாவால் எதையும் கொடுக்க முடியவில்லை. பாட்டி தான் கூப்பிட்டாள்.

"மாளு இங்கயே வந்துடேன். மீனாட்சிக்கும் துணையா இருக்கும்."

திண்ணையில் இலை போடும் ஆரவாரம் தொடங்கியது. முதலில் பெண்களுக்கும் சிறு பிள்ளைகளுக்கும். தெற்கு மனையிலும் வடக்கு மனையிலும் பெண்களுக்கும் உள் திண்ணையில் பிள்ளைகளுக்கும் இலை வைக்கப்பட்டது.

பெரிய மாமா சத்தமாகச் சொன்னார்:

"குட்டா, சின்னப்பிள்ளைங்க ஒருத்தர் பாக்கியில்லாம எல்லாரும் சாப்பிடணும். நேரத்தோட பாட்டு தொடங்கியாகணும்.

மாளூ ஒதுங்கி நிற்பதைக்கண்ட தங்கு, "ஏண்டீ, உனக்குச் சோறு வேண்டாமா?" என்று கேட்டுவிட்டுத் திரும்பி அம்மிணியிடம் சொன்னாள்:

"மத்தியானம் துவரனும் கஞ்சியும் மூக்குமுட்ட குடிச்சிருப்பா போலிருக்கு. அதுதான் பெண்ணுக்கு ஒண்ணும் வேண்டாம்."

அவள் கேலி செய்யும் நோக்கத்துடன் சொன்னது மாளூவின் மனதுக்குள் தைத்தது.

'நான் ஒண்ணும் வயிறு பெருத்தவ இல்லை' என்று தனக்குள் அவள் சொல்லிக் கொண்டாள்.

"போய் உக்காருடீ பெண்ணே."

அந்தப் பக்கமாக வந்த அண்ணாம்மா கோபப்பட்டாள்.

பிள்ளைகளுடன் சாப்பிடுவதற்கு அவளுக்குத் தயக்கமாக இருந்தது. பெண்களுடன் சேர்ந்துச் சாப்பிடுவதுதான் அவளுக்குப் பிடிக்கும். சீக்கிரமாகச் சாப்பிட்டு முடித்தால் நல்ல இடமாகப் பார்த்து உட்கார்ந்துவிடலாம். சாய்வுப்படியின்கீழ் காலியாகக் கிடந்த ஒரு இலையின் முன்னால் அவள் அமர்ந்தாள். அதில், இரண்டு வரிசைகளாக பத்திருபது சிறு வயதுப் பிள்ளைகள் உட்கார்ந்திருந்தனர்.

பந்தலின் எதிரில் தூண் பக்கத்தில் இடம் பிடித்தால் போதும். நேரெதிரில் கீழ்ப்பக்கத்தில்தான் களம். நன்றாகப் பார்க்கலாம்.

அவசரமாகச் சாப்பிட்டுவிட்டு மறு பாயசம் பரிமாறுவதற்குள் அவள் எழுந்துவிட்டாள். கையைக் கழுவிவிட்டு, கிழக்கு வராந்தாவில் நடக்கும்போது அங்கே நறுக்கிப் போட்ட துண்டு இலைகளுக்கும் தண்டுகளுக்குமிடையே ஒரு சிறுவன் சுவரில் சாய்ந்து அமர்ந்திருப்பதைக் கண்டாள். சிவப்பு நிக்கரும் கசங்கிய பச்சை நிறச் சட்டையும் அணிந்த ஒரு சிறுவன்.

மாளூ முதலில் தயங்கி நின்றாள். பிறகு பக்கத்தில் சென்று கேட்டாள்:

"நீ சாப்பிடலையா?"

அவன் தலையை உயர்த்தி ஆச்சரியத்துடன் பார்த்தான்.

"சாப்பிடலையான்னுக் கேட்டேன்."

"ம் . . . ம் . . ."

"பிள்ளைங்கெல்லாம் சாப்பிட்டு முடிச்சாச்சே?"

“முடியட்டும்.”

சற்று அகம்பாவத்துடன்தான் பதில் வந்தது. இதைக் கேட்டதும் மாளுவுக்குள் சிறு வெட்கம் உருவானது. கேட்டிருக்கவே வேண்டாமோ? ஆனாலும் கேட்டாள்:

“உனக்குச் சோறு வேண்டாமா?”

“சோறைப் பாக்காம ஒண்ணும் நான் வரலை.”

அவனது திமிரான பேச்சும் உதாசீனமும் அவளை விலகிப்போகச் சொன்னது. மீண்டும் அவன் தலை குனிந்து தரையைப் பார்த்துக்கொண்டிருக்கும்போது மெதுவாகக் கேட்டாள்:

“நீ எங்கிருந்து?”

காதில் விழாததுபோல் அவன் முற்றத்திலுள்ள காய்ந்த, பாசி படிந்த மதிலைப் பார்த்துக்கொண்டிருந்தான்.

“உன் பேரென்ன?”

“அப்புண்ணி.”

“நீ எங்கிருந்து?”

அப்புண்ணியின் முகம் சிவந்தது. மாளுவின் முகத்தைப் பார்த்துக் கோபத்துடன் கேட்டான்:

“நான் இந்த வீட்டுல உள்ளவன்தான். உனக்கென்ன?”

அவனது கோபம், வெறுப்புக்குப் பதிலாக அவளுக்கு வேடிக்கையாக இருந்தது. இந்த வீட்டுல உள்ளவனாமே? மாளுவையா ஏமாத்தப் பாக்குறே?

“இந்த வீட்டில உள்ளவனா இருந்தா எனக்குத் தெரியுமே?”

அவன் எதையோ சொல்ல வரும்போதுதான் கவனித்தாள். கண்களில் கண்ணீர் நிரம்பி நிற்கிறது.

“நான் கோந்துண்ணியாரோட மகன். நானும் எங்கம்மாவும் இங்குள்ளவங்கதான்.”

அதற்குப் பிறகு மாளு எதையும் கேட்கவில்லை.

தங்கு இரகசியம் பேசிய ஒரு கதை அவளுக்கு நினைவு வந்தது. தான் பார்த்திராத, தனது அத்தையை ஒருவன் கடத்திக்கொண்டுபோன கதை.

‘இவன்தான் அப்புண்ணியண்ணாவா?’

வேலைக்காரிகள் எச்சில் இலைகளைக்கொண்டுபோய் வாழைக்குழியில் போட்டார்கள். செறுமிப் பிள்ளைகள் அந்த எச்சில் இலைகளுக்காக தங்களுக்குள் போட்டி போட்டுக் கொண்டனர்.

மாளுவும் வராந்தாவில் உட்கார்ந்தாள்.

"ஏன் அழறே நீ?"

அவன் பதில் சொல்லவில்லை.

"தனியாகவா வந்தே?"

"குடிசை முத்தாச்சிகூட."

"பாட்டியைப் பாத்தேன். நான்தான் பாட்டிக்கு வெத்திலை கொண்டுபோய் கொடுத்தேன். பாட்டி ஒண்ணுமே சொல்லலை."

தொடர்ந்து, பாட்டியைப் பற்றி அவள் இன்னொன்றையும் சொன்னாள்:

"பாட்டிக்கு வெத்திலையும் காளனும்தான் ஞாபகம் இருக்கும்."

அப்புண்ணியின் முகத்தில் மெலிதான ஒரு சிரிப்புப் படர்ந்தது.

"மற்ற பிள்ளைங்க வந்து உக்காந்துட்டா நமக்கு நல்ல இடம் கிடைக்காது."

அது சரிதான் என்று அவனுக்கும் பட்டது.

"மேக்கோரம் தூண் பக்கத்தில உக்காந்தா சுகமா இருக்கும்."

அவள் முன்னால் நடந்தாள். அப்புண்ணி அவளைப் பின் தொடர்ந்தான்.

○○○

திடீரென நெடும்புரையிலிருந்து 'இடியறை முழங்கியது. மாளு அப்புண்ணியைப் பார்த்து உற்சாகத்துடன் சொன்னாள்: "இப்ப தொடங்கும்."

பந்தலைச் சுற்றிக் குருத்தோலையும் மாவிலையும் கோர்த்து அலங்காரம் செய்யப்பட்டிருந்தது. களமெழுத்து முடிந்திருந்தது. அரிசி மாவும் மஞ்சள் தூளும் நீறும் மஞ்சளும் கலந்து தயாரிக்கப்பட்ட சிவப்புப் பொடியால் களம்

---

* நாடோடி இசைக் கலைஞர்களான புள்ளுவர்கள் பயன்படுத்தும் இசைக்கருவி.

வரையப்பட்டிருந்தது. அதில், படம் எடுத்து நிற்கும் மூர்க்கமான இரண்டு நாகங்கள் பிணைந்துகொண்டிருந்தன.

பந்தலின் நடுவே வாழைத்தண்டைக் கால்களாகக்கொண்டு மேலே சிவப்புப் பட்டு விரித்த மற்றொரு சிறு பந்தல். அதன் தரைப்பகுதியிலும் களம் வரையப்பட்டிருந்தது.

"ஆமா, ராமன்தான் களம் வரைஞ்சான். செரட்டையை வெச்சி வரைஞ்சான்." மாளு தெரிந்ததைப் பகிர்ந்துகொண்டாள்.

"செரட்டையை வெச்சா?"

"ஆமா, செரட்டையை வெச்சிதான்."

பல்வேறு அளவுகளில் துளைகள் போடப்பட்ட கொட்டாங்கச்சியில் சிவப்புப் பொடியை நிரப்பி அதை உமிக்கரி பாவிய தரையில் பதித்துப் புள்ளுவன் ராமன் களம் வரைந்ததை விவரித்துச் சொன்னாள் மாளு.

"தானக்காலுக்கு விளக்கு வைக்கலாம்." நெடும்புரை வாசலில் நின்று சத்தமாகச் சொன்னான் புள்ளுவன் ராமன்.

வெளியே மாலை வெளிச்சம் கருக்க ஆரம்பித்திருந்தது. வாழைத்தண்டின் அருகில், களத்தின் நான்கு மூலைகளிலும் குத்து விளக்கேற்றத் தொடங்கினார்கள். பந்தலில் ஏழு திரி வைத்த மூன்று பெரிய குத்து விளக்குகள் எரிந்துகொண்டிருந்தன.

"பூஜைப்பொருள்களைக் கொண்டுவந்து வைக்கலாம்." ராமன் திரும்பவும் சத்தமாகச் சொன்னான்.

தலைவாழை இலைகளில் அவலும் பூவும் வெள்ளரியும் துளசிப்பூவும் நிரம்பின.

"*களத்துக்கம்மளே."

"ஆங் . . ."

புது வேட்டியைப் பஞ்சகச்சம் உடுத்திய ஒருவர் பந்தலுக்கு வந்தார். மாளு, அப்புண்ணியை நோண்டி சொன்னாள்: "அவர்தான் களத்துக்கம்மள். அவர்தான் பூசை செய்வார்."

"கால்களையும் முகத்தையும் சுத்தம் செய்து, நாகதெய்வங்கள மனசுல தியானிச்சி, வலது காலை எடுத்து வெச்சி, தானக்காலை வலம் வந்து, பீடம் ஓரமா கிழக்குப் பக்கம் திரும்பி உட்காருங்க."

புள்ளுவர்கள் இராகத்துடன் சொன்னார்கள். நாகக்காவு பூசாரி அதன்படி செய்தார்.

---

* நாகக்காவு பூசாரியே.

“தானக்காலடியில வெள்ளரியும் தேங்காவும் வைங்க.”

புள்ளுவன் சொன்னபடி பூசாரி பூஜாகர்மங்களைத் தொடங்கினார். பூஜை செய்து வணங்கிவிட்டு, கிண்டியின் வாயை மூடிப்பிடித்து களத்தை வலம் வந்து நீர் தெளித்தார்.

பூசாரி பந்தலின் ஒரு ஓரமாக விலகி நின்றார். இடியறைகள் ஒன்றாக அதிர்ந்தன. *இடவம் இரண்டாம் பாகம் தொடக்கத்தில், நள்ளிரவில் திடீரென்று கேட்கும் இடி முழக்கம்போல் அவை நடுநடுங்க வைத்தன.

பந்தலின் இன்னொரு ஓரத்தில் புள்ளுவர்களும் புள்ளுவத்திகளும் அமர்ந்திருந்தார்கள். மூன்று இடியறைகள், மூன்று கடங்கள், இரண்டு வீணைகள். இடியறைகளின் அதிர்வில் கடமும் வீணையும் அமுங்கிப்போயின.

ராமனின் புள்ளுவத்தி என்று மாளு சொன்ன அவள்தான் பாட ஆரம்பித்தாள்.

‘ஶ்ரீராம மகாதேவ. . . ஶ்ரீ புள்ளுவக்குடத்தாலே . . .”

அப்புண்ணிக்கு பாட்டு அவ்வளவாக ரசிக்கவில்லை. அவன் கூடியிருந்தவர்களைக் கவனித்துக்கொண்டிருந்தான். அவன் அமர்ந்திருந்த திண்ணையின்கீழ், கோரைப் பாயில் சிலர் அமர்ந்திருந்தார்கள். நான்கைந்து இளைஞர்கள் பத்தாயப்புரைச் சுவரில் சாய்ந்தபடி நின்றிருந்தார்கள். அவர்களின் பின்னால் போடப்பட்ட கோரைப் பாயிலும் உள் திண்ணையிலும் நிறைய பெண்கள் அமர்ந்திருந்தார்கள்.

முற்றத்தில் உயரமான, வெளுத்துத் தடித்த, மிதியடி அணிந்த ஒருவர் நீண்டு நிமிர்ந்து நடந்துகொண்டிருந்தார். எங்கிருந்தாவது ஒரு சிறு சத்தம் கேட்டாலும் மெதுவாக அந்தப் பக்கம் பார்த்தார். பயமுறுத்தும் எதுவோ ஒன்று அந்த முகத்தில் தென்பட்டது.

அப்புண்ணி மெதுவாக மாளுவிடம் கேட்டான்:

“நடந்துட்டே இருக்குற அந்தாளு யாரு?”

அவள் மெதுவான குரலில் சொன்னாள்:

“பெரிய மாமா.”

பெரிய மாமா! அப்புண்ணியின் நெஞ்சு ஒரு நிமிடம் துடித்தடங்கியது. சிவந்த அந்த முகத்தை இன்னொரு முறை பார்க்கும் தைரியம் அவனிடம் இல்லை. இவர்தான் பெரிய மாமாவா? இவர்தான் . . .

---

* வைகாசி.

தானக்காலில் வடக்குப்பக்கம் வைக்கப்பட்டிருந்த குத்துவிளக்கின் திரியை வாழை இலைக்கீற்றால் தூண்டிவிட்ட மெலிந்த, கறுத்து கூனிய ஒருவரைச் சுட்டிக் காட்டி மாளு சொன்னாள்:

"அவர்தான் எங்கப்பா."

அதுக்கு எனக்கென்ன? அவன் கவனிக்காமல் இருந்தான்.

"எங்கப்பாவை அப்புண்ணியண்ணன் குட்டன் மாமான்னு கூப்பிடணும் இல்லையா?"

பெரிய மாமா.

குட்டன் மாமா.

இன்னும் பலர் இருக்கிறார்கள். அந்தப் பிள்ளைகளின் கூட்டத்தில் பாஸ்கரனும் கிருஷ்ணன் குட்டியும் இருக்கக்கூடும். பெண்களிடையே பெரியம்மாவும் இருக்கலாம். அப்புறம் ...

மாளுவுக்குத் தெரியும். அவளிடம் கேட்டால் சொல்வாள். பாட்டி, அத்தை, பிள்ளைகள் ... அம்மாவுக்கு இன்னொரு அக்கா இருக்கிறாளாமே, அவள் பேரென்ன?

எதுவும் அறிய வேண்டாம். இப்படி நடக்குமென்று வரும்போது அவன் நினைக்கவே இல்லை. பிள்ளைகளுடன் விளையாடலாம். வீட்டுக்குள்ளும் மாடியிலும் பத்தாயப் புரையிலும் பந்தலிலும் தோட்டத்திலும் சுற்றித் திரியலாம். மனது உற்சாகத்தில் குதித்துக்கொண்டிருந்தது.

அவன் முன்புற மதில்கூடம் வழியாக வரவில்லை. குன்றிறங்கி மேலே இடைவழியை அடைந்ததும் நின்றான். பாட்டி பின்னால் வந்துகொண்டிருந்தாள். அதோ தெரிகிறது குடும்ப இல்லம்.

பெரிய நாலுகெட்டு. நினைத்ததுபோல் வைக்கோல் வேய்ந்த வீடுதான். காரை பெயர்ந்த சுவர்கள். கனத்த மரச்சட்டங்கள் கொண்ட சாம்பல் நிறமுள்ள பழைய ஜன்னல் துவாரங்கள். அருகில்தான் பத்தாயப்புரை. அதில் மட்டும்தான் ஓடு வேயப்பட்டிருந்தது. வராந்தாவும் மதில் சுவரின் உடைந்த ஒரு பகுதியும் தெரிந்தன.

இந்த நாலுகெட்டு இல்லத்தில்தான் அம்மா பிறந்து வளர்ந்தாள். இங்குதான் தேவி பகவதி குடிகொண்டிருக்கிறாள். ஆகவேதான் ஓடு வேய இயலவில்லை. ரொம்ப காலத்துக்கு முன்னால் கட்டப்பட்ட நாலுகெட்டு. அதைக் கட்டிய காலம் எதுவென்று அம்மாவின் பாட்டியின் பாட்டிக்கும்கூட

நினைவில்லையாம். பின்பொரு காலத்தில், ஓடு வேயலாமென்று ஏதோ ஒரு காரணவர் முடிவு செய்தார். ஓடுகளைத் தாங்கி நிற்பதற்கான வலு சுவர்களுக்கு இல்லையாம். சுவர்களை இடித்து விட்டு புதிய சுவர் கட்ட வேண்டும். தேவி பகவதி அதை விரும்பாமலும் இருக்கலாம். *பிரஸ்னம் பார்த்தபோது மாடியையும் சுவர்களையும் அசைக்கக்கூடாது என்று தெரியவந்ததாம்.

இதுதான் அந்த நாலுகெட்டு . . !

முற்றத்தில் இறங்கியபோது பாட்டி சொன்னாள்: "பிள்ளைங்கக்கூட கீழ போய் உக்காந்துக்க."

ஆச்சரியத்துடன் நின்றுபோய்விட்டான் அப்புண்ணி. பெரிய பெரிய முற்றங்கள். பெரிய மரத்தடிகளைப் புதைத்துச் சுற்றிலும் குவித்து வைக்கப்பட்ட வைக்கோல் கற்றைகள். ஏழோ எட்டோ கால்நடைகளை வரிசையாகக் கட்டி வைத்திருக்கும் தொழுவம்.

அவன் திரும்பிப் பார்த்தான். குடிசை முத்தாச்சி நாலுகெட்டின் பின்பகுதியினூடே வடக்குக் கட்டுக்குப் போயிருந்தாள். பாட்டி மட்டும் தனியாக!

திண்ணையிலும் முற்றத்திலுமாக நிறைய பேரிருந்தார்கள். யாருமே தன்னைக் கவனிக்கவில்லை என்பதைப் புரிந்து கொண்டான். கிழக்குப்புற வராந்தாவில் ஒரு ஓரமாகப் போய் உட்கார்ந்தான். அந்தப் பக்கம் யாருமில்லை. உள்ளே இருந்து பெண்களின் குரலும் குழந்தைகளின் அழுகுரலும் கேட்டன. வராந்தாவிலும் சில பிள்ளைகளைப் பார்த்தான். தெரிந்த யாராவது இருக்கிறார்களா என்றும் பார்த்தான். யாருமே இல்லை. அவன் அதிலேயே உட்கார்ந்துவிட்டான்.

யாராவது வந்து ஏதாவது சொல்வார்களா?

யாராவது வந்து விடுவார்கள், ஏதாவது சொல்லி விடுவார்கள் என்றெல்லாம் எந்த உறுதியுமில்லை. இருந்தாலும் பயம்.

யாரும் எதுவும் சொல்லவில்லை. யாரும் அவனைக் கவனிக்கவுமில்லை. வந்திருக்கவே வேண்டாமோ என்று அப்போதுதான் தோன்றியது. வந்திருக்கவே கூடாது . . . வந்திருக்கவே கூடாது . . .

இது வடக்குப்பாட்டு குடும்பம்.

அவன் இந்தக் குடும்பத்தைச் சேர்ந்தவன்.

அவனுடைய அம்மா இந்தக் குடும்பத்தில் பிறந்தவள்.

---

* திருவுளம்.

அவன் வசிக்கும் வீட்டில் ஒரு அறையும் கூடமும் சமையல்கட்டும் மட்டும்தான். பூசப்பாடத சுவர். இரவில் செங்கல் துணுக்குகள் பெயர்ந்து வாயில் விழும். நாலுகெட்டு மாடியில் வரிசை வரிசையாக ஜன்னல் சட்டங்கள் தெரிந்தன ... ஒவ்வொருவருக்கும் தனித்தனியாக அறைகள் இருக்குமோ? பிள்ளைகளுக்கும்?

பத்தாயப்புரையின் மூலையிலுள்ள ஓட்டின்கீழ் ஒரு மூங்கில்கூடை அசைந்தாடிக்கொண்டிருந்தது. அதில் கோவில் புறா ஒன்று பறந்து வந்து அமர்வதைக் கண்டான். அதன் கூடு அதுவாக இருக்கலாம். புறா முட்டைகளும் குஞ்சுகளும் அதிலிருக்கும். பத்தாயப்புரை மாடியின் ஜன்னலடுக்கு வழியாகப் பார்த்தால் தெரிந்துவிடும்.

வந்திருக்கவே வேண்டாம் ...

“நான் இங்க இருக்கேன்” என்று உரத்தக் குரலில் சொல்லத் தோன்றியது. யாரும் தன்னைப் பார்க்காமல், பேசாமல் இப்படியே அமர்ந்திருப்பதை அவனால் தாங்கிக்கொள்ள முடியவில்லை.

– நான் வடக்குப்பாட்டிலுள்ளவன் –

என் பெயர் வி. அப்புண்ணி

வகுப்பில் ஆஜர் கூப்பிடுவது இப்படித்தான்.

வி. என்றால் வடக்குப்பாட்டு என்று அர்த்தம்.

யோசித்துக்கொண்டிருக்கும்போது, ‘பிள்ளைங்க எல்லாம் உட்காருங்க’ என்ற குரல் கேட்டது. சிறுவர் – சிறுமிகளுக்கு இலை போடப்பட்டது.

“அப்பூ ... வாசு ... ப்ரபா ... எல்லாரும் வந்து உக்காருங்க ...”

“எங்க குட்டி சங்கரன் எங்கே?”

“நாணு, குஞ்ஞிக்குட்டனை உங்கூட உக்கார வச்சிக்க.”

பலரும் பலரையும் தேடினார்கள். யாரும் அவனைத் தேடவில்லை.

அவனுக்கு இந்த விருந்து தேவையில்லை.

அந்த அளவுக்கு சாப்பாட்டுக்கு ஆசைப்பட்டு ஒன்றும் வரவில்லை.

மனதுக்குள் கோபம் கோபமாக வந்தது. எல்லோருடனும் கோபம். இவர்களுடைய விருந்து தனக்கு ஒரு பொருட்டே அல்ல!

ஊருக்குள் சொல்லி வைத்த எண்ணிக்கையில பகடை உருட்டுகிறவர் ஒரே ஒருவர் தான். அப்புண்ணியின் அப்பா கோந்துண்ணி நாயர் மட்டும் . . .

நான் கோந்துண்ணி நாயரின் மகன் . . .

அப்பா இருந்திருக்க வேண்டும் . . .

அப்பாவைப் பற்றிய நினைவு வந்தபோது கூடவே செய்தாலிக்குட்டியும் நினைவுக்கு வந்தான். குட்டைத் தலையும் சிவந்த, உருண்டைக் கண்களும் . . . அவன்தான்.

பகவதி தேவி அவனைப் பழிக்குப் பழி வாங்கணும்.

மாளு வந்தது அப்போதுதான்.

அப்புண்ணியின் அருகில் உட்கார்ந்துப் புள்ளுவத்திகள் பாடுவதைக் கவனமாகக் கேட்டுக்கொண்டிருந்தாள். இப்போது இடியறைகள் மெல்ல தாளம் தட்டத் தொடங்கின. வீணையின் நாதம் தனியாகக் கேட்டது.

“கருநாகனோட பாட்டைப் பாடுறான்.” மாளு சொன்னாள்: “ராமனோட தம்பி.” தொடர்ந்து, ராமனின் புள்ளுவத்தி பாடத் தொடங்கினாள். மனைவி பாடத் தொடங்கியதும் ராமன் எழுந்தான். நாகக்காவு பூசாரியை அழைத்து எதுவோ சொன்னான். பூசாரி, பந்தலுக்கு வெளியே வந்து பாட்டுச் சத்தத்தை விடவும் உரத்த குரலில் சொன்னான்:

“களமாடுறவங்க வரலாம்.”

எல்லாக் கண்களும் திண்ணையை நோக்கித் திரும்பின.

அரிசியும் திரியும் கமுகம் பூக்குலையும் வைத்த பளபளக்கும் கலசங்களுமாக சுருக்காடை அணிந்த இரண்டு இளம்பெண்கள் பந்தலுக்கு வந்தார்கள்.

“கிழக்கு வாசல்ல நின்னு கும்பிடணும்.”

ராமன் சொன்னதுபோல் அவர்கள் செய்தார்கள்.

“களத்துக்கம்மள் ஊத்துற தண்ணியில கண்ணையும் காலையும் கழுவணும்.”

“களத்தை மூணு தடவை வலம் வந்து, நாகர்களோட தலையைப் பாத்து சம்மணம் போட்டு உட்காரணும்.”

களத்தை வலம் வந்த அவர்கள் நாகங்களின் வால் பக்கம் அமர்ந்தார்கள்.

"அரிசியும் பூவுமிட்டு நாகதெய்வங்களை மனசுல தியானிச்சு கும்பிடணும்."

"பூக்குலையை எடுத்துக் கையில ஏந்திக்கணும்."

கிண்ணத்திலிருந்த கமுகம்பூக்குலையை எடுத்து கையில் பிடித்த அவர்கள் பிணைந்துக்கிடக்கும் நாகங்களின் படமெடுத்து நிற்கும் தலையைப் பார்த்தபடியே அமர்ந்திருந்தார்கள்.

ஆச்சரியம் மேலிட்ட கண்களுடன் அப்புண்ணி அந்த இளவயதுப் பெண்களையே பார்த்துக்கொண்டிருந்தான். இடதுபக்கம், கறுத்து மெலிந்து நீண்ட முகம்கொண்ட ஒரு பெண். அவளைச் சரியாகப் பார்க்க முடியாமல் தூண் மறைத்திருந்தது. இன்னொரு பெண் மெலிந்து, பார்ப்பதற்கு அழகாக இருந்தாள். கையில் வைத்திருந்த பூக்குலையின் நிறமுள்ள அவளது உடலில் இடுப்புக்கு மேல் எதுவுமில்லை. சே... இந்தப் பெண்களுக்கு வெட்கமே கிடையாதா என்றுதான் முதலில் தோன்றியது. பார்த்துக்கொண்டே இருக்கும்போது சுற்றிலுமிருந்த தீபங்களின் ஒளி நாவுகள் அவளது மார்பில் படர்வதுபோலிருந்தன. பாதியளவு மூடிய கண்கள். கூர்ந்து பார்த்தால்தான் அவர்கள் விழித்திருக்கிறார்கள் என்பது தெரியும். சுருக்காடை உடுத்தியிருந்த அவளைப் பார்த்துக்கொண்டிருக்கும்போது பாளைக்குள்

ஒளிந்திருக்கும் பளபளக்கும் குருத்தை விரித்துப் பார்ப்பதுபோல் வேடிக்கையாக இருந்தது.

“அது யாரு?”

அவன் மாளுவிடம் கேட்டான்.

“அம்மிணியக்கா தெரியாதா, பெரிய மாமாவோட கடைசி மகள்? அவ, தங்கக்கா.”

‘அவ யாராக வேணும்னாலும் இருக்கட்டும்.’

பாட்டின் வேகமும் இடியறைகளின் முழக்கமும் மெல்ல மெல்ல அதிகரித்துக்கொண்டிருந்தன.

இப்போது நாகக்காவு தெய்வங்கள் தூக்கம் கலைந்து படமெடுத்து ஆடக்கூடும் . . .

பிள்ளைகள் அமர்ந்திருக்கும் பகுதியிலிருந்து மெதுவாகச் சத்தம் எழுந்தது. “கொக்கு – கொக்கு . . . வருது.”

ஒருவர் வெள்ளைத்துணியால் தலையை மறைத்துக்கொண்டு திறந்த வாயை அலகு போலாக்கி, விசித்திரமாக ஓசையுடன், கைகளையும் கால்களையும் அசைத்து, தத்திக் குதித்தபடி பந்தலை நோக்கித் துள்ளி வந்தார். அதுதான் கொக்கு.

“கொக்கு, கோட்டிக் காட்டி சிரிக்க வைக்கப் பாக்கும். களமாடுறவங்க சிரிச்சா நாக தெய்வம் உடம்புக்குள்ள நுழையாது ...”

மாளுவின் விவரணையும் இடையே கேட்டது. கொக்கு கொஞ்ச நேரம் தத்திக் குதித்துவிட்டு வடக்குப் பக்கம் தானக்காலின் அருகில் வெள்ளரியில் வைத்த தேங்காயை அலகால் கொத்தி எடுத்துவிட்டுத் திரும்பியது.

களத்தில் பிணைந்து கிடந்த நாகங்களையும் அவற்றின்மீது கண் பதித்த, தீபச் சுடர்போல் மின்னும் இளம் வயதுப் பெண்ணையும் அவன் மாறி மாறிப் பார்த்தான். அவளது கழுத்தில் இறுகிக் கிடந்த, கல் பதித்த ஆபரணம் பளபளத்தது . . . திறந்த மார்பகங்கள்மீது தீபச்சுடர்கள் தவழ்ந்து திரிந்தன. பந்தலும் முற்றமும் ஆட்களும் அவனது கண்களிலிருந்து மெல்ல மெல்ல மாய்ந்தார்கள். இப்போது அவனது பார்வை ஒரு கொடுங்காட்டில்! மேலே, வானத்தைத் தொட்டு நிற்கும் மரக்கிளை ஒன்றில் ஒரு ராஜகுமாரன் அமர்ந்திருக்கிறான். தலையில் பட்டு உறுமால். பளபளக்கும் பட்டுச் சொக்காய். அதில் ஆங்காங்கே இரத்தினக் கற்கள் பிரகாசித்தன. குதிரை கீழே மேய்ந்துகொண்டிருந்தது. தன்னுடைய தேசத்தைப் பார்வையிட

அனுமதி பெற்று வந்திருக்கிறான் ராஜகுமாரன். காட்டுக்குள் எல்லைப் பகுதிக்கு வந்த அவனுக்கு வழி தவறிவிட்டது. உடன் வந்த மந்திரி குமாரனையும் காணவில்லை . . .

இரவுப்பொழுதைக் கழிக்க வேண்டும்.

அப்போதுதான் அவன் பார்த்தான். காடு முழுவதையும் குலைநடுங்கச் செய்யும் சீற்றத்துடன் பாம்பொன்று நகர்ந்து வருகிறது. அதன் விரிந்த படத்தின் பின்னால் ஒரு காரிகை அமர்ந்து சவாரி செய்கிறாள். கழுத்தில் வைரக்கற்கள் பதித்த பதக்கம் மின்னுகிறது . . . மெல்லிய, சுருக்கு வைத்த பட்டாடை உடுத்தியிருக்கிறாள். பின்புறம், பாய்ந்தோடும் காட்டருவிபோல் கூந்தல் கற்றைச் சிதறிக்கிடக்கிறது . . . பாதி மூடிய கண்கள் . . .

திடீரென்று இடியறைகளில் முழக்கம் நின்றது.

திடுக்கிட்ட அப்புண்ணியின் கண்களில் சுற்றுப்புறங்கள் தெளிந்தன.

களத்தில் அமர்ந்திருக்கும் இளவயதுப் பெண்களின் உடல்கள் மெல்ல குழையத் தொடங்கின. கைகளில் ஏந்தியிருக்கும் கமுகம்பூக்கள் அசைந்தாடின.

திடீரென்று கடங்கள் முழங்கின. இடியறைக் கயிறுகளில் *கற்சரங்கள் விழுந்தன. தாளக்கருவிகள் ஒன்றுசேர்ந்து ஒரே கதியில் முழங்கின. பாட்டின் தாளமும் மாறியிருந்தது.

'ஆடாடு நாகனே . . . நாகனே . . . களமேறு . . . நாகனே . . .'

இடியறை முழக்கமும், பாட்டின் வேகமும் அதிகரிப்பதற்கேற்ப ஆடும் வேகமும் அதிகரித்தது. கருநாகங்கள்போல் கூந்தல் கற்றைகள் களத்தில் ஊர்ந்தலைந்தன . . . காற்றிலாடும் வாழையிலைபோல் வெளுத்த அவ்வுடல் அசைந்தாடியது.

"இன்னிக்கு பூக்குலைக் குத்து இல்லை."

மாளூ சொன்னாள்.

அவன் அதைக் கவனிக்கவில்லை.

"ஆடி வருவாய் நாகனே . . . என் ஆரண்யம் விட்டு நீ . . ."

"ஆடாடு நீ . . ."

"அணங்காடு நீ . . ."

---

* ஒரு வகை பளிங்குக்கல்லை இடியறைக் கயிற்றில் தட்டி ஓசை எழுப்பப்படும்.

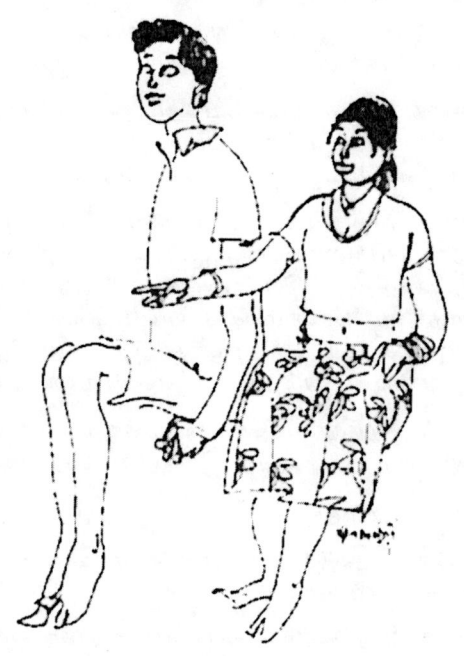

"ஆடாடு நீ . . ."

இடியறைகளின் செவியடைக்கும் ஓசை . . . உடல் முழுவதும் சிலிர்த்துக்கொண்டது. நாமும் ஆடினால் என்ன என்றுகூட அப்புண்ணிக்குத் தோன்றியது.

ஏந்திய கமுகம் பூக்குலைகளைக் கைவிடாமல் அமர்ந்தபடியே நாகங்கள்போல் அவர்கள் ஆடியலைந்து களம் முழுவதும் நகர்ந்தனர். பின்னிப்பிணைந்த நாக ரூபங்கள் மறைகின்றன . . . ஊர்ந்து நெளிந்த ஆடலணங்கின் ரூபம் பார்த்துக்கொண்டிருக்கும் போதே மாறுவதுபோல் தோன்றியது. பாம்பின் உடலும் பெண்ணின் தலையும்கொண்ட ஒரு உயிர், களத்தில் தலை குலைத்தாடுகிறது. அணங்கின் முகம்கொண்ட அரவமொன்று படமெடுத்தாடுகிறது . . .

மாளு மீண்டும் எதுவோ சொன்னாள். அப்புண்ணியின் காதுகளில் விழுந்த அது மனதுக்குள் பதியவில்லை. அரை மயக்கத்தில் ஆழ்ந்திருந்த அவனது கண்களை விட்டு பந்தலும் ஆட்களும் மீண்டும் மாய்ந்துபோயினர்.

பெண் முகம்கொண்ட பாம்பொன்று படமெடுத்தாடுகிறது.

இல்லை. அவள் இப்போது, பாம்பின் அகன்றுயர்ந்த படத்தின்மீது கடிவாளமிட்டுப் பயணிக்கும் காரிகை.

கண்களைத் திறக்காமலேயே அவன் பார்த்துக்கொண்டிருக்கிறான். அவன் இப்போது அப்புண்ணியல்ல. ராஜகுமாரன். தேசத்தைப் பார்வையிட வந்து பாதை தவறிய ராஜகுமாரன் ...

. . .குளிர்ந்த காற்று உடலைத் தீண்டியதும் அவன் கண் விழித்தான். நாகமுமில்லை; வனமுமில்லை; நாகக்கன்னிகையும் இல்லை. விருட்சத்தின் உச்சியில் அல்ல, வராந்தாவின் ஓரத்தில் கிடந்தான். ஈரத்துணிபோல், மங்கிய வானப்பரப்பு. தொலைவில் பனி மூடிய வாழைக்கூட்டம். கீழே பந்தலில், யார் யாரெல்லாமோ குறுக்கும் மறுக்குமாகப் படுத்துத் தூங்குகிறார்கள்.

வாசலைத் திறந்து யாரோ விளக்குக் காட்டிவிட்டுத் திரும்பிப் போகிறார்கள். உள்ளே இருந்து நாமஜெபம் கேட்டது.

“நாராயணா, நாராயணா.”

எங்கே இருக்கிறோம் என்பதைப் புரிந்துகொள்வதற்கே சில நிமிடங்கள் பிடித்தன.

குளிர்ந்த காற்று. கண்களில் பாரம் தொங்குவதுபோல்.

உள்ளே, எங்கிருந்து என்று தெரியவில்லை.

“இந்தப் பூமியில வந்து இப்படி நரனாகப் பிறந்துட்டோமே.” என்று மெல்லிய குரலில் யாரோ சொல்கிறார்கள்.

மீண்டும் கண்கள் அடைந்துகொண்டன.

பிறகு, குளிர்ந்த கை ஒன்று உடலை வருடியபோது அவன் கண் விழித்தான். பதற்றத்துடன் கண் திறந்தபோது, அருகில் குந்தியபடி உட்கார்ந்திருக்கிறாள் ஒரு பாட்டி. நரைத்த தலைமுடி. உடல் முழுக்க செதில்போல் பட ர்ந்திருந்தது. சிவப்புக்கரை வேட்டி ஒன்றை உடலில் போர்த்தியிருக்கிறாள். நரை படர்ந்த அந்தக் கண்கள் மெல்லச் சிரிப்பது போல் தோன்றியது. பயம் தற்போதைக்கு அவனை விட்டகன்றது.

அவன் எதுவோ சொல்ல முயன்றபோது அவள் சொன்னாள்:

“பயப்படாதே. அம்மும்மாதான் ...”

அம்மும்மா ... அப்புண்ணியின் அம்மாவைப் பெற்றவள்.

“எழுந்திரிச்சி வீட்டுக்குள்ள வா.”

அப்புண்ணி எழுந்து அம்மும்மாவின் பின்னால் நடந்தான். வராந்தாவில் தூங்கிக் கிடந்தவர்களைக் கடந்துதான் வாசலுக்கு

வரவேண்டியதிருந்தது. சித்திர வேலைப்பாடுகள் செய்யப் பட்ட வாசலைக் கடந்து தெற்கு மனைக்கு வந்தான். அதன் அருகில்தான் நடு முற்றம். முற்றத்தின் மேற்குப்பக்கம் குத்து விளக்கு எரிந்துகொண்டிருந்தது.

தெற்கு மனையில் பெண்கள் படுத்திருந்தார்கள். தூங்கிக் கிடக்கும் பெண்கள் கூட்டத்தை அவன் பார்த்தான். அதில் அந்த நாகக்கன்னிகையும் இருக்கிறாளா? முற்றத்தைச் சுற்றிலுமிருந்த பெரிய பெரிய தூண்களைப் பார்க்க வேடிக்கையாக இருந்தது.

அப்புறம் வடக்கு மனை. ஜன்னல்களைத் திறக்கவில்லை. இருட்டாக இருந்தது. தரையில் சிலர் தூங்குகிறார்கள் போலிருந்தது.

இடைவழியாக நடந்தான். மாடியில்லாத கூடத்துக்கு வந்தபோது முதல் நாளன்று பார்த்த மாளு என்னவோ வேலை செய்துகொண்டிருப்பதைப் பார்த்தான்.

ஒரு ஜன்னலின் அருகில் அம்மும்மா பலகையிட்டிருந்தாள். அவனைப் பிடித்துப் பக்கத்தில் உட்கார வைத்த பாட்டி சொன்னாள்:

"என் குழந்தே, நீ வந்தது அம்மும்மாவினுக்குத் தெரியாதுப்பா. குடிசை முத்தாச்சிகூட எங்கிட்ட சொல்லலை. இப்ப மாளுதான் சொன்னாள்."

அம்மும்மா அப்புண்ணியின் தலையை வருடியபடியே சொன்னாள்:

"உனக்குக் கிடைச்ச ஒரு யோகம்."

சிறிது யோசனைக்குப் பிறகு பாட்டி சொன்னாள்:

"என்னோட யோகமும்தான். வேறென்ன சொல்ல?"

அப்புண்ணிக்குப் பேசுவதற்கு எதுவுமில்லை. மனதுக்குள் எதுவோ அடைத்துக்கொண்டதுபோலிருந்தது.

"ஸ்கூலுக்குப் போறியாப்பா?"

"போறேன்."

"எத்தனாவது வகுப்பு?"

"எட்டு." தொடர்ந்து பெருமையுடன் அவன் சொன்னான்:

"அடுத்து ஸ்கூல் தொறக்கும்போது திருத்தாலை ஸ்கூல்ல சேருவேன்."

"நீ நல்லா வரணும், அவளுக்கு – அவளுக்கு –"

பாட்டியின் தொண்டை அடைத்துக்கொண்டதுபோலிருந்தது:

"உன்னை விட்டா அவளுக்கு வேற யாரிருக்கா?"

ஒரு பெண் வாசலில் வந்து பார்த்தாள். தொடர்ந்து, பல பெண்களின் பார்வைகள் வாசலில் பதிந்தன. எல்லோருடைய கண்களும் அவன்மீதுதான். தங்களுக்குள் அவர்கள் மெதுவாக எதுவோ பேசிக்கொள்கிறார்கள். புதிய புதிய முகங்கள் வாசலில் தென்பட்டன.

ரவிக்கை அணிந்து சற்று நரையேறிய ஒரு பெண், பாட்டியின் அருகில் வந்து நின்று குரல் சமிக்கைக் காட்டினாள். தொடர்ந்து மெதுவான குரலில், அதே சமயம் கண்டிக்கும் தொனியில் சொன்னாள்:

"அம்மா ஒவ்வொரு வினையா வருத்தி வைக்கிறீங்க."

"என்னடீ வினை?"

"பெரிய மாமா அறிஞ்சா என்ன நடக்கும்னே சொல்ல முடியாது."

அம்மும்மாவினுக்குக் கோபம் வந்ததுபோல் தோன்றியது.

"என்னடீ நடந்துடும்? என்னைக் கொன்னுடுவானா?"

"இது கொஞ்சமும் நல்லதுக்கில்லை சொல்லிட்டேன். பெரிய மாமா . . ."

"வேணும்னா என்னை அவன் முழுங்கட்டும். எடியே குஞ்ஞிக்குட்டீ, தெய்வத்தை மறந்து எதையும் பேசாதே."

"எனக்கும் என் புள்ளைங்களுக்கும் கொஞ்சம் நிம்மதியா வாழணும். அவ்வளவுதான் நாஞ்சொல்லுவேன்."

"எடியே, இவனோட அம்மாவையும் என் இந்த வயத்துலதாண்டி பெத்தேன்."

"அதையெல்லாம் பெரிய மாமாட்ட சொல்லிக்குங்க. எங்கிட்ட வேண்டாம்."

பிறகு பாட்டி எதுவும் பேசவில்லை. போர்த்தியிருந்த வேட்டியால் கண்களைத் துடைத்துக்கொண்டாள். பேச வந்த பெண், வெடுக்கென்று திரும்பினாள்.

இப்போது வாசலில் பெண்கள் யாருமில்லை. சில சின்னஞ் சிறுசுகள் மட்டும்தான். அவர்களும் அவனை ஆச்சரியமாகப் பார்த்துகொண்டு நின்றார்கள்.

முதல் நாள் மத்தியானம் பார்த்ததற்குப் பிறகு குடிசை முத்தாச்சியை அப்போதுதான் அவன் பார்த்தான். பாட்டி சமையல்கட்டுப் பகுதியிலிருந்து வந்து சொன்னாள்:

"அப்பு, நமக்குப் போக வேண்டாமா? உன்னை அங்கே கொண்டுபோய்ச் சேர்த்த பிறகுதான் எனக்கு . . ."

பாட்டிதான் இதற்கான பதிலைச் சொன்னாள்:

"அவன் இப்ப வரல தாயி."

பெண்கள் பரஸ்பரம் பார்த்துக்கொண்டார்கள். மீண்டும் முணுமுணுப்பு. ரவிக்கை அணிந்த பெண் தொண்டையைக் கனைத்தபடி வெடுக்கென மீண்டும் ஒருமுறை அந்த வழியாகக் கடந்துபோனாள். வழியில் நகத்தைக் கடித்தபடி நின்றிருந்த ஒரு குழந்தையின் முழங்கையைத் தட்டிவிட்டாள்.

"மாளூ இங்க வா."

மாளூ வந்ததும் பாட்டி சொன்னாள்:

"மாளூ, அப்புண்ணிக்குக் கொஞ்சம் உமிக்கரியும் தண்ணியும் எடுத்துக் கொடு."

குடிசை முத்தாச்சி அப்போதும் சந்தேகத்துடன் நின்றிருந்தாள்.

"நீ கிளம்பு தாயி. அவனை நான் செறுமப் பையன்கூட பிறகு அனுப்பி வைக்கிறேன்."

குடிசை முத்தாச்சி வெளியே நடந்தாள். அப்புண்ணி மாளூவுடன் முற்றத்துக்கு வந்து பல் விளக்கிவிட்டு மீண்டும் பாட்டியிடம் வந்தான். பாட்டி கால்மூட்டில் முகத்தை அமர்த்தியபடி ஏதோ யோசனையில் ஆழ்ந்திருந்தாள். எதுவும் பேசாமல் முகத்தையும் ஏறெடுத்துப் பார்க்காமல் அப்புண்ணி அருகில் அமர்ந்திருந்தான்.

பாட்டிக்குக் கஞ்சி வைத்துவிட்டு அழைத்தபோது அவள் அப்புண்ணிக்கும் கஞ்சி வைக்கச் சொன்னாள். சமையல் கட்டிலிருந்து ஏதோ முணுமுணுப்புகள் எழுந்தன.

கஞ்சியும் சுட்ட அப்பளமும் இலைத்துண்டில் துவையலும். சுவைத்துச் சாப்பிடுவதற்குப் பசி அவனை அனுமதிக்கவில்லை.

நான்கு இலைதான் குடித்திருப்பான்.

அப்போது, பெண்கள் வேகவேகமாக சமையல் கட்டுக்குள் நுழைவதையும் வாசலில் நின்றிருந்த பிள்ளைகள் பதற்றத்துடன் விலகுவதையும் கவனித்தான்.

இடிமுழக்கம்போல் ஒரு அழைப்பு:

“கூடப்பிறந்தவளே.”

பாட்டி, பலா இலையை கிண்ணத்திலிட்டு விட்டு மெதுவாக உருப்போட்டாள்:

“நாராயணா, நாராயணா.”

வாசல் விட்டம் தலையில் முட்டுகிற அளவில் ஒருவர் நின்றுகொண்டிருந்தார்.

பெரிய மாமா.

“கூடப்பிறந்தவளே, இந்தப் பையன் யாரு?”

பாட்டி அசையவில்லை.

“உங்ககிட்டதான் கேட்டேன். இந்தப் பையன் யாருன்னு?”

“இவன் . . . பாருக்குட்டியோட. . . மகன் . . .”

“அது யாரு, பாருக்குட்டி?”

பாட்டி அலறுவாள் என்றுதான் தோன்றியது. ஆனால், அவள் அமைதியாகச் சொன்னாள்:

“அப்படி ஒருத்தியையும் நான் பெத்தேன்.”

“ப்ஃபூ. கண்ட சண்டிப் பண்டாரங்கள்லாம் வந்தேர்ற இடமில்லை என் குடும்பம். இந்தப் பையனுக்கு யாருடீ கஞ்சி வெச்சி விளம்பியது?”

பாட்டி எழுந்தாள். அவனும் நடுங்கியபடி எழுந்தான்.

இப்போதே கொன்றுவிடுவார்போல் தோன்றியது . . . சாகப்போகிறோம் . . . அப்புண்ணியின் பிடரியில் பெரிய மாமாவின் கை பதிந்தது. முற்றத்திற்கான வழியை விரல் தூண்டியபடி பெரிய மாமா அலறினார்:

“இறங்குடா வெளியே... இந்த வளவுக்குள்ள இனி உன்னைப் பாத்தேன்னா, அடிச்சுக் காலை ஒடிச்சுடுவேன். போடா . . .”

பலமாகப் பிடித்து வெளியே தள்ளப்பட்டான் அப்புண்ணி. அடுத்து என்ன செய்யப் போகிறாரோ? . . .

அவன் நடக்கவில்லை; ஓடிக்கொண்டிருந்தான் . . .

சரல்கற்கள் துருத்திக்கொண்டு நிற்கும் முற்றத்தில் முட்டூன்றி விழுந்த அப்புண்ணிக்குப் அம்மும்மா சொல்வது கேட்டது:

"அனுபவிப்பே... இதுக்கெல்லாம் நீ அனுபவிப்பே."

பின்னால் யாரோ பிடிக்க வருவதுபோல் பயத்துடன் ஓடிக்கொண்டிருந்தான் அப்புண்ணி.

வீட்டுக்குச் செல்வதற்கான வழி ஓரளவு தெரியும். இடைவழியாக ஓடி குன்றின் சரிவை அடைந்தபோதும் தேம்பல் நிற்கவில்லை.

தேம்பலில் மூச்சு வாங்க ஆரம்பித்திருந்தது. சட்டை நுனியால் கண்களைத் துடைத்துக்கொண்டான். சர்க்கரை வள்ளி நடுவதற்காகக் கூட்டிய வரப்பு மேட்டில் ஏறி குன்றின் உச்சியை அடைந்தான். இளஞ்சூடான வெயில். சரல்கற்களை மிதித்து நடந்துகொண்டிருந்தான்.

மேலே சிலந்தி வலைப் படர்ப்புடன் மஞ்சள் நிறத்தில் காய்கள் வளர்ந்த குற்றுச் செடிகளின் அருகிலிருந்த பளபளக்கும் கல்லில் தளர்ந்து உட்கார்ந்தான்.

விரட்டியடித்தார்கள். சொறி நாயைப்போல் விரட்டியடிக்கப் பட்டோம்...

அணைபோட்டு நிறுத்தியிருந்த கண்ணீர் அப்போதுதான் உடைத்துக்கொண்டது. அம்மா முதலிலேயே போக வேண்டாமென்று சொன்னாள். சொல்பேச்சுக் கேட்காமல் போனான். இதை அம்மா அறிந்தால் –

இப்படி நடக்குமென்று எதிர்பார்க்கவே இல்லை.

சொறி நாயைப்போல் விரட்டியடிப்பார்கள் என்று தெரியவா செய்யும்..?

பெண்கள் எல்லோரும் பார்த்துக்கொண்டிருந்தார்கள். பிள்ளைகளும் பார்த்தார்கள். கழுத்தைப் பிடித்து வெளியே தள்ளி ... அவமானம்... பணமில்லை என்றாலும் அப்புண்ணியின் அப்பா ஆண்மகன். எதிரில் நின்று முகம் கறுக்கவும்கூட யாருக்கும் தைரியம் வராது... வீரன் கோந்துண்ணி நாயரின் மகன் அவன். இருந்தும், விரட்டியபோது நாயைப் போல் ஓடிவிட்டான்.

எப்படி ஓடாமலிருக்க முடியும்? வாசலை நிறைத்தபடி நின்றிருந்த அம்மனிதனின் முகம் அப்புண்ணியின் நினைவுக்கு வந்தது.

யாருமே பார்க்க முடியாதபடி, ஏதாவது பொந்தில்போய் ஒளிந்துகொள்ளத் தோன்றியது. அல்லது வண்டியேறி எங்காவது

போய்விட வேண்டும். எல்லாவற்றின்மீதும் அவனுக்கு வெறுப்புத் தோன்றியது.

சொறி நாயைப்போல் . . .

செத்துப்போய்விட்டால் பிறகு அவமானமில்லை. யாரும் மிரட்ட மாட்டார்கள். திட்ட மாட்டார்கள். வானத்துக்கப்பாலுள்ள சொர்க்க லோகத்தை நோக்கி தெய்வம் கொண்டு செல்லும் . . . சொர்க்கத்தில் பழைய நாலுகெட்டும் பெரிய மாமாவும் இருக்க மாட்டார்கள் . . .

அப்போது தொட்டருகில் பின்பக்கம் ஒரு குரல் கேட்டது. திடுக்கிட்ட அப்புண்ணி திரும்பிப் பார்த்தான். தெய்வமே! உடல் அப்படியே தளர்ந்துபோனது. பின்னால் நிற்பது யார்? இரத்த நிறமுள்ள உருண்டைக்கண்களும் குட்டைத்தலையும்.

செய்தாலிக்குட்டிதான்

இறைச்சியில் விஷம் கலந்து அப்பாவைக் கொன்ற செய்தாலிக்குட்டி.

விஷம் தேடி அலைகிறானோ?

எப்படிக் கொல்லப்போகிறானோ?

தடித்துக் குறுகிய அந்தக் கைவிரல்களை அவன் வெறுப்புடனும் பயத்துடனும் பார்த்தான்.

“எதுக்காக அழணும்?”

அலறவில்லை. மெதுவான குரலில் கேட்டான்.

“இங்க எதுக்கு இருக்கணும்?”

அப்புண்ணி இதற்கும் பதில் சொல்லவில்லை.

“அழ வேண்டாம்.”

அது கொல்லப்போகிறவனின் குரல்போல் இல்லை. அவன் நீர் நிரம்பிய கண்களை உயர்த்தி அவனது முகத்தைப் பார்த்தான். அந்தக் கண்கள் பயமூட்டுவதாக இல்லை. இரத்த நிறமுள்ள அந்தக் கண்களில் அம்மாவின் முகத்திலிருப்பதுபோன்ற இயலாமைதான் தென்பட்டது.

“வீட்டுக்குத்தானே போகணும்?”

அவன் ஆமா என்பதுபோல் தலையாட்டினான்.

“எழுந்துருக்கணும் . . . நானும் அந்த வழியாத்தான் வர்றேன்.”

செய்தாலிக்குட்டி முன்னாலும் அப்புண்ணி பின்னாலும் நடந்தார்கள். குன்றிறங்கியதும் அவனது விசும்பல் நின்றது.

"பொழுது விடிஞ்ச இந்நேரத்தில குன்றிலேறி என்ன பண்ணிட்டிருந்தது?"

"ஒண்ணும் பண்ணலை."

"எங்கிருந்து வர்றது?"

"அங்க... வடக்குப்பாட்டுல இருந்து..."

"ஏன் அழுதுட்டிருந்தது?"

அவன் பதில் சொல்லவில்லை.

"வழி தெரியாமலா?"

"ம்ஹூம்."

"வழுக்கி விழுந்துட்டுதா?"

"ம்ஹூம்."

"அப்புறம் எதுக்காக அழுதுட்டிருந்தது?"

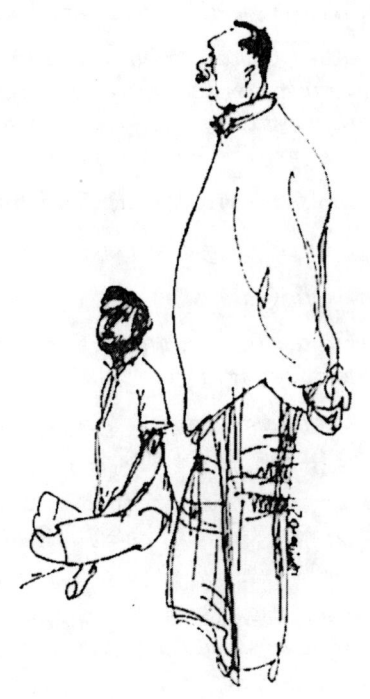

"அங்குள்ள . . . அங்குள்ள . . . பெரிய மாமா . . ."

மீதியை அவனால் சொல்ல இயலவில்லை.

அதற்குப் பிறகு செய்தாலிக்குட்டி எதுவும் கேட்கவில்லை. இரண்டு பேரும் எதுவும் பேசிக்கொள்ளாமல் கொஞ்ச தூரம் நடந்தார்கள். பிறகு செய்தாலிக்குட்டி சொன்னான்:

"அங்கே நமக்கும் இருக்கு சில உரிமைகள்லாம்."

அப்புண்ணியின் தோளில் கை வைத்தபடி நடந்துகொண்டிருந்தான் செய்தாலிக் குட்டி. கல் வெட்டியெடுத்த பெரிய குழியின் ஓரமாகச் சென்றதும் அப்புண்ணியின் மனத்துக்குள் பழைய நினைவு.

"விளிம்பு கவனம் . . . இந்தப் பக்கம் தள்ளி வரணும் . . ."

அவர்கள் பாக்கு வெட்டுப்புரையின் அருகில் வந்தார்கள். அதையும் கடந்தால் மூன்று நான்கு கடைகள்.

"நாயர் பிள்ளைக்கு சாயா வேணுமா?"

"வேண்டாம்."

"குடிக்கணும் பிள்ளை. நாயர் கடை சாயாதான்."

அதன் பிறகு அவன் வேண்டாமென்று சொல்லவில்லை. செய்தாலிக்குட்டி ஒரு சாயா கடையில் நுழைந்தான். தயக்கத்துடன் அவனைப் பின்தொடர்ந்தான் அப்புண்ணி. ஓரமாகக் கிடந்த பெஞ்சில் இருவரும் அருகருகே உட்கார்ந்தார்கள்.

கடைக்காரனிடம் செய்தாலிக்குட்டி சொன்னான்:

"ரெண்டு சாயா. சாப்பிடறதுக்கு என்ன இருக்கு நாயரே?"

"புட்டும் கடலையும் இருக்கு."

பித்தளைக் குழலினூடே அடுப்பூதிக்கொண்டிருந்த கோங்கண்ணன் நாயர் சொன்னார்.

"பையனுக்குக் கொடுங்க. தண்ணி குறைவா எனக்கொரு சாயா. கொஞ்சம் கடுப்பமா போடுங்க."

அப்புண்ணியின் எதிரில், எனாமல் உதிர்ந்த ஒரு தட்டில், உலக்கைத் துண்டு போன்ற புட்டும் சிவப்பு நிறத்தில் கடலைக்கறியும் வந்தன. நல்ல வாசம்.

அப்போது அவனுக்கு இரத்தம் புரண்ட, சிதைந்த குட்டைத் தலைகிடக்கும் கல்வெட்டாங் குழியோ விஷம் கலந்த ஆட்டுக்கறியோ நினைவுக்கு வரவில்லை . . .

“யாரிந்தப் பையன் செய்தாலிக்குட்டி?”

சாயாக்கடை நாயர் கேட்டான்.

“தெரியாதா? இது ... நம்ம கோந்துண்ணியாரோட மகன்.”

“ங்ஙே ...”

சாயாக்கடைக்காரனின் மாறுகண் ஆச்சரியத்தால் சுழன்றது. அவனது பதற்றத்தை உணர்ந்த செய்தாலிக்குட்டி சொன்னான்:

“பையன் இருக்கான். மலைக்காம நின்னு சாயா ஊத்துங்க நாயரே.”

சாயாவைக் குடித்து முடித்த செய்தாலிக்குட்டி, இடுப்பில் அணிந்த, பச்சை பெல்ட்டில் சொருகியிருந்த பர்சைத் திறந்து காசு கொடுத்தான்.

அவர்கள் வெளியே இறங்கி நடந்தார்கள்.

அப்புண்ணியின் வீட்டுப் படிக்கட்டுக்கு வந்தபோது செய்தாலிக்குட்டி சொன்னான்:

“நாயர் பிள்ளை போகணும்.”

அவன் வேகமாக நடந்து படிக்கட்டைக் கடந்தான். படைத்தவனை நினைத்து எதையோ உருப்போட்டபடி தலையைத் தடவிய செய்தாலிக்குட்டியும் நடந்தான்.

○○○

இரண்டு நாட்கள் வீட்டு வேலைக்குப் போக வேண்டாம். குஞ்ஞாத்தோலும் நம்பூதிரியும் தொலைவில் எங்கோ *வேளிக்குப் போயிருக்கிறார்கள். **இரிக்கணம்மை மட்டும் இல்லத்தில் இருக்கிறாள். துணைக்கு இக்காவம்மை போவாள்.

பாருக்குட்டி காலையில் தூக்கம் விழிக்கக் கொஞ்சம் தாமதமாகிவிட்டது. கண் விழித்ததும் சங்கரன் நாயரைப் பார்த்துச் சொல்ல நினைத்த விஷயம்தான் நினைவுக்கு வந்தது. அவரை எங்கே என்று தேடுவது? இந்த வழியாக எங்காவது போகவரச் செய்தால் வேலை சுலபமாக முடியும். இல்லை என்றால் அப்புண்ணியை அனுப்பி வரச் சொல்ல வேண்டும். அவனுக்கு சங்கரன் நாயரின் வீடும் தெரியாது. கேட்டுத்தான் போக வேண்டியிருக்கும். இல்லத்தில் வேலையுள்ள நாட்களில் சாயங்காலம் அந்த வழியாகத்தான் குளிக்கச்

---

* வேளி = மூத்த நம்பூதிரியின் திருமணம்.

** வேலைக்காரி.

செல்வார். இன்று வீட்டிலோ வேறெங்காவதோ இருப்பாராக இருக்கும். தேவையில்லாமல் மற்ற வீடுகளுக்கோ வேறெங்குமோ சுற்றித்திரிபவர் அல்ல என்றுதான் கேள்விப்பட்டிருந்தாள். அப்படி என்றால் வீட்டில் இருப்பார்.

முதல்நாள் பார்த்தபோதே சொல்லியிருக்கலாம். ஆனால், நாளைக்குச் சொல்லலாம் என்று இருந்துவிட்டாள். நாளை வேலைக்குப் போக வேண்டாம் என்பது அப்போது நினைவுக்கு வரவில்லை. மட்டுமல்ல, சங்கரன் நாயரை எதிர்கொள்ளும்போது அவளால் தலையுயர்த்திப் பார்க்க இயலாமல் போய்விடுகிறது. வடக்குப்பாட்டு இல்லத்துப் பெண்ணாக வாழும்போது பார்த்தவர் அல்லவா?

இல்லத்தில் வேலைக்குப் போகத் தொடங்கிய நாட்கள் அவை. இப்போது நினைத்தாலும் மனவருத்தம் உருவாகிறது. உரல்புரையில் நெல் குத்தும்போதும், வராந்தாவில் இரிக்கணம்மையின் பக்கத்தில் உட்கார்ந்து எச்சில் இலையில் சோறு தின்னும்போதும், குஞ்ஞாத்தோல் கூப்பிடும்போதும், வெளி வேலைக்காரிகளைப் பார்க்கும்போதும் தாங்க முடியாத மனவேதனை உருவாகும் ... உடுத்தியிருக்கும் துணி அவிழ்ந்து விழுவதைப் போன்ற ஒரு உணர்வு.

ஒருநாள் சாப்பிட்டுவிட்டு உரல்புரையில் உட்கார்ந்திருக்கும் போது குஞ்ஞாத்தோல் கூப்பிட்டாள்:

"பெண்ணே ..."

அவள் வெளியே வந்ததும் சொன்னாள்:

"உள்ள போயி, அந்த நெல்லை அள்ளியெடு."

உள்ளே இரண்டு வண்டி நெல் கொட்டப்பட்டிருந்தது. நெல் அளந்தப் பற்றுச் சீட்டுக்காக காத்திருக்கிறான் குத்தகைக்காரன்.

இல்லத்தில் இரண்டு பறைகள் இருந்தன. குத்தகை நெல் அளந்து வாங்குவதற்கு பதினாறு மரக்கால்கொண்ட ஒரு பெரிய பறையும் நெல் கடன் கொடுப்பதற்கு பதினான்கு மரக்கால்கொண்ட சிறிய பறையும். அப்போது அங்கே பெரிய பறை வைக்கப்பட்டிருந்தது.

"பெண்ணே, நெல்லை அளந்தெடு." வாசல்படியில் உட்கார்ந்திருந்த, தொப்பையின்மீது பெயரளவில் ஒரு துண்டைச் சுற்றியிருந்த பெரிய நம்பூதிரி சொன்னார். அருகில் யாராவது இருந்தால் ஊர் முழுவதும் கேட்கும்படியாகவே அவர் பேசுவார்.

எம்.டி. வாசுதேவன் நாயர்

பதர் நீக்கும் பெரிய முறத்தில் நெல்லை அள்ளி பறையில் கொட்ட உயர்த்திய பாருக்குட்டி வெளுறிப்போனாள். பறையின் வட்டக்கண்ணியைப் பிடித்தபடி குனிந்து நிற்கும் அம்மனிதனை அவள் அப்போதுதான் பார்த்தாள். இல்லத்தில் தண்ணீர் இறைப்பதையும் கால்நடைகளைப் பராமரிப்பதையும் செய்து கொண்டிருந்த சங்கரன் நாயர். உடலில் தோலுரிந்துபோவது போலிருந்தது. பதற்றத்தை அடக்கிக்கொண்டு நெல்லைக் கொட்டினாள். சங்கரன் நாயர், இல்லத்தில் வேலைக்கு வர ஆரம்பித்து மூன்று மாதங்களாகின்றன என்பதை அவள் பிறகு தான் அறிந்தாள். அன்று போகும் போது சங்கரன் நாயரை அவள் பார்த்தாள். கண்களில் ஈரம் படர்ந்தது.

அவர் தனது கனத்தக் குரலில் சொன்னார்:

"எல்லாமே அவனோட திருவிளையாடல்தான் பாருக்குட்டியம்மா."

குடும்ப வீட்டிலிருந்து வந்த பிறகும் அவரைப் பார்த்திருக் கிறாள். ஆனால், அன்றெல்லாம் தலையுயர்த்தி நிற்க முடிந்தது. அப்புண்ணியின் அப்பா உயிருடனிருந்த காலம் அது. சங்கரன் நாயர் அப்போது சில தடவை வீட்டுக்கு வந்திருக்கிறார். மீன் பிடிப்பதில் கோந்துண்ணியும் சங்கரனும் கூட்டாளிகள். சங்கரன் நாயர் வலை வீசுவதில் கெட்டிக்காரர். வைகாசி அரையிறுதிக்குப் பிறகு, ஆற்றில் ஏற்று மீன் கிடைக்கத் தொடங்கியதும் சங்கரன் நாயர் தலையில் தொப்பிக்குடையும் தோளில் பெரிய மீன் வலையுமாக அப்புண்ணியின் அப்பாவைக் கூப்பிட வந்துவிடுவார். ஏற்று மீன் என்றால் அப்புண்ணியின் அப்பாவுக்கு உயிர். அவரிடம் சிறிய வலைதான் இருந்தது. வரலும் குறுந் தலையும் பிடிப்பதற்கு அதுவே போதும். ஈந்தயும் வாளையும் வேண்டும் என்றால் சங்கரன் நாயரின் பெரிய வலை வேண்டும்.

நாலுகெட்டு ॐ 85 ॐ

தன்னைக் குடும்ப வீட்டின் பெண்ணாகவும் அதே வீட்டின் வேலைக்காரியாகவும் பார்த்தவர் அவர். அவரது முன்னால்தான் உரல்புரையில் உலக்கைப் போடுகிறாள் ...

எல்லாமே ஒரு யோகம்தான்.

அப்புண்ணி பள்ளிக்கூடத்தில் சான்றிதழ் வாங்கப் போயிருந்தான்.

கிணற்றங்கரையில் அப்புண்ணி நட்டு வைத்த பூசணிச்செடிக்கு பாருக்குட்டி நீரூற்றினாள். கழுத்தை நீட்டி நிற்கும் பாவைக்கொடிக்கு சிலந்தி மரக்கிளையை ஒடித்து முட்டுக் கொடுத்தாள். முடியை அவிழ்த்துப் பிரித்துப்போட்டபடி வெறுமனே வாழை மரத்தடியில் கொஞ்ச நேரம் நின்றிருந்தாள். அப்புண்ணியின் கையிலிருந்து விழுந்துடைந்த கண்ணாடித் துண்டுகள் வாழை மூட்டில் கிடந்தன. அவன் கவனமாக நடப்பவனில்லை. திடீரென்று தோட்டத்துக்கு ஓடும்போது மிதித்துவிட்டால்? கூட்டி எடுத்து ஓரமாக நிற்கும் மூங்கில் புதரில் கொண்டுபோய் போட்டுவிடலாம்.

பெரிய கண்ணாடித் துண்டைக் கையிலெடுத்த அவள் அதில் முகம் பார்த்தாள். நெற்றியில் விழுந்துக் கிடந்த முடிச்சுருளை நீவி ஒதுக்கினாள். முகம் கறுத்திருக்கிறது. முன்பு பாட்டி அவளைப் பற்றி சொல்லும்போது அரிசித் திரியை எரிய வைத்ததுபோல் என்பாள். அப்போது பதினைந்து வயதிருக்கும். அதன் பிறகு பதினைந்தோ பதினாறோ ஆண்டுகள் கடந்துபோய்விட்டனவே?

தேய்த்துக் குளிப்பதென்பது எப்போதாவது ஒரு முறைதான். தலை பஞ்சடைந்து பறக்கிறது. தினமும் எண்ணெய்ப் புரட்ட வில்லை என்றால் முடி ஒதுங்கியிருக்காது. சிறு வயதில் அக்காமார் பொறாமையுடன் சொல்வார்கள்: "பெண்ணுக்கு தூக்க முடியாத தலை பாரம்." இப்போதும் அவிழ்த்துப் போட்டால் பின்புறம் நிறைந்து கிடக்கும்.

கண்ணாடித்துண்டுகளை ஓரத்தில் கொண்டுபோய் போட்டுவிட்டுத் திரும்பி வரும்போது, தொலைவில் யாரோ வந்துகொண்டிருப்பதைப் பார்த்தாள்.

சங்கரன் நாயர்தானே? ஆமாம் அவரேதான்! இந்த வழியாக அவருக்கு நடக்கத் தோன்றியது நல்லதாகப் போயிற்று.

அவர் வேலியின் பின்பக்கம் வந்ததும் கூப்பிட்டாள்.

"சங்கரன் நாயரே."

கொன்றைப் படர்ப்பினூடே அவர் பாருக்குட்டியைப் பார்த்தார்.

"கூப்பிட்டீங்களா பாருக்குட்டியம்மா?"

"அவசர வேலை இல்லைன்னா கொஞ்சம் இங்க வந்துட்டுப் போனா பரவால்லை. ஒரு சேதி சொல்லணும்."

அவர் இரண்டடி பின்னால் வைத்துப் படியேறி வந்தார். முன்புறத்திண்ணையில் பழைய ஒரு கோரைத் தடுக்கைப் போட்டுக் கொடுத்துவிட்டு அவள் வாசலில் நின்றாள். கரி புரண்ட தரையையும் முற்றத்தில் நின்ற காய்ந்த அவரைக் கொடியையும் பார்த்தபடி குனிந்த தலையுடன் சாதுவாக அமர்ந்திருந்தார் சங்கரன் நாயர்.

"கோந்துண்ணியார் இறந்த பிறகு இப்பதான் இங்க வந்திருக்கேன்."

குனிந்த தலை நிமிராமல் சொன்னார்.

பாருக்குட்டியின் முகத்தில் வேதனையின் கோடுகள் படர்ந்தன. அவள் உமிழ்நீரை உள்ளிறக்கியபடி சொன்னாள்:

"அதுக்குப் பிறகு யாருமே இங்க வந்ததில்லை . . ."

நிமிடங்கள் இறுகிக்கடந்தன.

"தோட்டமெல்லாம் அலங்கோலமாக் கிடக்குபோலிருக்கு."

அவர் தோட்டத்தைப் பார்த்தபடியே சொன்னார்.

"கம்புமில்லை; வேலியுமில்லை. கண்ட கன்னுகாலிகளெல்லாம் வந்தேறி ஒரு வாழைக்குருத்துகூட இல்லாமப் பண்ணிடுடிச்சி . . ."

காலியாகக்கிடந்த அந்த இடங்களில் எல்லாம் அப்புண்ணியின் அப்பாதான் வாழைக்கன்றுகள் நட்டு வைத்தார். அவர் இறந்த பிறகு தோட்டத்தில் எதுவுமே செய்யவில்லை. வரப்புக் கட்டாமலும் தடம் பிரிக்காமலும் பாதி அழிந்தது. மிச்சமிருந்ததைக் குண்டுங்கல்காரர்களின் ஆடுமாடுகள் அழித்தன.

"வேலி கட்டணும். ரெண்டு வாழைத்தார் கிடைச்சா உப்புக்கும் மிளகுக்கும் ஆகும் தானே!"

பாருக்குட்டி பதில் சொல்லவில்லை.

"அப்புண்ணி எங்கே?"

"ஸ்கூலுக்குப் போயிருக்கான்."

“ஸ்கூல் திறந்துடுச்சா?”

“இன்னைக்குத்தான் திறந்திருக்கு. அவன் எட்டாங்கிளாஸ் பாஸாயிருக்கான். சர்டிபிகேட் வாங்கப் போயிருக்கான். அவன் விசயமா பேசத்தான் கூப்பிட்டேன்.”

“என்ன அவனுக்கு?”

“அவன் திருத்தாலை ஸ்கூல்ல சேரணும்னு ஆசைப்படுறான்.”

“உம்! படிச்சி வயிற்றுப்பாடைக் கழிக்கிற நிலைமைக்கு வந்தா ஒரு நிழல் தாங்கா இருக்கும்.”

பாருக்குட்டி வாசலை நகத்தால் கீறியபடி வேதனைத் தொனிக்கும் குரலில் சொன்னாள்:

“என்னால அதுக்கு முடியும்னு தோணல. ஏதோ அவன் ஆசைப்படுறான்.”

“உம், அவன் படிக்கட்டும் பாருக்குட்டியம்மா. ஒவ்வொண்ணுக்குமே கடவுள் ஏதாவதொரு வழி வெச்சிருப்பாரு.”

“ஃபீஸ் கட்டணும். மாசம் நாலு ரூவா பதிமூணு அணா. சேரும்போது வேறயும் செலவிருக்கு. ஆமினாவும்மாவோட சீட்டைப் பிடிச்சி, எட்டு ரூவா தனியா எடுத்து வெச்சிருக்கேன்.”

பாருக்குட்டியம்மா பணம் கடன் கேட்பதற்காக அழைத்தாள் என்றுதான் சங்கரன் நாயர் முதலில் நினைத்தார். கையில் எதுவுமே இல்லை. கேட்டால் எப்படி கொடுப்பேன் தெய்வமே? இன்று அத்துண்ணியின் பணம் கிடைத்தாலாவது கொடுத்து விடலாம்.

“நாளைக்கு அவனைப் பள்ளிக்கூடத்தில சேக்குறதுக்கு சங்கரன் நாயரும் கூடப் போகணும். அவன்கூட அனுப்புறதுக்கு எனக்கு வேற யாருமில்லை.”

பாருக்குட்டி மீண்டும் கண்களைத் துடைத்துக்கொண்டாள்.

“பாருக்குட்டியம்மா வருத்தப்பட வேண்டாம். நான் கூடப்போறேன்.” துண்டை எடுத்து முகத்தைத் துடைத்துக்கொண்ட சங்கரன் நாயர் சொன்னார்: “எங்கிட்ட காசோ பணமோ இல்லதான் பாருக்குட்டியம்மா ... உங்களைப்போல உள்ளவங்க என்ன சொன்னாலும் செய்யுறதுக்கு நான் தயாரா இருக்கேன்.”

அதுபோதும் என்பதுபோல் திருப்தியுடன் வாசலில் சாய்ந்து கொண்டாள் பாருக்குட்டி. குனிந்த தலை, காற்றில் பறக்கும் பரட்டைத் தலைமுடி, வேதனை நிரம்பிய கண்களுமாக நிற்கும் அவளது தோற்றத்தைக் கண்ட சங்கரன் நாயரின் மனத்தில்

பழைய ஏதோ ஒரு சித்திரம் நினைவுக்கு வந்தது. சுடலையில் நிற்கும் சந்திரமதியின் தோற்றம்.

இரண்டு பேரும் பேசிக்கொள்ளவில்லை. அவள் கடந்து போன காலத்தைக் குறித்த சிந்தனைகளில் ஆழ்ந்தாள். சங்கரன் நாயர் மனதுக்குள் சிதறிக் கிடந்தவற்றை ஒன்று கோர்த்து நினைவு கூர்ந்தார். திடீரென்று எதுவோ நினைவுக்கு வந்தவள்போல் பாருக்குட்டி சொன்னாள்:

"அப்புண்ணி அங்க போயிருந்தான்."

"கேள்விப்பட்டேன்."

"போயிருக்க வேண்டாம் . . ."

"போனதில ஒண்ணும் தப்பில்லை. அவன் சின்னப் பையங்கிறதுனால வெளியே போகச் சொன்னதும் இறங்கிட்டான்." சங்கரன் நாயரின் மனதுக்குள் எங்கோ வேதனை புகைந்துகொண்டிருந்தது.

"மற்றவங்களைப்போல அவனுக்கும் அங்க உரிமையிருக்கு. அவங்களோட ஒரு . . . ஒரு . . ."

சங்கரன் நாயர் கோபத்துடன் மூக்கைப் பிழிந்தார்.

"தெய்வம்னு ஒண்ணு எல்லாத்தையும் பாத்துட்டு இருக்கு. இதுக்கெல்லாம் பின் விளைவுகள் இல்லாமப் போகாது."

திண்ணையிலிருந்து எழுந்த சங்கரன் நாயர், ஓரமாகச் சென்று சாய்வு மூங்கிலைப் பிடித்தபடி முற்றத்தில் துப்பி விட்டு, மீண்டும் எதையோ யோசித்தபடி சொன்னார்:

"நான் காலையில வந்துடறேன். அப்புண்ணி புறப்பட்டு நிக்கட்டும்."

"சரி."

அவர் முற்றத்தில் இறங்கினார்.

மீண்டும் புருவத்தைத் தடவியபடி கனத்தக் குரலில் சொன்னார்: "எப்ப எது வேணும்னாலும் தயங்காம எங்கிட்ட சொல்லலாம் பாருக்குட்டியம்மா."

துண்டை உதறித் தோளிலிட்ட சங்கரன் நாயர் வேகமாக நடந்தார்.

தோணிக்காரன் அத்துண்ணி இரண்டு ரூபாய் கடன் வாங்கியிருந்தான். அதைத் திருப்பிக் கேட்டுக் கேட்டு சங்கரன் நாயருக்குச் சலித்துப்போய்விட்டது. அந்த வெட்கம் கெட்டவன்

கொஞ்ச நாட்களாகப் பிடிகொடுக்காமல் நடக்கிறான். நேற்றைக்கு வழியில் வைத்துப் பிடிபட்டான். நாளைக்குக் கண்டிப்பாகத் தந்துவிடுவேன் என்று மம்புறத்து அவ்லியாமீது சத்தியம் செய்திருக்கிறான். அவனைத் தேடித்தான் சங்கரன் நாயர் புறப்பட்டார்.

பாருக்குட்டியின் வீட்டிலிருந்து இறங்கும்போது சங்கரன் நாயர் அத்துண்ணியின் விவகாரத்தை அப்போதைக்கு மறந்து விட்டிருந்தார். ஆணும் துணையும் இல்லாத அந்தப் பெண்ணைப் பற்றிய யோசனையுடன் அவர் நடந்துகொண்டிருந்தார்.

நல்ல நிலையில் வாழ்ந்துகொண்டிருந்தவள்; மனித வாழ்க்கை இவ்வளவுதானே என்ற வேதாந்த விசாரணையும் அவர் மனதில் உருவானது.

கைதைத் தோட்டம் வழியாக அவர் நடந்துகொண்டிருந்தார். அவளுக்கு ஏதாவதொன்று ஆனால் அந்தப் பையனின் கதியென்ன? நான்கு நாட்கள் உடல் நிலை சரியில்லாமல் போனால் வீட்டில் அடுப்பெரியாது. பத்தாயிரம் கோட்டை விதைப்பாடு வீட்டு வாசலுக்கு வந்த குடும்பத்தில் பிறந்தவள். இது அடிக்கடி நினைவில் மேலெழுந்து கொண்டிருந்தது. இரவில் அம்மாவும் மகனும் தன்னந்தனியாகப் படுத்திருக்க வேண்டிய நிலைமை. சிறுவயதில் மிகுந்த பாதுகாப்பான சூழலில் வாழ்ந்த ஒரு பெண். இப்போது தன்னந்தனியாக . . .

இருந்தபோதும் குலப்பெருமையின் குணம் அவளை விட்டு விலகி விடவில்லை. பிச்சை எடுக்க நேர்ந்தாலும் அது போகாது. அவளைப் பார்த்தாலே அதைப் புரிந்துகொள்ள முடியும்.

பாருக்குட்டியை அவர் இல்லத்தில் இப்போது வாழ்கிறவளுடன் ஒப்பிட்டுட்டுப் பார்த்தார். மூதேவி! வயது நாற்பதிருக்கும். குழைந்தபடிதான் நடப்பாள். ‘சங்கரன் நாயரே’ என்று அவள் கூப்பிடுவதைக் கேட்டால் அப்படியே எட்டி உதைத்துவிடலாமா என்று தோன்றும். பதினாறு வயதுதான் ஆகிறது என்ற பாவனையுடன் நடந்துகொள்வாள். துடைத்தும் பெருக்கியும் எந்நேரமும் திண்ணையில்தான் வாசம். வாயைப் பிளந்தபடி ஒரு அற்பனும் உட்கார்ந்திருப்பான்.

இந்த அற்பன் ஒரு பிராமணனாகப் பிறந்தவன் அல்லவா? கொஞ்சமேனும் விவஸ்தையோ விவரமோ வேண்டாமா? பொழுது விடிந்ததோ இல்லையோ, வெற்றிலைச் செல்லத்தையும் திறந்து வைத்துக்கொண்டு கோணல் உதட்டுடன் படித் திண்ணையில் வந்து இடம் பிடித்துவிடுவான். பார்வை எப்போதும், பரம்பு விரிக்கவும் நெல் காய வைக்கவும் செய்கிற பெண்கள்

மீதுதான். முன்பு, இல்லத்தில் வசித்து வந்த காயிக்கோலின் குழந்தைக்கும் கோணல் உதடு.

பாருக்குட்டியம்மா வேலைக்குப் போவதாக தன்னிடம் சொன்னது யார்? ஐந்தாறு வருடங்களுக்கு முந்தைய நிகழ்வு அது. அப்போது அவள்மீது வெறுப்பு உருவானது. குடும்ப மானத்தைக் கெடுத்தாள். இனி, நம்பூதிரிக்கும் அவப்பெயரை உருவாக்குவாள் என்றுதான் முதலில் தோன்றியது. இல்லத்திலுள்ள விவசாய வேலைகளுக்கென சங்கரன் நாயரையும் பெரிய நம்பூதிரிதான் நியமித்தார். அங்கே போய்ப்பார்த்த பிறகுதான் புரிந்தது. பாருக்குட்டியம்மா காலையில் வருவாள். அகத்தம்மாக்கள் சொல்கிற வேலைகளைச் செய்வாள். சாயங்காலமானால் வீடு திரும்புவாள். அவளுக்கே தெரியாமல் கவனித்துக்கொண்டிருந்தார் சங்கரன் நாயர். நல்ல அடக்கமும் ஒடுக்கமும். இதுவரையிலும் அவள் திண்ணையில் காலூன்றியதில்லை. மதில்கூடத்தில் யாராவது உட்கார்ந்திருந்தால் அந்த வழியே நடக்கவும் மாட்டாள். ஆண்களை எதிர்கொண்டு அவளால் பேசவும் இயலவில்லை. இப்படியெல்லாம் ஆக வேண்டியவளில்லை.

"தலையெழுத்து சரியில்லை... தலையெழுத்து சரியில்லை."

"எனக்கு வேற யாருமில்லை."

அம்மா, அக்காமார், சகோதரன், மாமா எல்லோரும் இருக்கிறார்கள். வடக்குப்பாட்டு இல்லத்திலிருந்து இரண்டு நாழிகை தூரத்தில்தான் அவளது வீடு. இந்த இரண்டு நாழிகை, எவ்வளவு தொலை தூர இடைவெளியை உருவாக்கியிருக்கிறது என்பது அவரை ஆச்சரியத்தில் ஆழ்த்தியது. அவர்களது குடும்ப மானத்தைக் குலைத்தவள்.

அப்புண்ணியை அவமானப்படுத்தி அனுப்பினார்கள்... இதற்கெல்லாம் ஒருநாள் பதில் சொல்லியாக வேண்டும். அவன் என்ன குற்றம் செய்தான்? கௌரவமான குடும்பமாம். குடும்ப கௌரவத்தை மட்டும் பேசினால் போதாது. மனிதனாகவும் வாழ வேண்டும்... திரிகிறார்கள், குடும்பப் பெருமைப் பேசிக்கொண்டு.

மிகுந்த கோபத்துடன் சங்கரன் நாயர் காறித் துப்பினார்.

"யார்மேல இவ்வளவு கோபம் *கம்மளே?"

உண்ணீரி. குட்டாடையின் கள்ளுக்கடைக்குப்போய் உச்சிப்பூசை நடத்திவிட்டு வருகிறான். மதிய நேரத்தில் சிறிதளவுதான் உள்ளே போகும். தொடர்ந்து, அவனுக்குப் பொறுப்புணர்வுகள் வந்துவிடும். அன்பும் ஆதரவும் ஆறாகப்

---

* சாமியே.

பெருகி விடும். நாயர்களைக் கண்டால், "எங்கே புறப்பாடு கம்மளே?" என்பான். சாயங்காலமானால் ஆள் அடியோடு மாறிவிடுவான். எதிர்ப்படுகிற எல்லோரிடமும், "யாரது?" என்று கேட்பான்.

"உண்ணீரி எங்க போறே?"

"அடியேன் குடிலுக்குப் போறேன் கம்மளே. உழவுக்கு மாடு கொண்டு போனேன். வேலை முடிஞ்ச பிறகு குளத்திலிறங்கிக் கொஞ்சம் முங்கினேன்."

அப்போது சங்கரன் நாயருக்கு நினைவு வந்தது. "உங்கிட்ட முள்ளுக் கிடக்கா உண்ணீரி?"

"அடியேனோட மூங்கில்தான் வளராமப்போயிட்டுதே கம்மளே? ஆனாலும் கட்டையும் குட்டையுமா கொஞ்சம் கிடக்கும்னு நினைக்கிறேன். கம்மளுக்கு வேணும்னா தரேன்."

"எனக்கு நாலஞ்சுக் கட்டு முள்ளுத் தேவைப்படுது உண்ணீரி. நாளைக்கு வீடு வேலை செய்யுற ஆப்பனை அனுப்பி வைக்கிறேன்."

"அப்ப, கம்மளோட வேலி கட்டுற வேலை இன்னும் முடியலையா?"

"அதெல்லாம் முடிஞ்சிடுச்சு. இது வேற ஒரு தேவைக்காக. ஆப்பன் நாளைக்கு அந்தீலுக்கு வருவான்."

அந்த வேலையும் முடிந்தது. உண்ணீருக்கு முள்ளுக்கான காசு கொடுக்க வேண்டியதில்லை. இரண்டு செறுமன்கள் நின்று கட்டினால் ஒரே நாளில் வேலை முடிந்துவிடும். இரண்டு ரூபாய் கூலி கொடுக்க வேண்டியதிருக்கும். பரவாயில்லை. ரூபாயின் விஷயம் நினைவுக்கு வந்தபோது அத்துண்ணியும் நினைவுக்கு வந்தான். அந்த இரண்டு ரூபாய் எங்கே?

அத்துண்ணிக்கு நிரந்தரமான இடமென்று எதுவுமில்லை. முன்பு, தோணி வைத்திருந்தான். இப்போது அதுவுமில்லை. அவனுக்கென்று எதுவுமே சொந்தமாக கிடையாது. தோணிக்காரன் அத்துண்ணி என்ற பெயரைத் தவிர!

யூசுபின் கடைக்கு வந்தார். அங்கே குப்பாயம் விற்க வந்த ஒரு தையல்காரனைக் கூப்பிட்டு வைத்து யாரோ இரண்டு பேர் பேரம் பேசிக்கொண்டிருந்தார்கள்.

சங்கரன் நாயரைக் கண்டதும் கடைக்காரன் யூசுப் சொன்னான்:

“பாருங்க நாயரே, ஜோரா இருக்கு. பொம்பளைக் குப்பாயம், குட்டிக்குப்பாயம் எல்லாம் இருக்கு. வாங்கிக்குங்க.”

சங்கரன் நாயர் சிரித்துக்கொண்டார். தாடியைத் தடவியபடியே முஸலியாரும் அதில் கலந்துகொண்டார்:

“குப்பாயமும் துணியும் எல்லாம் சங்கரன் நாயருக்கு எதுக்கு? அவரைப் போர்த்துறதுக்கா?”

தையல்காரன் இதுச்சரிப்படாது என்று மூட்டையைக் கட்டிக்கொண்டுப் புறப்பட்டான்.

சொல்லிக்கொள்ளும்படியான வேலை வெட்டிகள் எதுவும் இல்லாதவர்கள் ஒன்று கூடுமிடமும் யூசுபின் கடைதான். யாரையாவது கேலி செய்வது; சந்தைக்கோ ஆஸ்பத்திரிக்கோ போய் வந்தவர்கள் தங்களின் அனுபவங்களைக் கொஞ்சம் கற்பனை கலந்து வினியோகிப்பது போன்றவைதான் அங்கே கூடுகிறவர்களின் அன்றாட வேலைகள்.

தையல்காரன் போனதும் மதராசிலிருந்து வந்த அப்புக்குட்டன் நாயரைப் பற்றிய பேச்சு தொடங்கியது. அவன் நிறைய பணத்துடன் வந்திருப்பதாக ஆட்கள் சொல்கிறார்கள். எங்காவது திருடிக்கொண்டு வந்திருப்பான் என்பது உஸ்தாதின் கருத்து. வாட்சும் தங்க மோதிரமும் அணிந்திருக்கிறான். சிகரெட் பிடிக்கிறான். ஏதோ ஒரு பணக்கார செட்டியாரின் காரியஸ்தனாக இருப்பான் என்றுதான் அவனைப் பார்த்தவர்கள் சொன்னார்கள்.

“அவன் ஏதோ நாடகக் கம்பனியில வேலை பாக்குறானாம்.”

“உனக்கென்ன மூளை கீளை குழம்பிடுச்சா? அவன் ஒரு செட்டியாருட்ட வேலை பாக்குறான். உனக்கொண்ணு தெரியுமா? இந்தச் செட்டிமார் இருக்கானுங்களே, அன்பா நடந்துக்குறவங்களுக்கு என்ன வேணா பண்ணுவானுங்க. அவனுங்களை முறைச்சுக்கிட்டா தலை கழுத்துக்கு மேல இருக்காது.”

விஷயம் அப்படியாக தமிழ்நாட்டில் வைர வியாபாரம் செய்யும் செட்டியார்களை நோக்கித் திரும்பியது. வைர வியாபாரத்திலும் செட்டியார்கள் விஷயத்திலும் ஆர்வமில்லாத சங்கரன் நாயர், யூசுபிடம் கேட்டார்:

“நம்ம தோணிக்காரன் அத்துண்ணி இந்தப் பக்கம் வந்தானா?”

“காலையில கள்ளிறக்கப் போறதைப் பாத்தேன்.”

முஸலியார் சொன்னார்:

"நம்ம ஏனுதீன் கடையிலபோய் உக்காந்திட்டிருப்பான். கள்ள ஹமுக்கு. கடன் கொடுத்தக் காசைத் திருப்பிக் கேட்டதிலிருந்து இந்தக் கடை பக்கமே வர்றதில்லை. எனக்கும் நாலணா தர வேண்டியதிருக்கு."

ஏனுதீனின் கடையிலும் அத்துண்ணி இல்லை. "தொலையட்டும், விவஸ்தை கெட்ட ஜென்மம்" என்று மனதுக்குள் திட்டிவிட்டு காய்கறி தோட்டத்துக்கு நடந்தார் சங்கரன் நாயர். ஆற்றோரமுள்ள சிறிது நிலத்தை அவர் குத்தகைப் பிடித்திருந்தார். அதில் வெள்ளரியும் பறங்கியும் பயிரிட்டிருந்தார். இரண்டு முறை காய்பலன் தந்திருக்கிறது. புது மழைபெய்த பிறகு நனைக்கவில்லை. சந்துவின் துடுப்புப்பட்டையை வாங்கி பனம் பாத்தியில் நீரை நிரப்பி, அதிலிருந்து தடத்துக்குத் திருப்பினார்.

ஒவ்வொரு வருடமும் ஐம்பதுவரை நேந்திரம் குலை கிடைக்கும். சிறிதளவு காய்கறியும் பயிரிடுவார். இந்த வகையில் கொஞ்சம் பணம் கிடைக்கும். மூன்று வருடங்களுக்கு முன்பு வரைக்கும் ஓரளவு குத்தகை விவசாயம் இருந்தது. பெரிய வீட்டு நிலம். முன்பு நல்ல காய்பலனுள்ள மண்ணாக இருந்தது. 99 வெள்ளப்பெருக்கில் மணல் நிரம்பிய பிறகு எவ்வளவுதான் உழைத்தாலும் ஐந்து போகத்திற்கு மேல் விளைவதில்லை. குத்தகை அளந்த பிறகு விதை நெல்லும் உழைப்பும்தான் மிச்சம். கடைசியில் நிலத்தைத் திருப்பிக் கொடுக்க வேண்டியதாயிற்று. இப்போது கூரை வேய வேண்டுமென்றால் வைக்கோல் விலை கொடுத்துதான் வாங்க வேண்டும். கண்ணப்பனையும் மயிலாவையும் ஏர் பூட்டக் கொடுத்தால் ஏதாவது கிடைக்கும். அதுவே பெரிய விஷயம்தான்.

பெரிய வீட்டின் மேல் பக்கம் சங்கரன் நாயரின் வீடு. இரண்டு குன்றுகளிடையிலுள்ள சமதளப்பகுதி. நாற்பது தென்னைகள் நின்றன. தென்னந்தோப்புக்காரர்கள் முன்பு, பானைப் பாட்டுக்காரர்களாக இருந்தவர்கள். பேர்கேட்ட இரண்டு சாகச வீரர்கள் அந்த வீட்டில் இருந்தார்களாம். சங்கரன் நாயரின் பாட்டியின் மாமா கிட்டச்சார். அவரை மாங்கோத்து மனை நம்பூதிரிகள், இல்லத்துக்கு வெளியே மண்டபம் கட்டி குடியமர்த்தி இருக்கிறார்கள். ஆண்டுக்கொரு தடவை நாயர்களை வைத்து கோழி பலிகொடுத்து பூஜை செய்யவில்லை என்றால் இல்லத்தில் உபத்திரவங்கள் தென்படும். நம்பூதிரி, நாயரைக் குடியமர்த்துவதற்கான காரணமென்ன என்று சங்கரன் நாயர் ஆச்சரியப்பட்டதுண்டு. கடைத்தெரு அச்சும்மான்தான் அந்த வரலாற்றை விவரித்தார். போர்க்காலத்தில் தலை மறைவாக

வாழ்ந்துகொண்டிருந்த பெரிய நம்பூதிரியை திப்புவின் படை வீரர்கள் பாறைக்குளம் சந்தையில் தடுத்து நிறுத்தினார்கள். அப்போது கிட்டத்தட்ட முன்னூறு வீரர்களைக் கொன்று, திருமேனியை, போக வேண்டிய இடத்திற்குக் கொண்டுபோய்ச் சேர்த்த பிறகுதான் கிட்டச்சார் செத்து விழுந்தார்.

இல்லத்தின் மேற்குப்புறத்தில் மஞ்சாடி மரத்தடியின்கீழ் மூன்று கற்கள் பிரதிஷ்டை செய்யப்பட்டிருந்தன. அதில் ஒன்று கருங்குட்டி; இரண்டாவது, கண்ணச்சன்; மூன்றாவது, பழைய காரணவர். இப்போதும் அங்கே திரி வைக்க வேண்டும். பாட்டி இருந்த காலத்தில் ஊரில் அவ்வப்போது பானைப்பாட்டு நடப்பதுண்டு. இப்போது அதுவும் நின்றுபோய்விட்டது.

'ஜனங்களுக்கு தெய்வ விசுவாசம் குறைஞ்சுபோயிடுச்சு.' சங்கரன் நாயர் நினைத்துக்கொண்டார்.

வேலையை முடித்துவிட்டுக் குளத்திலிறங்கிக் குளித்த சங்கரன் நாயர் வழிப்பாதையில் ஏறினார். அப்போது, வாப்புவின் கடை முன்னால் கூக்குரல் கேட்டது. மீன் வந்திருக்கிறது. சங்கரன் நாயர் போய்ப் பார்த்தார். நெத்திலி மீன். எதுவோ ஒரு மீன் அவ்வளவுதான் என்ற நினைப்புடன் இரண்டணாவுக்கு நெத்தலி வாங்கினார்.

புறப்பட இருக்கும்போது கடையிலிருந்து அச்சும்மான் கூப்பிடுவது கேட்டது. வயதான மனிதர். போகாமலிருந்தால் வருத்தப்படுவார். போனால், மாட்டிக்கொள்ள வேண்டியதுதான்.

ஊரிலுள்ள எல்லோருக்குமே அவர் அச்சும்மான்தான். அவரது வீடு பக்கத்தில்தான் இருந்தது. ஆனால், ரோட்டோரக் கடையின் மேல் மாடியில் ஒரு அறையில் தங்கியிருந்தார். ராமாயண பாராயணமும், கல்யாண ஆலோசனையும், கேட்பதற்கு ஆள் கிடைத்தால் வேதாந்த விசாரமும் வயதான காலத்தில் அவரது பணிகள்.

அந்தி சாயும் நேரத்தில்தான் சங்கரன் நாயர் வீடு வந்து சேர்ந்தார்.

வீடு குன்றின் மறைவில் இருப்பதால் வெயில் குறையும்போதே தென்னந்தோப்பில் இருள் படரத் தொடங்கிவிடும். மஞ்சாடி மரத்திண்டில் திரி வைத்து சிமினி விளக்கைப் பற்ற வைத்து இரவுச் சாப்பாட்டுக்கான வேலைகளைத் தொடங்கினார். சோறும் குழம்பும் வைக்க அவருக்குத் தெரியும். தனியாக வாழ ஆரம்பித்து கொஞ்ச காலமாகி விட்டதே! ஆனால், இப்போதும் சோற்றை வடிக்கப் பயம்தான். பெரும்பாலான நாட்களும் நீரை வடிக்காமல் வற்றவைத்து எடுத்துவிடுவார்.

கஞ்சி கொதிக்க ஆரம்பித்தால் ஒரு மூடி தேங்காயைத் துருவி அதில் போடுவார்.

பதினான்கோ பதினைந்தோ வருடங்களாகின்றன தனியாக வாழ ஆரம்பித்து. நினைவு தெரிந்த காலத்தில் பாட்டியும் அக்காவும் இருந்தார்கள். இரண்டு பேரும் தொற்று நோயில் இறந்துபோன பிறகு, மருமகள் நாணியும் சங்கரன் நாயரும் மிச்சமிருந்தார்கள்.

நாணியால் வீட்டுக்கு எந்தப் பயனுமில்லை. அவள் நேர்வழியில் வளரவில்லை. சொல்பேச்சுக் கேட்கமாட்டாள். பகல் முழுவதும் தன்னிச்சையாக அலைந்து திரிவாள். குழந்தையாக இருக்கும்போதே தொடங்கிய பழக்கம் இது. வயதுக்கு வந்த பிறகும் அவளது நடத்தையில் எந்த மாற்றமும் தென்படவில்லை. மாமா வீட்டில் இல்லாத நேரம் பார்த்து மருமகள் வெளியே இறங்கிவிடுவாள். இந்நிலையில் மோசமான சில கதைகளும் உலவத் தொடங்கின.

நாணியை அழைத்து தாக்கீது செய்தார் சங்கரன் நாயர். ஒரு தடவையல்ல, இரண்டு மூன்று தடவை.

"இனிமேலால் உன்னைப் பற்றிய ஏதாவது பராதி என் காதில விழுந்துச்சுன்னு வச்சிக்க, தொலைச்சே புடுவேன் சொல்லிட்டேன்" என்றார்.

எச்சரிக்கைக்கெல்லாம் அவள் பயந்துவிடவில்லை. ஒரு நாள் சங்கரன் நாயர் நேரடியாகப் பார்த்ததுடன் அவரது கட்டுப்பாடு கைவிட்டுப் போனது.

தூணில் கட்டி வைத்துச் சூடு வைப்பது என்பது சற்று கொடூரமான தண்டனை என்பதைப் பிறகுதான் அவர் புரிந்து கொண்டார்.

நாணி இப்போது உயிரோடிருக்கிறாளோ என்னவோ? தேயிலைத் தோட்டத்தில் வேலை பார்க்கும் யாரையோ திருமணம் செய்து குழந்தை குட்டிகளுடன் வாழ்ந்து வருவதாகவும் கடுமையான ஒரு காய்ச்சலில் இறந்துபோனதாகவும் எல்லாம் கேள்விப்பட்டார்.

அடுப்பில் எரியும் தீயைக் கண்கொட்டாமல் பார்த்தபடி அமர்ந்திருந்தார் சங்கரன் நாயர். தண்ணீர் கொதிக்க ஆரம்பித்திருந்தது.

தனிப்பட்ட இந்த வாழ்க்கையை நடத்திச் செல்வதற்கு இல்லத்தில் வேலை செய்து கிடைப்பதே போதுமானது. பிறகு,

எதற்காக இவ்வளவு கஷ்டப்பட்டு உழைக்க வேண்டும் என்று மற்றவர்கள் கேட்பதுண்டு. உண்மைதான். காய்கறிகள் பயிரிட்டும் நேந்திரம் வாழை வைத்தும் எதற்காகப் பணம் சம்பாதிக்க வேண்டும்?

"நீ ஒரு கல்யாணம் பண்ணிக்கலாமே?" – ஆட்கள் கேட்பதுண்டு.

சங்கரன் நாயர் சொல்வார்: "வயசும் நாப்பத்தஞ்சாகுது. இனி, பெண்ணும் சுமையும் ஒண்ணும் இல்லாமப் பாத்துக்கணும்."

ஆனால், தளர்ந்து விழும்போது தாங்கிப்பிடிக்க யாருமில்லை. வேலை செய்ய இயலாத காலமென்று ஒன்று வரும். அப்போதுள்ள நிலைமை என்னவாக இருக்கும்? குடிசை முத்தாச்சியின் நிலைமைதான் அப்போது நினைவுக்கு வரும். யார் வீடுகளிலாவது ஏறியிறங்க வேண்டும் . . . அதை அவரால் நினைத்துப் பார்க்கவும் முடியவில்லை. அதுகூட நடக்க இயலுகிற காலமாக இருந்தால் மட்டும்தானே முடியும்? அதற்குப் பிறகு . . ? சாம்பல் குழியில் கிடந்து நாய் சாவதைப்போல் . . .

யோசித்துப்பார்த்தால் அவருக்கு நடுக்கம் ஏற்படும்.

திருமணம் குறித்து யோசித்த ஒரு காலம் இருந்தது. ஒரு பெண்ணின் உருவம் மனதுக்குள் நிரம்பி நின்றிருந்த நாட்கள் அவை. அன்று பாட்டியும் சகோதரியும் இருந்தார்கள். அந்த எண்ணத்தை அவரது மனதிற்குள் விதைத்தவளும் பாட்டிதான். அதில் அவள் உறுதியாகவும் இருந்தாள்.

ஆனால், கடவுள் அதற்கான வழியைக் காட்டவில்லை.

"கடவுளைச் சொல்லி எதுக்கு? தலையெழுத்து சரியில்லை . . . அவ்வளவுதான்."

சுண்டினால் இரத்தம் கட்டுகிற நிறம். சாயங்காலம்கூட பார்த்தார். காலையில் இறந்துபோனதாக தகவல் வருகிறது. நான்கு தடவை வாந்தியெடுத்தாளாம். ஊரில் ஏற்பட்ட தொற்று நோயின் முதல் பலி அவள்தான்.

அன்பு காட்டிய பலரும் போய்ச் சேர்ந்து விட்டார்கள். தனிமைப்பட்டு நின்றார். வேலை செய்தார். காலங்கள் கடந்தன. வாழ்க்கை நகர மறுத்து, கெட்டி தட்டி நின்றது. எல்லா சோகங்களும் படிப்படியாகத் தீய்ந்து மனதிலிருந்து மாய்ந்துபோயின.

அடுப்பின் அக்னி நாவுகள் மண்கலயத்தை நக்கி நகர்வதைக் கவனித்தபடி அமர்ந்திருந்தார். கஞ்சி பொங்கி வழிவதைக் கண்ட

பிறகுதான் அவருக்கு சமகால உணர்வு வந்தது. நீர் தெளித்து கொதிப்பைத் தணித்தார்.

கஞ்சியைக் குடித்துவிட்டு வந்து வெளித்திண்ணையில் பாயை விரித்துப் படுத்தபோது காலையில் செய்ய வேண்டிய வேலை நினைவுக்கு வந்தது. பள்ளிக்கூடம்வரை போக வேண்டும். அப்புண்ணியைச் சேர்க்க வேண்டும். சரியான வயதில் திருமணம் செய்திருந்தால் சங்கரன் நாயருக்கும் அப்புண்ணியைப்போல் ஒரு மகன் இருந்திருப்பான். வயற்காட்டிலும் காய்கறித் தோட்டத்திலும் கிடந்து கஷ்டப்படுவதற்கு அவனை விட்டிருக்க மாட்டார். அவனும் இரண்டெழுத்து படித்து நன்றாக வந்திருப்பான் ...

இனி, கடந்துபோனவற்றை நினைத்து வருத்தப்பட்டு எதற்கு?

அப்புண்ணியைப் பார்க்கும்போதெல்லாம் சங்கரன் நாயருக்குத் தோன்றும்.

இந்தப் பையன் நல்லா வருவான். முகத்தில் தெய்வாம்சம் இருக்கிறது.

"தாயே பகவதீ, நீயே காவல்!"

தெளிவற்ற புறக்காட்சிகளில் கண்களைப் பதித்தபடியே படுத்திருந்தார் சங்கரன் நாயர்.

ooo

ஹைஸ்கூலில் சேரப்போகும் அன்று அப்புண்ணிக்கு திருவிழா நாள் போலிருந்தது.

சங்கரன் நாயர் சீக்கிரமாகப் போய்விட்டார். அதற்கும் முன்பே அவன் தயாராக நின்றிருந்தான். ஃபீஸ் கட்டுவதற்கான பணத்தை சங்கரன் நாயரின் கையில் ஒப்படைத்தாள் பாருக்குட்டி. அப்புண்ணி வீட்டிலிருந்து இறங்கி இடைவழியில் திரும்புவதுவரை நிரம்பிய கண்களுடன் அவனையே பார்த்தபடியே நின்றிருந்தாள் பாருக்குட்டி.

ஹைஸ்கூலுக்கு ஐந்து நாழிகை தூரம்தானே? இருந்தும் அம்மாவுக்கு ஏன் இவ்வளவு வருத்தம்?

வடக்குப்பாட்டு கல்படிக்குச் செல்லும் வழியாகத்தான் போக வேண்டும். மதில்கூட பாதையை அடைந்தபோது நிமிர்ந்து பார்க்கத் தோன்றியது. ஆனால், பார்க்கவில்லை.

பள்ளிக்கூடம் பெரிதாக இருந்தது. அவன் முதலில் படித்த பள்ளிக்கூடத்தில் அலுவலக அறை மட்டும்தான் ஓடு வேய்ந்தது. இங்கே ஓடு வேய்ந்த நான்கு கட்டடங்கள் இருந்தன.

பள்ளிக்கூடத்தின் பெயர் மினுங்கும் எழுத்துக்களில் கல்படியின் மீதுள்ள தோரண வாசலில் பொருத்தப்பட்டிருந்தது.

உள்ளே நடைபாதையின் அருகில் ஒரு பூந்தோட்டம். மனமக்காவு பள்ளிக்கூடத்திலும் பூந்தோட்டம் இருந்தது. ஆனால், அதில் பூத்த நிலையில் ஒரு செடிகூட கிடையாது. மாணவர்கள் வெண்டைக்காயும் கத்தரிக்காயும் வளர்க்க வேண்டும். ஆசிரியர்கள் அதைப் பறித்துக் காகிதத்தில் பொதிந்து வீட்டுக்குக்கொண்டு போவார்கள். தோட்ட வேலைக்கென்று தனியாக ஒரு பாட நேரம் ஒதுக்கப்பட்டிருந்தது.

மணியடிக்கவில்லை.

ரோட்டிலும் வாசலிலும் வராந்தாவிலும் ஏராளம் மாணவர்கள். பள்ளிக்கூடத்தில் புதிதாகச் சேர வந்தவர்களும் அதிலிருந்தார்கள். பார்த்தாலே தெரிந்துபோய்விடும். அப்புண்ணியைப்போல் பதற்றத்துடன் நின்றிருந்தார்கள். பாதுகாப்புக்குக் கூடவே, யாராவது.

அவன் படித்த பள்ளிக்கூடத்திலுள்ள சிலரையும் பார்த்தான்.

அலுவலக அறைக்கு வெளியே மற்ற மாணவர்களுடனும் பாதுகாவலர்களுடனும் அவனும் நின்றிருந்தான். ஜன்னலின் அருகே அமர்ந்திருப்பவரிடம் ஏற்கனவே பெயரை பதிவு செய்திருந்தான். தனித்தனியாக அவர்கள் உள்ளே அழைக்கப் பட்டார்கள்.

தலைமையாசிரியரின் அறைக்குள் நுழைந்த அப்புண்ணி வியப்பில் ஆழ்ந்தான். நீல விரிப்பிட்ட மேஜை, கண்ணாடி அலமாரிகள், சுவரில் சித்திரங்கள், மேஜையின்மீது அழுத்தினால் ஓசையெழுப்புகிற மணி, காகிதங்கள் பறக்காமலிருக்க கனமான ஸ்படிகக் கற்கள், அதன் பின்னால் ஒரு பெரிய நாற்காலியில் கழுத்தில் மடிப்புகள் விழுந்த ஒரு தடித்த மனிதர் அமர்ந்திருந்தார். தலைமையாசிரியர்.

அவர் சான்றிதழை வாங்கிப் பார்த்தார்.

அதில் பெயரும் வயதும் மதிப்பெண்களும் இருந்தன.

தலைமையாசிரியர் கேட்டார்:

"அப்பா பேர்?"

"டி. கோந்துண்ணி நாயர்" என்று சொல்லிவிட்டு, தவறாகிவிடக் கூடாதே என்ற எண்ணத்துடன் அப்பா இப்போது உயிருடனில்லை என்றான்.

"பாதுகாவலர் பேர்?" என்று கேட்டார்.

சங்கரன் நாயர் யோசித்தார். அப்புண்ணியின் பாதுகாவலர் யார்? பாருக்குட்டியின் பெயர் போதுமா? ஆணாகத்தான் இருக்க வேண்டும் என்றால்? தேவையில்லாத குழப்பம் வேண்டாமென்ற எண்ணத்துடன் சங்கரன் நாயர் சொன்னான்:

"தென்னம்பொற்றை சங்கரன் நாயர்."

கூடவே, முகவரியையும் சொன்னார்.

அப்புண்ணி அவரது முகத்தைப் பார்த்தான்.

அவர் அதைக் கவனிக்காததுபோல் நின்றார்.

ஜன்னலின் அருகிலிருந்த எழுத்தரிடம் போய் ஃபீஸை அடைத்து ரசீது வாங்கினான். நாளையில இருந்துதான் ஸ்கூல் தொடங்கும். நாம போகலாம்.

அவர்கள் ஆறுதலுடன் திரும்பினார்கள். அப்புண்ணியின் மனதுக்குள் சிறு சந்தேகம். சங்கரன் நாயர் எப்படி என்னுடைய பாதுகாவலர் ஆவார்?

புதிய நண்பர்கள் கிடைத்தார்கள். பள்ளிக்கூடத்துக்குச் செல்வது மகிழ்ச்சி தருவதாக மாறியது.

தினமும் காலையிலும் மாலையிலும் வடக்குப்பாட்டு கல்படி வழியாகத்தான் போக வரச் செய்ய வேண்டும். பெரிய பாதைக்கு வந்ததும் இலேசாகப் பார்ப்பான். தோட்டக் கரையிலிருந்து அடர்ந்த கமுகந்தோப்பினூடே பார்த்தால் நாலுகெட்டு சரியாகத் தெரியாது. முன்கூடத்தில் யாருமே இருக்க மாட்டார்கள். சாயங்காலம் திரும்பி வரும்போது முற்றத்தில் மிதியடியை போட்டுவிட்டு, மழமழப்பான பெரிய வழுக்கைத் தலையை நிமிர்த்தியபடி பெரிய மாமா அங்குமிங்குமாக உலாத்திக்கொண்டிருப்பார். தலையை உயர்த்திப் பிடித்திருப்பதைப் பார்த்தால் ஆகாயத்தை அவர்தான் தலையில் தாங்கியிருக்கிறார்போல் தோன்றும். அப்புண்ணியின் நடை வேகமாகும். அவர் அவனைக் கவனிப்பதில்லை. வழிப்பாதையில் எத்தனையோ பிள்ளைகள் கடந்து போகிறார்கள்.

அறுவடை முடிந்த காலத்தில் வடக்குப்பாட்டு தோட்டத்தை ஒட்டியுள்ள பாதை வழியே நடந்தால் வயற்காட்டின் தெற்குக்கரைக்கு வந்துவிட முடியும். அங்கிருந்து ஆற்றங்கரைத் தோப்பு வழியாக நடந்தால் எளிதாக ரோட்டை அடைந்துவிடலாம். ஆனால், அவன் அந்தப் பாதையில் நடப்பதில்லை.

வடக்குப்பாட்டு இல்லத்திலுள்ள இரண்டு பேர் பள்ளிக்கூடத்துக்கு வருகிறார்கள். அப்புண்ணி படிக்கும் அதே வகுப்பில் பி. பிரிவில் படிக்கும் பாஸ்கரனும், செகண்ட் ஃபார்ம் படிக்கும் கிருஷ்ணன் குட்டியும்.

ஏ. பிரிவையும் பி. பிரிவையும் சேர்த்து உடற்பயிற்சி வகுப்பு நடக்கும். பாஸ்கரனை முதன் முதலில் அங்கே வைத்துதான் பார்த்தான். குட்டி சங்கரன் சொன்ன பிறகுதான் தெரிந்தது. பாஸ்கரனுடன் பேசவா? ஆனால், உடற்பயிற்சி வகுப்பில் அருகருகே நின்ற போதும், தண்ணீர் குடிக்குமிடத்தில் வைத்துப் பார்த்தபோதும் பாஸ்கரன் பேசவில்லை. பாஸ்கரனுக்கு அவனைத் தெரியும். குட்டி சங்கரனிடம் சொன்னவனே பாஸ்கரன்தான். பாஸ்கரன், ஃபோர்த் ஃபார்மில் இரண்டாவது வருடமாகப் படிக்கிறான்.

பாஸ்கரனும் கிருஷ்ணன் குட்டியும் பள்ளிக்கூடத்துக்கு மாட்டு வண்டியில் வருவார்கள். வர்ணம் தீட்டிய கொம்பும், நுனியில் நீலக்குஞ்சலமும், கழுத்துத் தோல்பட்டையில் கோர்த்தக் குடைமணியுமுள்ள வெள்ளை நிற ஒற்றை மாட்டு வண்டி. உள்ளே உட்காருவதற்குக் கோரைப் பாயுமிருந்தது. வண்டி தொலைவில் வரும்போதே மணியோசை கேட்கும்.

ஏதோ ஒரு மாப்பிளையின் வண்டியாம். மாதாமாதம் வாடகை கொடுக்க வேண்டும். அவர்கள் வருவதையும் போவதையும் அப்புண்ணி பொறாமையுடன் பார்ப்பான். சில நாட்களிலேயே புரிந்துவிட்டது, வகுப்பில் படிக்கும் பலருக்கும் அவர்கள் மீது பொறாமைதான் என்று. பள்ளிக்கூடத்துக்கு நடக்காமல் வருவது அவர்கள் இரண்டு பேர் மட்டும்தான்.

பாஸ்கரன் தடித்த, ஒரு மரமண்டையன். அவனது நடையிலும் பேச்சிலும்தான் பெரிய ஆள் என்ற கர்வம் தொனிக்கும்.

நான்கு மணிக்குப் பள்ளிக்கூடம் விடும்போது வண்டி வந்து கேட்டில் நின்றிருக்கும். தலையில் எந்நேரமும் பச்சைத் துண்டுடன் காட்சியளிக்கும் ஒரு கறுத்தக் குள்ள மனிதன் தான் வண்டிக்காரன். பாஸ்கரன் முதலில் படியிறங்கிச் சென்று கையிலிருக்கும் புத்தகங்களை வண்டிக்குள் எறிவான். பிறகு, கிருஷ்ணன் குட்டியைப் பார்த்து, “ஏறிக்கடா உண்ணி” என்பான்.

கிருஷ்ணன் குட்டி ஏறி வெளியே கால்களைத் தொங்கவிட்டு உட்கார்ந்துகொள்வான். கேட்டிலும் ரோட்டிலும் நிற்கும் மாணவர்களின் கண்கள் தன்னைப் பொறாமையுடன் பார்ப்பது அவனுக்கும் தெரியும்.

அப்புண்ணியின் நண்பன் முகம்மது. புத்தன் பரம்பிலிருந்தும் கொஞ்ச தூரம் நடக்க வேண்டும் முகம்மதின் வீட்டுக்கு. அவன் குறுக்கு வழியாக நடந்து யஞ்ஞேஸ்வரம் கோயிலின் அருகில் அப்புண்ணியை எதிர்பார்த்து நின்றிருப்பான். முகம்மதுக்கு அந்த ஒற்றை மாட்டு வண்டியைப் பற்றி பேசுவதற்கே நேரம் சரியாக இருந்தது. படித்து முடித்து, வியாபாரம் செய்து, பணம் சம்பாதித்த பிறகு, அவனுக்கு அழகான ஒரு ஒற்றை மாட்டு வண்டி வாங்க வேண்டுமாம்.

"காளை படுஜோரா இருக்கு. மைம்முண்ணி முதலாளியோட ஒத்தைக் காளை வண்டிகூட இந்த அளவுக்கு வராது."

சில நேரங்களில் சொல்வான்:

"வண்டியை அந்தக் குண்டனுக்கு ஓட்டுனா என்னவாம்? நானாயிருந்தா . . ."

அப்படியாக, வண்டியையும் மாட்டையும் பற்றிய முகம்மதின் வர்ணனைகளைக் கேட்டுச் சலித்துப்போன அப்புண்ணி ஒரு நாள் சொன்னான்:

"அவன் எங்க வீட்டிலுள்ளவன்தான்."

முகம்மது சொன்னான்:

"பொய், முழுப்பொய்."

அப்புண்ணிக்குக் கோபம் வந்தது:

"உண்மையாகவே. நாங்க ஒரே வீட்டிலுள்ளவங்க."

"பிறகேன் நீ அவங்ககூட வர்றதில்லை?"

இதற்கான பதிலை அப்புண்ணியால் சொல்ல முடியவில்லை.

"பிறகேன் நீங்க புத்தன்பரம்பில இருக்கீங்க?"

"நாங்க தனியாப் போயிட்டோம்."

"பாகம் பிரிஞ்சிட்டீங்களா?"

"பாகம் பிரியலை."

"பிறகேன்?"

"அது அப்படித்தான்."

"அது ஏண்டா அப்படி?"

அப்புண்ணி தடுமாறிப்போய் விட்டான்.

அவனோட ஒத்தைக் காளை வர்ணனையைக் கேட்டுட்டுப் பேசாம இருந்திருக்கலாம்.

“நான் கேட்டது தப்பா?”

“ஆமா.”

அத்துடன் கேள்விகளை நிறுத்திக்கொண்டான் முகம்மது.

ஆனால், பிரச்சினை அத்துடன் முடிந்துவிடவில்லை. அதை யாரிடம் எல்லாமோ அவன் சொல்லிவிட்டான்:

“வண்டியில வர்ற பாஸ்கரனும் நம்ம அப்புண்ணியும் ஒரே வீட்டிலுள்ளவங்க.”

வகுப்பிலுள்ள பலரும் இதை அறிந்துகொண்டார்கள். பாஸ்கரனும் அறிந்த பிறகுதான் பிரச்சினை சிக்கலானது.

பாஸ்கரனுக்குக்கென்று ஒரு கோஷ்டி இருந்தது. கருணாகரனும் ரங்கநாதனும் எல்லாம். எப்போதாவது மனமிரங்கி தங்களையும் வண்டியில் ஏற்றிக்கொள்வான் என்பதற்காக அவனுடன் கூட்டுச் சேர்ந்தவர்கள்.

கருணாகரன், பாஸ்கரனிடம் சொன்னான்.

அதைக்கேட்ட பாஸ்கரன் கேலியாகச் சிரித்திருக்கிறான். “ஹூம் . . . எங்க வீட்டிலுள்ளவனா? போன வருஷம் துள்ளல் பாக்க வந்தபோது என்ன நடந்துச்சுன்னு அவன் கிட்டயே கேட்டுக்க.”

என்ன நடந்தது? வேறு சிலருக்கு அதை அறிந்தே ஆக வேண்டும். என்ன நடந்தது என்று துளைத்துத் துளைத்துக் கேட்டபோது அப்புண்ணி அழுதுவிட்டான்.

பாஸ்கரனே சிலரிடம் சொல்லியிருக்கிறான். “எங்க வீட்டுப் படியை அவன் மிதிக்க மாட்டான். பெரிய மாமா விரட்டி அவன் ஓடுன பாதையில இனி புல்லுகூட முளைக்காது.”

அப்புண்ணியும் அமைதியாக நின்றபடி இதைக் கேட்டுக் கொண்டிருந்தான். பாஸ்கரன், அப்புண்ணியின் அண்ணன். ஆகவே, பாஸ்கரன் அண்ணன் என்றுதான் சொல்ல வேண்டும். இவனையா அண்ணன் என்று சொல்வது? அது இந்த ஜென்மத்தில நடக்காது. குண்டன்.

பாஸ்கரன், அப்புண்ணியின் பெரியம்மா மகன். அவனுடைய அப்பா, நம்பூதிரி. பாஸ்கரனின் அம்மாவுக்குச் சொந்தமாக வீடும் தோட்டமும் இருக்கிறது. காரியஸ்தனும் இருக்கிறான்.

மற்றவர்களிடம் இருந்து முடிந்த வரைக்கும் விலகியிருக்கவே விரும்பினான் அப்புண்ணி. அவன் பாஸ்கரன் வீட்டு வேலைக்காரியின் மகன். பெரிய வீடில்லை. பணமில்லை. இரண்டே இரண்டு ஜோடி உடுப்புகள்தான் அவனிடமிருந்தன. அதையே திருப்பித் திருப்பி அணிந்துகொள்ள வேண்டும். தேவையான புத்தகங்களுமில்லை. கணக்குப் பாடமெழுத நல்ல அட்டை கூட இல்லை.

மாராரின் ஓட்டலில் பாஸ்கரனுக்கு மதியச் சாப்பாடு ஏற்பாடு செய்யப்பட்டிருந்தது.

காலையில் கஞ்சி குடித்துவிட்டு பள்ளிக்கூடத்துக்கு வரும் அப்புண்ணிக்குச் சாயங்காலம் வீடு திரும்பிய பிறகுதான் சாப்பாடு.

மூன்றாவது வகுப்புத் தொடங்கும்போதே பசிக்க ஆரம்பித்து விடும். பள்ளிக்கூட வளாகத்தை அடுத்திருக்கும் மாரார் ஓட்டலின் சமையல் கட்டிலிருந்து கடுகு தாளிக்கும் வாசம் அப்போதுதான் எழும். ஒரு மணிக்கு பள்ளிக்கூடம் விட்ட பிறகு, தண்ணீர் குடிப்பதற்காக ஓட்டலின் பின்வழியாகப் போகும்போது சமையல் கட்டை அடுத்துள்ள கூடத்தில் வரிசை வரிசையாக இலை போடப்பட்டிருப்பதைப் பார்ப்பான்.

ஆமினாவும்மாவின் சீட்டுப்பணம் கிடைத்தபோது அம்மா தூக்குச்சட்டி வாங்க இருந்தாள். தூக்குச்சட்டியை விடவும் முக்கியமாக சட்டையும் வேட்டியும் தேவை என்றான். அம்மாவுக்கு வேறு வழியில்லை. இருந்த இரண்டு சட்டையில் ஒன்று துவைத்துத் துவைத்து நைந்துபோயிருந்தது.

ஒருநாள் சாயங்காலம் பள்ளிக்கூட முற்றத்தில் ஓட்டம் துள்ளல் விளையாடுவதாக முடிவு செய்திருந்தார்கள். எல்லோரும் ஆளுக்கு இரண்டணா கொண்டு வர வேண்டும் என்று முதல் நாளன்று ஆசிரியர் குறிப்பு வாசித்தார். அப்புண்ணியிடம் காசில்லை. அம்மா அக்கம்பக்கங்களில் எல்லாம் கேட்டுப் பார்த்தாள். கிடைக்கவில்லை. ஆமினாவும்மாவிடம் இருந்தா லாவது கிடைத்திருக்கும்.

வகுப்பாசிரியர் முதல் வகுப்பில் காசு வசூலித்தார். நான்கு பேர் கொடுக்கவில்லை. அதில் அப்புண்ணியும் ஒருவன்.

“மத்தியானம் காசு கொண்டு வரணும்.” நம்பீசன் சார், கண்களை நான்கைந்து முறை வேகமாக மூடித் திறந்து மூக்கு விரியச் சொன்னபோது அவன் புத்தகத்தை எடுத்துக்கொண்டு கிளம்பினான்.

“எதுக்குடா புஸ்தகத்தை எடுக்குறே? வீட்டுக்குப் போகப்போறியா?”

யாரோ கேட்டார்கள்.

“ஆமா . . .”

“ஏன்?”

“உடம்புக்கு முடியலை. தலை வலிக்குது.”

அவன் முகம்மதுவிடமும் சொல்லாமல் நடந்தான்.

மத்தியானம் நம்பீசன் சார் காசு கேட்கும்போது பரக்கப்பரக்க முழித்துக்கொண்டு நிற்க வேண்டியதாகி விடும். மற்ற பிள்ளைகள் இழிவாகப் பார்ப்பதையாவது தவிர்த்துவிடலாம் அல்லவா?

மதிய வெயில் கொளுத்தியது. பாதையிலுள்ள மணல் தீ போல் சுட்டது. வயலில் இறங்கி ஓரம் பார்த்து நடந்தால் நிழல் தாங்கலாக இருக்கும். அவன் அப்படியே நடந்து வடக்குப்பாட்டு வேலியின் அருகில் போகும்போது தோட்டத்தில் யாரோ நிற்பதுபோல் தோன்றியது. அவன் பார்க்காததுபோல் நடந்து கொண்டிருந்தான்.

யாரோ அழைப்பது கேட்டது: “அப்புண்ணியண்ணா.”

அவன் அப்படியே நின்றான். மாளு. கமுகில் படர்ந்திருக்கும் கொடியிலிருந்து அவள் வெற்றிலைக் கிள்ளிக்கொண்டிருந்தாள்.

“ஸ்கூல் சீக்கிரமா விட்டாச்சா?”

ஆமா, பெருசா கேட்க வந்துட்டா. கோபம்தான் வந்தது. அப்புண்ணி வெறுமனே முனகி வைத்தான்.

“அம்மும்மா தினமும் சொல்வாங்க. அப்புண்ணியண்ணா இந்த வழியாப் போகும்போது பார்க்கணும்னுட்டு.”

அதான் ஒரு தடவை பாத்தாச்சே? விரட்டியடிக்கும்போது எல்லோரும் பாத்துட்டு தானே நின்னாங்க? என்னை எதுவும் சொல்ல வச்சிடாதே.

“பெரிய மாமிக்கும் அப்பாவுக்கும் . . .”

அவள் திடீரென்று பேச்சை நிறுத்தினாள்.

“யாருட்டடீ மாளு பஞ்சாயத்து பண்ணிட்டிருக்கே?”

கமுகு மரங்களிடையே இருந்து ஒரு பெண் நடந்து வந்தாள்.

போய்விடுவோமா என்று நினைத்த அப்புண்ணி, அவளைக் கண்டதும் அப்படியே உறைந்துபோய் நின்றான்.

அம்மிணி . . .

நாக சவாரி செய்த மார்பு மறைக்காத ராஜகுமாரி . . .

அவன் வியப்புடன் பார்த்தான். சுருக்கு வைத்த உடைமணியாடையும், அரைக்கு மேல் அம்மணமும், கலைத்துப் போட்ட கார்குழலும், படம் விரித்தாடும் பாம்புபோல் ஊர்ந்து நெளியும் நாகக்கன்னிகையின் உருவம், என்றோ கண்ட கனவுபோல் மனதுக்குள் விரிந்தது. இப்போது நீல நிறத்தில் பட்டு ஜாக்கெட்டும் நேரிய கரையுள்ள புது வேட்டியும் அணிந்திருக் கிறாள். நறுநுதலில் வரைதிலகம். நீள மை தீட்டிய, அரை மூடிய விழிகள்.

“யாரிது அப்புண்ணியா?”

பெயர் தெரிந்திருக்கிறது.

கண்ணில் தெரியும் வடிவத்துடன் அவளைக் கற்பனை செய்ய இயலவில்லை. அழகிய, மானுடப் பெண்ணின் முகத்துடன் இலங்கி நெளியும் கருநாகம்.

அவள் சிரிக்கும்போதும் பேசும்போதும் கண்கள் பாதியடைகின்றன.

அவன் வியப்புடன் பார்ப்பதைக் கண்ட அம்மிணி கேட்டாள்:

“என்ன அப்படிப் பாக்குறே? என்னைத் தெரியலையா?”

திடீரென்று அவனுக்கு நினைவு வந்தது. ஏன் தெரியாது? என்னை நாயைப்போல் விரட்டியடித்த பெரிய மாமாவின் மகள். அவனைவிட மூன்று வயது பெரியவள் என்பதால் மரியாதை கொடுக்கிறான்.

வரப்பில் ஒரு காலைத் தூக்கி வைத்தபடி, சிரிக்கும் ஈர உதடுகள் பிரியாமல் அம்மிணி சொன்னாள்:

“அப்புண்ணிக்கு என்னைத் தெரியாம இருக்கலாம்; ஆனா, அப்புண்ணியை எனக்குத் தெரியும்.”

கையிலிருந்து கீழே விழுந்த பாக்குத் துண்டை அவள் குனிந்து எடுத்தாள். நுனி முடிந்து படர விட்டிருந்த தலைமுடி தோளினூடே நழுவி விழுந்தது.

“தளிர் வெத்திலை இருந்தா ஒண்ணு தா மாளு.”

“நான் போறேன்.” – பொதுவாகச் சொல்லிவிட்டு நடந்தான் அப்புண்ணி.

"இங்கப் பாரு அப்புண்ணி."

அவன் திரும்பிப் பார்க்காமல் நடந்தான்.

அம்மா வீட்டில்தானிருந்தாள். இல்லத்துக்குப் போயிருப்பாள் என்று நினைத்திருந்தான். திண்ணையில் சங்கரன் நாயர் அமர்ந்திருந்தார். அவன் ஓசையுடன் ஓரமாக வந்து ஏறியபோது அம்மா நகர்ந்து வாசலுக்குப் பின்னால் நின்றுகொண்டாள்.

"என்ன அப்புண்ணி சீக்கிரமா வந்துட்டே?"

அவனுக்குக் கோபம் கோபமாக வந்தது. பொதுவாக 'ஆங்' என்றொரு பதிலைச் சொன்னான்.

"என்னடா?"

"ஒண்ணுமில்ல."

புத்தகக்கட்டை மூலையில் எறிந்துவிட்டு கொஞ்சம் சத்தமாகவே கேட்டான்:

"கஞ்சியிருக்கா?"

அவனுடைய முக மாற்றம் அம்மாவுக்கு நெருடலாக இருந்தது. முன்பு ஒருபோதும் இப்படி முகம் கறுத்து அவன் பேசியதில்லை. பாருக்குட்டி கஞ்சி ஊற்றினாள். பலகை போடுவதற்குக் காத்திருக்காமல் அவன் உட்கார்ந்தான்.

"வேட்டி அழுக்காயிடும். எழுந்திரு. பலகைப் போட்டுத் தரேன்."

ஒரு வாய் கஞ்சி உள்ளே போனதும், காரணமில்லாமல் ஏற்பட்ட கோபம் தணிந்தது.

"பலகையெல்லாம் வேண்டாம்."

அவன் அமைதியாகச் சொன்னான்.

அம்மா உள்ளே போனாள்.

சங்கரன் நாயரின் குரல் கேட்டது.

"அப்புண்ணி இன்னைக்கு என்ன ஒரு மாதிரியா?"

"என்னமோ? நானும் அதுதான் யோசிக்கிறேன். பசிக்கோபமாக இருக்கும்."

"மற்றதை நான் பாத்துக்குறேன். அபராதம் கட்டாம சரிபண்ணிடலாம்."

அபராதம் என்று பள்ளிக்கூட விஷயத்தைத்தான் குறிப்பிடுகிறார். ஃபீஸ் கட்ட வேண்டிய நாள் நெருங்கிவிட்டது. சங்கரன் நாயரிடம் அம்மா பணம் கேட்டிருப்பாள்.

"பெரிய உபகாரம் சங்கரன் நாயரே ..."

"என்னால முடிஞ்ச எல்லா உதவியும் செய்ய நான் தயாரா இருக்கேன் பாருக்குட்டியம்மா."

சங்கரன் நாயர் அங்கிருந்து சென்றதும் பாருக்குட்டி உள்ளே போனாள். அப்புண்ணி கை கழுவிக்கொண்டிருந்தான்.

"ஏன் அப்புண்ணி சீக்கிரமா வந்துட்டே?"

"ஒண்ணுமில்லம்மா, வீட்டுக்குப் போறவங்க போகலாம் னாங்க."

அவன் அறைக்குள் வந்தான். அம்மா இல்லத்துக்கு இன்னைக்கு வேலைக்குப் போகலையா என்று கேட்கத் தோன்றியது. ஆனால், கேட்கவில்லை. அப்படியான ஒரு இல்லமும், அங்கே ஒரு குஞ்ஞாத்தோலும், கோணல் சிரிப்புடன் நம்பூதிரியும் இருக்கிறார்கள் என்பதையே மறந்துவிட வேண்டும். அங்குள்ள உரல் புரையிலும் முற்றத்திலும் தன்னுடைய அம்மா வேலை பார்க்கிறாள் என்பதையும் மறந்துவிட வேண்டும். இல்லத்து வேலைக்காரியின் மகன். அதை அவனால் நினைத்துப் பார்க்கவும் முடியவில்லை. அப்புண்ணி, கோந்துண்ணி நாயரின் மகன். வண்ணான் மந்திரவாதியின் மண்டபத்தின் முன்வைத்து, ஊருக்கே சவால் விட்டு வெற்றிபெற்ற பகடை வீரன் கோந்துண்ணி நாயர். முத்தளிம் குன்றில் நடந்த சண்டையில் ஆறுபேருடன் தன்னந்தனியாக நின்று மோதிய கோந்துண்ணி நாயர் ...

முத்தாச்சியின் குடிசை வாசல் திறந்து கிடந்தது. முத்தாச்சியைப் பார்த்து நிறைய நாட்களாகிவிட்டது போலிருந்தது. வாசலருகில் உட்கார்ந்து முறத்தில் அரிசியைப் பரப்பி, தடவிப் பார்த்துக் கல் பொறுக்கிக்கொண்டிருந்தாள் முத்தாச்சி.

"யாரது?"

"நான்தான் முத்தாச்சி."

"அப்பு, கொஞ்சம் கல்லுப் பொறுக்கித் தாயேன். முத்தாச்சிக்குக் கண்ணு பத்த மாட்டேங்கு."

அவன் ஒரு பிடி அரிசியை அள்ளித் தரையில் போட்டு, கற்களைப் பொறுக்கி முற்றத்தில் எறிந்தான்.

எம்.டி. வாசுதேவன் நாயர்

பாட்டியின் பாடுகளைக் கேட்க நேரம் கிடைக்காமல் போய்விட்டது. காலையில் சீக்கிரமாகப் போக வேண்டும். சாயங்காலம் திரும்பி வரும்போது நேரமாகியிருக்கும். சனிக்கிழமையும் ஞாயிற்றுக்கிழமையும் கிடைக்கும் நேரத்தில் பாட்டி குடிசையில் இருக்க மாட்டாள்.

“அங்க யாரு வந்திருந்தாப்பு?”

“சங்கரன் நாயர்தான்.”

“எதுக்காக வந்தான்?”

“தெரியல பாட்டி. நான் இப்பதான் வந்தேன்.”

“தென்னம்பொற்றை சங்கரன் நல்ல மனுசன்தான்.”

பாட்டி அவரைப் பற்றிய நல்ல அபிப்பிராயத்துடன் நிறுத்தவில்லை.

“இருந்தாலும் . . .”

“என்ன பாட்டி?”

“இல்லை, ஒண்ணுமில்ல.”

கல் பொறுக்கிவிட்டு வெளியே வரும்போது பாட்டி சொன்னாள்:

“ஆளுகளுக்குப் பேசுறதுக்குக் கொஞ்சம் இருந்தாலே போதும்.”

ஆட்கள் என்ன பேசுகிறார்கள்?

குனிந்து ஒரு கல்லை எடுத்து முளம் குளத்தில் வேகமாக எறிந்த அவன் குண்டுங்கல் படிக்கல்லிலுள்ள மஞ்சாடி மரத்தை நோக்கி நடந்தான்.

வடக்குப்பாட்டு சமையல்கட்டு வேலை முழுவதும் மீனாட்சி அக்காவுக்கு. அவளுக்கு உதவியாக மாளு. பாட்டியின் இரண்டாவது மகள்தான் மீனாட்சி அக்கா.

அவள் பாஸ்கரனின் அம்மாவான குஞ்ஞுக்குட்டிப் பெரியம்மாபோல் அல்ல. மாளுவை அதிகமாக வேலை வாங்க மாட்டாள் என்பதால் மாளுவுக்கு அவளைப் பிடிக்கும். மீனாட்சிப் பெரியம்மாவுக்குக் குழந்தைகள் இல்லை. பிறக்கவும் செய்யாதாம். மீனாட்சிப் பெரியம்மாவின் கணவர் அச்சுதன் நாயர். மாளு அவரைச் சித்தப்பா என்று அழைப்பாள். ஆனால், அவர் மாளுவின் அத்தை மீனாட்சியின் கணவர்.

மீனாட்சி என்றொருத்தி அந்த வீட்டில் இருக்கிறாள் என்ற விஷயமே பலருக்கும் தெரியாது. பொழுது விடிவதற்குள் குளித்து முடித்து சமையல் கட்டுக்குள் நுழையும் அவள், இரவு எல்லோரும் சாப்பிட்டு முடித்த பிறகு, அடித்துத் தெளிக்கும் நீலிக்கான கஞ்சியை எடுத்து வைத்துவிட்டு, அடுப்பையும் அடுப்படியையும் கழுவிவிட்ட பிறகுதான் படுப்பாள். சாயங்காலமானால் பெரிய மாமா வெளியே இறங்கி நடப்பார். வயலும் எங்கோ இருக்கிற தோப்பையும் எல்லாம் பார்வையிட்ட பிறகு வீட்டுக்குத் திரும்புவார். அவர் வீட்டுக்குத் திரும்ப தாமதமாகும் நாட்களில் மீனாட்சி படுப்பதற்கு நடுச்சாமமாகி விடும். சோறும் கூட்டுக்கறியும் உப்பேரியும் தயாராக்கி வைத்து, சமையல் கட்டில் பலகை போட்டு உட்கார்ந்திருப்பாள். எவ்வளவு நேரமானாலும் பெரிய மாமா சாப்பிட்ட பிறகுதான் குழந்தைகளுக்குச் சாப்பாடு. பெரிய மாமா வந்த பிறகு எண்ணெய் தேய்ப்பதில் சிறிது நேரத்தைப் போக்குவார். ஒரு துண்டை மட்டும் உடுத்திக் கொண்டு உடல் முழுவதும் கொழகொழா என்று

எண்ணெய்ப் புரட்டிவிட்டு முற்றத்தில் அங்குமிங்குமாக உலாத்துவதில் சிறிது நேரத்தைப் போக்குவார். கிணற்றங்கரையில் இரண்டு குண்டா நிறைய தண்ணீர் நிரப்பி வைக்கப்பட்டிருக்கும். பெரிய பித்தளைத் தவலை நிறைய வெந்நீரை மீனாட்சியும் மாளுவும் பிடித்து கிணற்றங்கரையில் கொண்டு வந்து வைப்பார்கள். குளித்து முடியும்போது தெற்கு மனை மாடியின் முன், திருநீறு பூசத் தயாராக, குத்து விளக்கேற்றி கோரைப் பாயை விரித்து வைத்திருப்பார்கள். இதைச் செய்வது அம்மிணி. பிறகு பத்தாயப்புரை மாடியேறி, ஈரத்துணியை மாற்றிவிட்டு வருவதற்கு சிறிது நேரம் பிடிக்கும். திருநீறு அணிந்து அவர் மாடியேறுவதற்குள் சமையல் கட்டிலிருந்து மீன் பொரியலோ கோழி முட்டை வறுவலோ பீங்கான் பாத்திரத்தில் வைத்து முற்றத்தினூடே கொண்டு போய் பத்தாயப்புரை மாடியில் வைக்க வேண்டும். மீனை மாடியின் முன்புறம் வழியாகக் கொண்டுபோகக் கூடாது. பெரிய மாமாவுக்கு மட்டும்தான் மீன் பொரியலும் முட்டை வறுவலும். அவர் சாப்பிட இறங்கி வரும்போது குழந்தைகள் வடக்கு மனை இருட்டில் விலகி நிற்பார்கள். பெரிய மாமா நடக்கும்போது மோசமான நெடி வீசும்.

குப்பிகளை அவர் பத்தாய நெல்லுக்குள் மறைத்து வைத்திருக்கிறார்.

பெரிய மாமா சாப்பிட்டு விட்டுப் போன பிறகு மாளுவின் அப்பாவும் சித்தப்பாவும் ஆண் பிள்ளைகளும் சாப்பிடுவார்கள். பிறகுதான் பெண்கள். எல்லோருக்கும் பரிமாறிக் கொடுப்பவளும் மீனாட்சிதான். கடைசியாக அவள் சாப்பிட உட்காரும்போது எல்லோரும் தூங்கியிருப்பார்கள். இதைப் பார்க்கும்போது மாளுவுக்குப் பாவமாக இருக்கும்.

"நீ போயி தூங்கு. நடுச்சாமம் ஆயிடுச்சு. எனக்கு இது வழக்கமானதுதானே."

மீனாட்சியின் சத்தம் வெளியே கேட்பதில்லை. உள்ளே இருந்து அதிகமாகச் சத்தம் கேட்பது குஞ்ஞிக்குட்டியின் குரல்தான். மீனாட்சியுடன் அவள் மல்லுக்கு நிற்பாள். மீனாட்சி பதில் சொல்ல மாட்டாள். அக்காவின் பேச்சு வரம்பு மீறினால் சொல்வாள்:

"எல்லாம் என் யோகம்தான்."

பாட்டிக்கு மீனாட்சியைப் பற்றி சொல்லும்போது வருத்தம் மேலிடும்.

"அவ தலையெழுத்து சரியில்லை."

இருந்தாலும் சமையல் கட்டில் ஏதாவது தாமதம் ஏற்பட்டால் அவளுக்கும் கோபம் வந்துவிடும்.

"அடியே, அறுபத்து நாலு பேருக்கு வெச்சி விளம்பின பொம்பளை நான்." பாட்டிக்கு அவ்வப்போது இதைச் சொல்லிக் கொண்டால்தான் ஆறுதல்.

சித்தப்பாவுக்கு வயதாகிவிட்டது. யாருடனும் பேசுவதில்லை. வடக்கு மனைக்குச் சென்று அதிக நேரமும் குழந்தைகளுடன்தான் பேசிக்கொண்டிருப்பார். சாப்பாட்டு நேரத்துக்கு வருவார், சாப்பிட்டுவிட்டுப் போவார். இரவில், பாட்டி படுக்கும் அறையின் பக்கத்து அறையில் படுத்துக்கொள்வார். சித்தப்பாவும் தனது அப்பாவும் ஒரேமாதிரி என்று மாளு அடிக்கடி நினைத்துக்கொள்வாள். இரண்டு பேரும் நடப்பதையும் சாப்பிட உட்காருவதையும் பார்த்தால் பயந்து பயந்து செய்வது போலிருக்கும்.

சித்தப்பாவுக்கென்று இப்போது சொத்து எதுவுமில்லை. முன்பு ஏதோ வியாபாரம் செய்துகொண்டிருந்தார். குடும்பச் சொத்தும் இருந்ததாம். சித்தப்பாவின் வீட்டில் வசித்து வந்த மீனாட்சியும் நிம்மதியாகவே வாழ்ந்துகொண்டிருந்தார். சித்தப்பா, தனது சொத்தை மருமகனுக்கு விலையாதாரம் செய்து கொடுத்தாராம். சித்தப்பாவுக்குக் குடிக்கக் கொடுத்து சுயநினைவிழந்த நிலையில் பத்திரத்தில் கையொப்பம் வாங்கினார் என்றுதான் மாளு கேள்விப்பட்டிருந்தாள். இப்போது கொஞ்ச காலமாக இங்கேயே தங்கியிருக்கிறார். சொத்து விலையாதாரமாகக் கை மாறி விட்டதில் பெரிய மாமாவுக்கு சித்தப்பாவின்மீது வெறுப்பு.

குஞ்ஞிக்குட்டி அத்தைக்கும் அவளுடைய குழந்தைகளுக்கும் தேவைக்கு எல்லாமே இருந்தன. கணவர் பரம்பத்து மனை சித்தப்பன் நம்பூதிரி. தன்னுடைய சொத்துக்களை அவர் எழுதிக்கொடுத்திருந்தார். அத்தைக்குத் தொலைவில் எங்கோ வீடும் இடமும் இருக்கிறதாம். இடையிடையே அத்தையைப் பார்க்க வருகிற குஞ்சன் நாயர்தான் காரியஸ்தன். குத்தகை வருமானத்தைப் பணமாக்கிக் கொண்டுவந்து கொடுப்பாராம். பாட்டி சொல்லிதான் மாளு கேள்விப்பட்டாள்: "அவ கையில நிறைய பணம் இருக்கு. என் மகள்னு சொல்லி என்ன பிரயோஜனம்? அறுந்த கைக்கு உப்பு வைக்க மாட்டா."

பாட்டிக்கும் அத்தைக்கும் அடிக்கடி தகராறு வரும். தகராறு வந்த உடனே, அத்தை வழக்கமாகச் சொல்வது:

"நீங்களெல்லாம் சேந்து என்னையும் எம்பிள்ளைங்களையும் கஷ்டத்திலாக்கிடுவீங்க"

ஒருநாள் மதியம், வீட்டில் ஏக களேபரம். கொம்பொடிந்த பசு, மதிலில் உலரப் போட்டிருந்த வேட்டியில் பாதியைத் தின்றுவிட்டது. அந்தப் பசுவின் வேலையே அதுதான். வேட்டியையும் சட்டையையும் பார்த்தால் தின்றுவிடும்.

இதைப் பார்த்த அத்தை ஓடிப்போய் பசுவின் வாயிலிருந்த மிச்ச வேட்டியைப் பிடுங்கிவிட்டு, பசுவை நிறைய திட்டினாள். பசு அதைக் கண்டுகொள்ளவே இல்லை என்றதும் வீட்டுக்குள் வந்து நின்று முறையிட ஆரம்பித்தாள்:

"இதையெல்லாம் கவனிக்க இங்க யாரிருக்கா?"

"பசு அதைத் திங்கிறதை யார் பாத்தாங்க?"

பாட்டி கேட்டாள்.

"பாத்தாலுமே விரட்டுறது கிடையாது. என்னோட பொருள் இல்லாம போனா யாருக்கென்ன வந்தது? அதுக்கெல்லாம் இங்க யாருமே இல்லை. திங்கிறதுக்கு மட்டும் ஆளிருக்கு."

பாட்டிக்கு இது பிடிக்கவில்லை.

"இங்கே அன்னியர் யாரும் கிடையாது."

"அம்மாவுக்குத் தெரியாது. இங்குள்ள சாதனங்கள்தான் இல்லாமப்போகுது."

"அதையெல்லாம் குஞ்ஞிக்கிருஷ்ணன் பாத்துக்குவான்."

"என்னால அப்படி விட்டுட முடியாது. நானும் என் குழந்தைகளும் இருக்கோம்."

"இங்க வேறயும் ஆளுக இருக்காங்க."

பேசிப்பேசி சண்டை வலுத்தது. கடைசியில் அத்தை சொன்னாள்:

"அம்மாவுக்கு என்னையும் என் பிள்ளைங்களையும் கண்ணுல கண்டுடக்கூடாது. அதான் பாக்குறனே, மகனோட திருக்குமாரத்தியைக் கொஞ்சுறதை. என் பிள்ளைங்களைத் திரும்பியாவது பாக்குறீங்களா?"

பாட்டி பதில் சொல்லாமல் நாமஜெபம் சொல்ல ஆரம்பித்தாள். மாளு அங்கே தங்கியிருப்பது அத்தைக்குப் பிடிக்கவில்லை. சித்தப்பாவையும் பிடிக்காது. கால் காசுக்கு வழியில்லாமல் குடும்பச் சொத்தைத் தின்று தீர்க்கவென்றே வந்து சேர்ந்திருக்கிறார் என்று மெதுவாகச் சொல்வாள்.

தெற்கு, வடக்கு மனைகளின் மூன்று மாடியறைகளும் அத்தைக்கும் அவளுடைய பிள்ளைகளுக்குமானவை. மாளு

எப்போதாவது அங்கே போவாள். முதல் அறையில் மேலடுக்குடன் கூடிய ஒரு கட்டில் கிடந்தது. அதில் அத்தையும் தங்குவும் படுப்பார்கள். நடு அறையில் பாஸ்கரனும் கிருஷ்ணன் குட்டியும். மூன்றாவது அறை பூட்டியே கிடக்கும். ஒரே ஒரு தடவைதான் மாளு அந்த அறைக்குள் போயிருக்கிறாள். அதில் இரண்டு கட்டில்களும் ஒன்றின்மீதொன்றாக படுக்கைகளும் உருண்டை தலையணைகளும் கிடந்தன. கட்டிலின் மேலடுக்கில் ஜரிகை இழைக்கப்பட்டிருந்தது. சுவரில் நிறைய சித்திரங்களும் பெரிய கண்ணாடியும் அதனருகில் களிமண்ணாலான இரண்டு மான் தலைகளும் இருந்தன. கட்டிலின் கீழ்ப்பகுதியில் பளிங்குப் பாத்திரங்களும் வெள்ளிப்பாத்திரங்களும் வைக்கப்பட்டிருந்தன. அறையின் நடுவில் வட்ட மேஜை. மேலே ரசம் பூசப்பட்ட குடுவைகள் தொங்கிக் கிடந்தன.

அந்த அறை தங்குவுடையது.

“எனக்கு ஒத்தைக்கொரு மகதானே? அவளுக்குன்னு ஒருத்தன் வரும்போது தனியாக ஒரு இடம் வேண்டாமா?”

தங்குவின் வரவிருக்கும் சம்பந்தக்காரனுக்காக அந்த அறை ஒதுக்கி வைக்கப்பட்டிருக்கிறது.

தங்கு பள்ளிக்கூடத்தில் ஐந்தாம் வகுப்புவரை படித்திருக்கிறாள். அவளுக்கு இப்போது பதினைந்து வயது. மாளுவுக்கு வரும் *கும்ப மாதத்தில் பன்னிரெண்டு தொடங்குகிறது.

மாளு பாட்டியின் அறையில்தான் தூங்குவாள். மாடியின் அருகிலுள்ள தெற்கு மனையிலிருந்து செல்ல வசதியாக ஒரு அறை இருந்தது. அதில் மாளுவின் அப்பா படுப்பார். துணி போடுவதற்கு மூங்கிலாலான ஒரு கொடியும் மூலையில் மடித்து வைக்கப்பட்ட ஒரு பாயும் மட்டுமே அங்கு இருந்தன.

பாட்டி உயரம் குறைந்த ஒரு கட்டிலிலும், கீழே பாயில் வேட்டியை விரித்து மாளுவும் படுத்துக்கொள்வார்கள். மழைக்காலம் வந்தால் பாட்டி சொல்வாள்:

“கட்டில்ல ஏறிப்படுத்துக்க மாளு.” நல்ல மழையும் குளிரும் இருக்கும்போது கம்பளியின்கீழ் படுத்திருப்பது சுகமாக இருக்கும்.

மாளு அங்கே இருக்கிறாள் என்பதுகூட அப்பாவுக்கு நினைவு வருவதில்லை. அவளை அழைக்கவோ எதுவும் சொல்லவோ மாட்டார். அவளுக்கென்று எதுவுமே அவர் வாங்கிக் கொடுத்ததுமில்லை.

---

* மாசி.

"அவன் கையில ஏதாவது வேண்டாமா?"

நிலங்களை விற்பதற்கு முன் விவசாய வேலைகளுக்குக் காரியஸ்தன் இருந்தான். இப்போது அப்பா கவனித்துக்கொள்கிறார். காலையில் சீக்கிரமாக எழுந்து முற்றத்தில் மேற்குப்புற அடிவாரத்தில் போய் நின்று அவர் கூவுவார். அப்போது குன்றின்மீதிருந்து நான்கைந்து பதில் கூவல்கள் கேட்கும். செறுமக்களின் குடில்கள் குன்றின்மீதிருந்தன. அய்யப்பனும் சாத்தனும் தாமியும் அய்யப்பன் மகன் கணக்கராயும் எல்லாம் இறங்கி வருவார்கள். தொழுவத்தில் இருந்து காளைகளை அவிழ்த்துத் தண்ணீர் காட்டி அவர்கள் வெளியே கொண்டு போகும்போது அப்பாவும் கூடவே போவார். பிறகு, மதியத்துக்குப் பிறகுதான் வீடு திரும்புவார்.

தொழுவத்தில் நான்கு ஜோடி மாடுகள் இருந்தன. மூன்று ஜோடிகள் உழவுக்கும் ஒரு ஜோடி காளைப்பூட்டுக்கு மட்டுமே இறக்குகிற காளையும் மணிக்காளையும். பெரிய மாமாவுக்கு காளைப்பூட்டு என்றால் உயிர். படிக்கல் ஆடுகளத்தில், சென்ற *மிதுனம் மாதம் காளைப்பூட்டு நடந்தது. பல ஊர்களில் இருந்தும் காளைகள் வந்திருந்தன. ஆனைக்கரையிலும் குமரநெல்லூரிலும் காளைப்பூட்டு நடந்தால் கொண்டு போவார்.

பெரிய மாமா படுப்பதற்கு முன் அரிக்கன் விளக்குடன் தொழுவத்தின் வராந்தாவில் வந்து வட்டிலில் வைக்கோல் நிரப்பி யிருக்கிறதா, கழுத்துக்கட்டு சரியாக இருக்கிறதா என்றெல்லாம் பார்ப்பார். மாதமொருமுறை திருத்தாலை சந்தைக்குப்போய் ஆட்டுத்தலை வாங்கி வந்து வேக வைத்து இடித்து காளைக்கும் மணிக்காளைக்கும் கொடுப்பார்.

வாரமொருமுறை நீளமான மூங்கில் குழாயில் எண்ணெய் நிரப்பி காளைகளின் வாயில் ஊற்றிக்கொடுப்பார். காளைக்குக் கொடுப்பதற்கான எண்ணெயைத் தனியாக எள் கொடுத்து ஆட்டி வாங்குவார். எள் விளைந்தால் முதலில் செய்யும் வேலை இதுதான். பிறகு சாக்குப்பையில் கட்டி மாமியார் வீட்டுக்கு அனுப்புவார். சிந்தியதும் சிதறியதும்தான் வீட்டுக்கு வரும். எள்ளை வறுத்து இடித்துத் தின்பது பாட்டிக்கு ரொம்பப் பிடிக்கும்.

மாதமொன்றுக்கு உழக்கு எண்ணெய்தான் வீட்டுக்கணக்கு. செவ்வாயும் வெள்ளியும் பெண்கள் எண்ணெய் தேய்த்துக் குளிக்கிற நாட்கள். அன்றைய தினம் தலையில் ஒரு சொட்டு எண்ணெய் தேய்த்துக்கொள்வார்கள். அத்தையும் பிள்ளைகளும்

---

* ஆனி.

அதில் பங்கு பெற மாட்டார்கள். மாடியில் நடு அறையில் பெரிய கறுப்பு ஜாடியில் அத்தை எப்போதும் எண்ணெய் வாங்கி வைத்திருப்பாள்.

அப்பாவிடம் எதையாவது சொல்வதற்கு மாளு தயங்குவாள். தாயத்தின் கொக்கி உடைந்தபோது சரியாக்கினால் தேவலை போலிருந்தது. அப்பாவிடம் சொல்லச் சொல்லி பாட்டியிடம் சொன்னாள். குஞ்சுத்தட்டான் நாலணா கேட்பான்.

"அவன் கையில காசிருக்கோ என்னவோ. குஞ்சு இந்த வழியாத்தானே போக வரச் செய்றான். அவனைப் பாத்தா கூப்பிடு. நான் சொல்லி சரிபண்ணித் தரேன்."

அப்பாவின் கையில் காசில்லை என்ற விஷயம் அவளுக்கும் தெரியும். இருந்தாலும் அத்தம் கழிந்தபோது பாட்டி சொன்னாள்:

"குட்டா, ஓணம் வரப்போகுது... ரெண்டு வேட்டியும் ஒரு அரையும் எடுக்கணும். திருவோணமும் அதுவுமா அவளுக்கு உடுப்புப் போடணும்."

யாரிடமோ சொல்வதுபோல் அப்பா பரிதாபமாகச் சொன்னார்:

"என் கையில காசில்ல."

"வயசுப் பத்துப் பதிமூணாகுது. இந்த வயசுல எல்லாம் பெண்பிள்ளைங்க வயசை அறிவிச்சிடுவாங்க... ஆளுங்க என்ன சொல்லமாட்டாங்க, இப்படிச் சரடும் கோவணமுமா நடந்தா?"

அப்பா பதில் சொல்லவில்லை.

"நீ ஏன் பதில் சொல்லாம இருக்க?"

"என்னை என்ன சொல்லச் சொல்றே?"

"அப்புறம்? இதையெல்லாம் வேற யாரு செய்வா? நல்ல கதை..."

அப்பா பேசவில்லை.

"குட்டா."

"ம்..?"

"என்ன பண்ணப்போறே?"

அப்பா உட்கார்ந்திருந்த இடத்தில் இருந்து எழுந்தார். ஏற்கனவே கறுத்த முகம் இன்னும் அதிகமாகக் கறுத்தது. அம்மாவைக் கோபத்துடன் பார்த்தபடி சொன்னார்:

“நீ சொல்றதைப் பாத்தா நான் ஏதோ கை நிறைய கட்டி வச்சிருக்குறது போலிருக்கு.”

“இதுக்குக் கட்டி வேற வைக்கணுமாக்கும்?”

“அம்மாவுக்குத் தெரியாதா? வருசத்துக்கு நாலு வேட்டியும் ரெண்டு துண்டும் ரெண்டு கைக்கோவணமும்தான் குடும்ப வருமானம்னு எனக்குக் கிடைச்சிட்டிருக்குன்னு.”

“அதெல்லாம் எனக்கும் தெரியும்.”

“அப்புறம் என்ன பேசுறீங்க? தொட்டுப் பாக்குறதுக்கும்கூட ஒரு சல்லிக்காசு என் கையில வர்றது கிடையாது. ராப்பகலா எருமை மாடுபோல உழைக்கிறேன். அப்பவே சொன்னேன். என்னால இந்தப் பாரத்தை எல்லாம் சுமக்க முடியாதுன்னு. தேவைக்குக் கொடுக்க ஏலாதவன் கல்யாணம் செய்துக்கக்கூடாது... எவ்வளவு சொல்லியிருப்பேன், வேண்டாம், வேண்டாம்னுட்டு?”

“அந்தப் பாரம்தான் இறங்கிட்டதேப்பா?”

“போனவ நிம்மதியாகப் போயிட்டா. வேணும்னா நான் இதெல்லாம் பண்றேன்? கையில முக்காலணா காசு இல்லாமதானே?”

பெரிய மாமா தன்னுடைய விருப்பத்துக்காக மருமகனுக்குத் திருமணம் செய்து வைத்தார். உறவிலுள்ள ஒரு காரணவரின் மகள்தான் மாளுவின் அம்மா.

அந்தத் திருமணத்தைப் பற்றி தன்னுடைய வீட்டில் இருக்கும்போது மாளு கேள்விப்பட்டிருந்தாள். பெரிய மாமா கூப்பிட்டுச் சொன்னார். அப்பா கீழ்ப்படிந்தார். இரண்டு வேட்டியும் வெற்றிலையும் கொடுத்து அப்பாவை அம்மாவின் வீட்டுக்கு அனுப்பி வைத்தாராம். கூடவே, நான்கு நாயர்கள்.

“மாமாகிட்ட கேளு.”

பாட்டி சொன்னாள்.

“நான் கேட்க மாட்டேன். உங்களுக்கு இளையவர்தானே? நீங்கதான் கேட்கணும்.”

“நீ போய் கேளு குட்டா, அவன் என்ன முழுங்கிடவா போறான்?”

அப்பாவின் குரல் இன்னும் கொஞ்சம் உயர்ந்தது:

“நானே கேட்குறேன். கேட்கிறதா நான் முடிவு பண்ணிட்டேன்.”

குரலின் ஓசை பாட்டியைப் பதற்றத்துக்குள்ளாக்கியதுபோல் தோன்றியது.

"நீ என்னடா சொல்றே?"

"எல்லாம் எனக்குத் தெரியும்; எல்லாத்தையும் மனசுக்குள்ள வச்சிருக்கேன். கேட்குறதுக்கு எனக்கும் தெரியும். சுவர் வைக்கிறாரு, வராந்தா சரி பண்றாரு. வெள்ளையடிக்கிறாரு. அதுக்கெல்லாம் பணம் இருக்கு. அதெல்லாமே நான் ... நான் ..."

அப்பாதான் இதைச் சொல்கிறார் என்பதை மாளுவால் நம்பவே முடியவில்லை. எதுவும் பேசாமல் தலை தாழ்த்தியபடி உட்கார்ந்திருக்கும் அப்பா சொல்கிறார்:

"... நான் சேறும் சகதியும் குடிச்சுச் சம்பாதிச்ச பணம்."

"பேசாதடா, குஞ்ஞிக்கிருஷ்ணன் காதுல விழுந்துடப் போகுது ... பகவானே?"

பாட்டி பதற்றத்துடன் தலையில் கை வைத்தாள்.

"என்னைக்காவது ஒருநாள் கேட்கத்தான் போறேன். மருமகன் வாயில கொழுக் கட்டை இருக்குன்னு நினைச்சுட்டார் போலிருக்கு?" என்றபடி அப்பா இறங்கி வெளியே சென்றார்.

பாட்டியும் பெரிய மாமாவும் இப்போது பேசிக்கொள்வதில்லை. முன்பெல்லாம் வீட்டு விசேஷங்கள் எதுவும் சொல்வதாக இருந்தால், "கூடப்பிறந்தவளே" என்று கூப்பிட்டுச் சொல்வார். மாமாவை விடவும் பாட்டி பத்து வயது மூத்தவள்.

சென்ற ஆண்டு துள்ளல் முடிந்த மறுநாள் காலையில், அப்புண்ணியைப் பெரிய மாமா கழுத்தைப் பிடித்து வெளியே தள்ளிய அன்று சாயங்காலம் பாட்டிக்கும் பெரிய மாமாவுக்கு மிடையே உருவான பேச்சு வார்த்தை முற்றியது. அன்றிலிருந்து அவர்கள் பேசிக்கொள்வதில்லை.

பாட்டி சொன்னாள்: "அவனுக்கும் இந்த வீட்டுல கொஞ்சம் உரிமையிருக்கு."

பெரிய மாமா இடுப்பில் கை வைத்தபடி கேட்டார்:

"என்ன உரிமை? யார் அவன்?"

"இந்த வீட்டுல உள்ளவன்தான்."

"கெழடு, பேசாம அங்கியே கெடந்துக்க சொல்லிட்டேன்."

உடன்பிறந்தாளே என்பவன் கெழடு என்கிறான்.

“நீயொரு காலகண்டன் குஞ்ஞிக்கிருஷ்ணா, இந்தக் குடும்பத்தோட காலகண்டன்.”

பெரிய மாமா கர்ஜித்தார்:

“மிதிச்சே போடுவேன் பாத்துக்க . . .”

பாட்டி பிறகு பேசவில்லை. நேராக உள்ளே சென்றவள் அங்கிருந்தபடி சொன்னாள்:

“அவன் இதையும் செய்வான்; இதுக்கு மேலயும் செய்வான். வகை தெரிவு இல்லாதவன்.”

○○○

அப்புண்ணி பள்ளிக்கூடத்துக்குப் போகும் தகவலை மாளு சொல்லித்தான் அம்மும்மா அறிந்துகொண்டாள்.

“உண்மையாகவாடீ?”

“ஆமா பாட்டி, நானே பாத்தேன்.”

“அவனைப்போல வேற யாராவதிருக்கும்.”

“இல்ல பாட்டி நான் பேசினேன்” என்ற பிறகுதான் பாட்டிக்கு நம்பிக்கை வந்தது.

“கடவுள் அவனுக்குப் பூர்ணாயுசைக் கொடுக்கட்டும். அவளுக்குன்னு இருக்கிறவன் அவன் மட்டும்தானே?”

குடும்பத்தின் முகத்தில் பாருக்குட்டி கரியள்ளிப் பூசிவிட்டாள் என்பதுதான் முதலில் பாட்டியின் எண்ணமாக இருந்தது. பாருக்குட்டியைப் பற்றி யாராவது கேட்டால், “அவ என் வயித்துல வந்துப் பொறந்துட்டா, அவ்வளவுதான் . . .” என்பாள்.

ஆனால், காலப்போக்கில் மகளைப் பற்றி அறிந்துகொள்ளும் ஆர்வம் உருவானது. வடக்குப்பாட்டு இல்லத்திலிருந்து புத்தன் பரம்புக்கு இரண்டு நாழிகை தூரம்தான். இந்தத் தூரமே மனிதர்களை எவ்வளவு இடைவெளியை நோக்கித் தள்ளிவிடுகிறது என்பதையும் அவள் புரிந்துகொண்டாள். யாருமே அங்கு போனதில்லை. யாராவது போனால் அவர்கள் திரும்ப இந்த வீட்டை மிதிக்கக்கூடாது என்று தாக்கீது செய்யப்பட்டிருந்தது. இதைப் புறக்கணிக்கும் தைரியம் யாருக்குமில்லை.

பாருக்குட்டிக்குக் குழந்தை பிறந்த தகவலும் மிக இரகசியமாகவே வடக்குப் புறத்துக்கு வந்து சேர்ந்தது. யாரோ ஒரு செறுமி இரகசியமாக வந்து இந்தத் தகவலைச் சொன்னாள்.

அப்போது திடுதிப்பென்று எழுந்த பாட்டி முற்றத்துக்கு வந்து கேட்டாள்:

"உண்மையாகவா நீலி? குழந்தை, ஆணா, பெண்ணா?"

"ஆண் குழந்தை."

"பிரசவ வேதனை அதிகமா இருந்ததா? துணைக்கு யாரிருக்கா?"

"நேத்து ராத்திரி தூங்கப் போகும்போது வலி ஆரம்பிச்சுது. பொழுது விடியுறதுக்குள்ளா பிரசவமும் ஆயிடுச்சு."

"துணைக்கு விளக்குத்தர யாராவது ..?

அவள் அதைக் கேட்டு முடித்திருக்க மாட்டாள். அதற்குள் மூத்த மகள் எகிறி விழுந்தாள்.

"மக பேர்ல அவ்வளவு கரிசனம் இருக்குறவ, பிரசவம் பாக்கப் போயிருக்க வேண்டியதுதானே?"

பாட்டி வந்த வேகத்தில் திரும்பி, இருளடைந்த தனது அறைக்குள் கிடந்த கட்டிலில் பதுங்கிக்கொண்டாள்.

கோந்துண்ணி நாயர் இறந்துவிட்டாரென்று அறிந்த அன்று யாருக்கும் தெரியாமல் அறைக்குள்ளிருந்து அழுதாள். பாருக்குட்டிக்கு இனி யாரிருக்கிறார்கள்?

உரத்தக் குரலில் எதுவும் பேசக்கூட இயலாது. வடக்குப் புறத்துக்கு வருகிற உம்மாவோ செறுமியோ தனியாகக் கிடைத்தால் ஏதாவது கேட்டு அறிந்துகொள்ள முடியும். மூத்த மகளுக்குத் தெரியக் கூடாது. மீனாட்சி எதிலுமே அக்கறை காட்ட மாட்டாள். அழவும் தெரியாது; சிரிக்கவும் மாட்டேன் என்ற முகபாவத்துடன்தான் எதையும் எதிர்கொள்வாள்.

அப்புண்ணியைப் பார்க்க வேண்டும் போலிருந்தது. தோட்டத்துக்கு வெளியிலுள்ள பாதையில்தான் தினமும் இரண்டு முறை வழிநடக்கிறான் என்று அறிந்திருந்தாள். பாஸ்கரனும் கிருஷ்ணன் குட்டியும் படிக்கிற பள்ளிக்கூடத்தில்தான் அப்புண்ணியும் படிக்கிறான்.

பாஸ்கரனிடம் எதையுமே கேட்கமுடியாது. மிகுந்த பரிவுடன், "மகனே பாஸ்கரா, கொஞ்சம் வந்துட்டுப் போப்பா" என்றால் விருப்பம் இருந்தால் வருவான்.

"பாஸ்கரா, பாடசாலையில நீ அப்புண்ணியைப் பாக்குறதுண்டா?"

எம்.டி. வாசுதேவன் நாயர்

"நான் யாரையும் பாக்குறதில்லை."

"அவனும் உன் பாடசாலையிலதானேப்பா படிக்கிறான்?"

"அதுக்காக, ஒவ்வொருத்தனையும் பாத்து நான் கணக்கெடுக்கணுமா?" என்றான்.

சாயங்கால நேரத்தில் தோப்போரம் சென்று நின்றால் அப்புண்ணியைப் பார்க்க முடியும். ஆனால், முற்றத்தில் இறங்குவதே பெரும்பாடு. முதுகு வளைய மறுக்கிறது. பத்துப் பன்னிரெண்டு சரிவுகள் இறங்கினால்தான் தோட்டத்தை அடைய முடியும். அப்படியே இறங்கினாலும் ஏறுவது மிகவும் சிரமம். எப்படியாவது போய் அப்புண்ணியைப் பார்த்துப் பேசுவதை இளையவன் பார்த்துவிட்டால் அவ்வளவுதான்.

முன்பொரு தடவை மிதித்து விடுவேன் என்றான். எவ்வளவு காலமானாலும் அதை அவளால் மறந்துவிட இயலாது. சிறுவயதில் உடம்பு முழுவதும் சிரங்குடன் நடந்த தம்பிக்கு முள்ளிலைப்பொடி தேய்ப்பதும் குளிப்பாட்டுவதும் அக்காதான். அம்மாவுக்குக் குழந்தைகளைக் கவனிக்க நேரமில்லை. காலையில் இடுப்பில் தூக்கி உட்கார வைத்தால் இரவில் தூங்க வைப்பதற்காக மட்டும்தான் தம்பியைக் கீழே விடுவாள். இப்படியாக, தூக்கிச் சுமந்து, சோறூட்டி, குளிப்பாட்டி, அருகில் படுக்க வைத்து தூங்கச்செய்து வளர்த்திய தம்பிதான் குஞ்ஞிக்கிருஷ்ணன். அவன் குடும்பக் காரணவராக ஆனதும், அவனிடம் பேசுவதற்கே நேரத்தையும் வசதியையும் பார்க்க வேண்டும் என்றாயிற்று. கடைசியில் கிடைத்தது, 'மிதிப்பேன்' என்ற எச்சரிக்கைதான்.

அதை நினைத்தபோது அவளது கண்கள் நிரம்பின.

"அனுபவிப்பே, இதுக்கெல்லாம் நீ அனுபவிப்பே."

"அம்மும்மா யாருட்ட பேசுறீங்க?"

மாளு வாசலில் நின்றபடியே எட்டிப்பார்த்துக் கேட்டாள்.

"யாருட்டயும் இல்லைம்மா. அந்த நாலுமணிப் பூ விரிய நேரமாயிடுச்சா?"

"ஆயிட்டிருக்குப் பாட்டி."

"கொஞ்சம் பாக்கலாம்னா அதுக்கும் விடமாட்டான் அந்தக் காலகண்டன்."

"அப்புண்ணியண்ணா வர்றதுக்கு இன்னும் நேரமிருக்கு பாட்டி." மாளுவுக்கென்று ஒரு யூகக்கணக்கு இருக்கிறது. "பப்பாளி

மர நிழல், பாத்திரம் தேய்க்கிற கல்லைத் தொட்ட கொஞ்ச நேரத்தில அப்புண்ணியண்ணா வருவான்."

"வந்து எதுக்கு, அந்தக் காலகண்டன் வாசப்படியில நின்னுட்டிருப்பானே?"

"பெரிய மாமா போயிட்டாங்க."

காலகண்டன் என்று சொன்னால் மாளு புரிந்துகொள்வாள் என்பதை அவள் யோசிக்கவே இல்லை.

"நீ பாத்தியா?"

"ஆமா பாட்டி, அம்மிணியக்காவையும் பெரிய மாமியையும் அழைச்சிட்டுப் போனாங்க. நாளை மறுநாள்தான் வருவாங்களாம்."

"அவங்க போனாலும் சரி, வந்தாலும் சரி, எனக்கொண்ணு மில்லை."

பாட்டி யோசித்தாள். தம்பிதான் வீட்டில் இல்லையே? அப்புண்ணியைப் பார்த்துக் கொஞ்சம் பேசினால் என்ன?

மூத்த மகளுக்குப் பிடிக்காது தான். அவளுக்குப் பிடித்தால் என்ன, பிடிக்காமல் போனால் எனக்கென்ன?

குஞ்ஞிக்குட்டி சிறுவயதில் இப்படியொன்றுமில்லை. மூன்று பெண் மக்களில் அதிக அன்புள்ளவள் அவள்தான். நம்பூதிரி சம்பந்தம் கிடைத்தது முதல் ஆளே மாறிப் போய் விட்டாள். இந்த சம்பந்தத்தில் அவளுக்கு விருப்பமில்லை. அம்மாவும் பாட்டியும் வற்புறுத்தியதால் மறுத்து எதுவும் சொல்லவில்லை. அவள்தான் இப்போது இவ்வளவு அகம்பாவத்துடன் நடந்துகொள்கிறாள்.

"ம்... பாக்குன்னா மடியில கட்டிக்கலாம்; கமுகான பிறகு என்ன பண்றது?

“மாளு . . .”

“என்ன பாட்டி?”

“பெரியத்தை எங்கடீ?”

“அத்தையும் தங்குவும் குளத்துக்கு . . .”

அவள் மெல்ல எழுந்தாள்.

“எங்கூட வா. அந்தத் தோட்டம்வரை போகணும்.”

அப்புண்ணியைப் பார்ப்பதற்கு என்று சொல்வதற்கு அவளுக்குத் தயக்கமான இருந்தது.

“இறக்கமெல்லாம் இறங்க முடியுமா பாட்டி?”

“அதெல்லாம் முடியும் வாடீ.”

மாளுவின் கையைப் பற்றிக்கொண்டு அவள் மெதுவாகப் படியிறங்கினாள். மரக்கன்றுகள் நட்டு வைத்த குழிகளினூடே நடப்பதற்குச் சற்று சிரமமாகத்தான் இருந்தது. கண் பார்வையும் மங்கியிருந்தது. அவர்கள் தோட்டோரத்தில் போய் நின்றார்கள்.

மாளு வயலின் மறுகரைவரைக்கும் கண்களை ஓட்டினாள். யாருமில்லை. கொஞ்ச நேரத்துக்குப் பிறகு, குப்பைகளை எரித்த இடத்தையும் தாண்டியுள்ள வெற்றிடத்தில் வெள்ளையாக ஏதோ தெரிந்தது. அது நெருங்கி வந்ததும் மாளு சொன்னாள்:

“அதோ அப்புண்ணியண்ணா.”

ஆனால், அப்புண்ணி வேலிப்பாதையினூடே வராமல் வயல் பாதை வழியாக நடந்தான்.

“இந்தப் பக்கமாக் கூப்பிடுடீ, பாட்டி இங்க நிக்கிறான்னு சொல்லு.” அவள் அவசரப்பட்டாள்.

இங்கே நின்று குரல் கொடுத்தால் அப்புண்ணிக்கு ஒருவேளை கேட்காமல் போகலாம். அவள் வேலியின் தகர்ந்தப் பகுதியினூடே நுழைந்து வயலை நோக்கி ஓடினாள்.

அப்புண்ணி புத்தகக்கட்டை அக்குளில் இடுக்கியபடி, மடித்துக் கட்டிய வேட்டியுடன் வேர்வை ஊற்றெடுக்க மெதுவாக நடந்து வந்துகொண்டிருந்தான்.

அந்த இடத்தை அடைந்ததுமே அவள் சொன்னாள்:

“அப்புண்ணியண்ணாவைக் கூப்பிடுறாங்க.”

அவன் நடந்துகொண்டே கேட்டான்:

“யாரு?”

“பாட்டி, அதோ வேலிக்கு அந்தப் பக்கம் நிக்கிறாங்க.”

“நான் எங்கயும் வரமாட்டேன்னு சொன்னேனே?”

அவனது நடைக்கு வேகம் கூடியது.

அவள் ஏமாற்றத்துடன் திரும்பினாள். பக்கத்தில் வந்ததும் பாட்டி கேட்டாள்:

“அவன் எங்கடீ?”

“வரமாட்டேனுட்டான் பாட்டி.”

“நான் கூப்பிடறேன்னு சொல்லலையா நீ?”

“சொன்னனே, நான் எங்கயும் வரமாட்டேன்னுட்டு நடக்குறான்.”

ஏதோ யோசனையுடன் பேசாமல் நின்றிருந்த பாட்டி சொன்னாள்:

“வரமாட்டான். எப்படி அவன் வருவான்?”

மறுநாள் திருவாதிரை. யூசுபின் கடையில் வழக்கத்துக்கு அதிகமான கூட்டம்.

ஐந்து ரூபாய் எடைக்கு மிளகு வாங்குவதற்காக இல்லத்தில் வேலை முடிந்த சங்கரன் நாயர் வெளியே வந்தார். பாப்புவின் கடையில் வியாபாரம் குறைவு. ஆகவே, பழைய சாமான்கள்தான் இருக்கும். அவர் யூசுபின் கடையில் இருந்துதான் ஏதாவது வாங்குவார்.

திண்ணையில் வழக்கம்போல் வேலை வெட்டியில்லாதவர்களும் தையல்காரனைச் சுற்றிலும் மூன்று நான்கு சிறுவர்களும் இருந்தார்கள்.

அங்கே, முளையன்காவு பூரத்திருவிழா பற்றிய உரையாடல் நடந்துகொண்டிருந்தது. சென்ற வருடம் முளையன்காவு பூரத்திருவிழாவுக்குப் போய் வந்த வேலப்பனும் அதிலிருந்தார். பூரத்திருவிழாவின் விசேஷங்கள் குறித்த வேலப்பனின் விவரணைகளை ராவுண்ணியும் அசன்குட்டியும் கேட்டுக் கொண்டிருந்தார்கள். பாலத்து குஞ்ஞுவும் ஊக்கான் பாப்புட்டியும் இலை வியாபாரக் கணக்கு வழக்குகளைப் பேசிக்கொண்டிருந்தார்கள்.

சங்கரன் நாயர் வந்ததும் முளயன்காவு பூரத்திருவிழா வர்ணணை நின்றது. ராவுண்ணி கேட்டான்:

"திருவாதிரை எதுவரைக்கும் வந்திருக்கு சங்கரன் நாயரே?"

"நமக்கெல்லாம் ஏது திருவாதிரை?"

அவர் கூட்டத்தினிடையே நெருக்கிக்கொண்டு அஞ்சு ரூபா எடைக்கு மிளகு என்று சத்தமாகச் சொன்னார்.

“என்ன சங்கரன் நாயரே, திருநாள் ஒண்ணும் சரியில்லை போலிருக்கு?”

முஸலியார் கேட்டார்.

“இது போதும்.”

வேலப்பனும் ராவுண்ணியும் அசன் குட்டியும் கண்களால் பேசிக்கொண்டார்கள். துண்டு பீடியைப் பற்ற வைத்த அசன் குட்டி தீப்பெட்டியை யூசுபின் மேசைமீது எறிந்துவிட்டு, சிரித்தபடியே சொன்னான்:

“சங்கரன் நாயருக்கு கொஞ்சம் அதிகமான செலவுகளுள்ள காலமில்லையா?”

“அதென்ன அப்படி?” – யூசுப் கேட்டான்.

“அவருட்டயே கேளு.”

“உனக்கென்ன கிறுக்குப் பிடிச்சிடுச்சா? அப்படில்லாம் ஏதாவது இருந்தா நாயரே எங்கிட்ட சொல்லியிருப்பாரு.”

“தலை திருவாதிரைக்கு இதெல்லாம் போதாது நாயரே.”

சங்கரன் நாயருக்குக் கால்விரலில் தொற்றிக்கொண்ட நடுக்கம் மேலே ஏறியது. அவர் எதுவும் பேசவில்லை. முஸலியார் மிளகை பொட்டலம் போடவில்லை.

இலை வியாபாரத்தைப் பற்றி பேசிக்கொண்டிருந்த ஊக்கன் பாப்புட்டியும் இதில் கலந்துகொண்டான்.

“என்ன ஈசுபண்ணே, சங்கரன் நாயருக்குப் புதுசா ஏதாச்சும் யோகம் அடிச்சிருக்கா?”

“எனக்குத் தெரியலை. ராவுண்ணிட்ட கேளு. அவனுக்குத் தெரியுமாக இருக்கலாம்.”

“இருந்தாலும் நாயரே, நம்மகிட்ட எல்லாம் சொல்லாம?”

சங்கரன் நாயரின் பொறுமை எல்லை மீறிக்கொண்டிருந்தது. ஊக்கன் பாப்புட்டி மெதுவான குரலில் சொன்னான்:

“பரவாயில்லை நாயரே, அம்முக்குட்டி இப்பவும் ஒரு சாதனம்தான்.”

பாதி அடைந்த கண்களுடன் தூணைப் பிடித்தபடி மழையில் நனைந்த கோழி போல் நின்றிருந்த சங்கரன் நாயர் திரும்பி, திண்ணையில் உதட்டைக் குவித்து பீடி இழுத்தபடி கள்ளச்சிரிப்புடன் உட்கார்ந்திருந்த பாப்புட்டியின் கன்னத்தில் ஓங்கி ஒரு அறை விட்டார்.

மற்றவர்களின் பேச்சும் சிரிப்பும் திடீரென்று நின்றது. எதிர்பாராமல் விழுந்த அடியில் சூழல் ஒரு நிமிடம் அசைவற்று நின்றது. கடைக்கு வந்தவர்கள் ஓரமாக ஒதுங்கி நின்று கொண்டார்கள்.

ஆட்கள் எதிர்பார்ப்புடன் பாப்புட்டியைப் பார்த்தார்கள். அவனது கண்களில் கனல் எரிந்தது. பாப்புட்டி எதையும் செய்யத் தயங்காதவன். மூன்று கிரிமினல் வழக்குகளில் பிரதி. ஒரே ஒரு தடவைதான் ஜெயிலுக்குப் போயிருக்கிறான் என்றாலும் 'கண்ணூர் ஜெயில் ஆண்களுக்கானது' என்று பெருமை பேசுபவன்.

துள்ளியெழுந்த பாப்புட்டியின் கையில் இடுப்பில் சொருகி வைத்திருந்த கத்தி இருந்தது.

"ஒண்ணும் பண்ணிடாதே பாப்புட்டி" என்றபடியே யூசுப் நெஞ்சில் கை வைத்தபடி அலறினான். ஆனால், அவனது கையிலிருக்கும் பளபளக்கும் கத்தியைக் கண்ட பிறகும் சங்கரன் நாயர் அசைந்துகொடுக்கவில்லை.

கத்தியுடன் உயர்ந்த பாப்புட்டியின் கையை மயிரடர்ந்த, உருண்டுத் தடித்த ஒரு முரட்டுக் கை திடீரென்று தடுத்தது. பார்த்தபோது செய்தாலிக்குட்டி நின்றிருந்தான்.

"கையை விடுங்க, செய்தாலிக்குட்டிண்ணே."

"முதல்ல நீ கத்தியை மடக்கு பாப்புட்டி."

"இந்த நாயரோட குடலை உருவல்லேன்னா என் வாப்பா ஊக்கன் அத்துராமான் இல்லை."

"சொல்றேன்லே கத்தியை மடக்குன்னு? இப்ப என் கையிலேருந்தும் வாங்கப் போறே."

பாப்புட்டி விருப்பமில்லா மனதுடன் கையைத் தாழ்த்தினான். மூச்சு வாங்கிக் கொண்டிருந்த அவனது கையிலிருந்து கத்தியை வாங்கி மடக்கி, இடுப்பில் சொருகிக் கொடுத்த செய்தாலிக்குட்டி சொன்னான்:

"தப்புத்தண்டாவுக்குப் போகாதே பாப்புட்டி."

சிவந்த முகத்துடன் பாப்புட்டி அசையாமல் நின்றிருந்தான்.

"நீங்க போங்க நாயரே..."

அங்கே எதுவுமே நடந்துவிடவில்லை என்பதுபோல் புறப்பட்டார் சங்கரன் நாயர்.

நடந்துகொண்டிருந்த சங்கரன் நாயரின் மனதுக்குள் சில்வண்டுகள் ரீங்காரமிட்டுப் பறந்துகொண்டிருந்தன.

‘நாய்கள் . . . என் பேரைக் கெடுக்கணும்கிறதுதான் அவனுங்களோட நோக்கம்.’

யோசித்தபோது தவறு செய்தவன் நான்தானே என்றும் தோன்றியது. பாப்புட்டி சொன்னது வேண்டுமானாலும் அபாண்டமாக இருக்கலாம். ஆனால், அதற்குப் பொறுப்பு நான்தானே? அங்கே போவதையும் பேசுவதையும் மற்றவர்கள் கவனித்திருக்கிறார்கள். தேவையா இதெல்லாம்?

நான் எந்தத் தவறும் செய்யவில்லையே? ஆதரவற்ற ஒரு குடும்பத்துக்கு சிறு உதவிகள் செய்தேன். அவ்வளவுதான். அதற்காக, அபாண்டமாகப் பழிபோடுவது என்றால் . . .

சங்கரன் நாயரின் இரத்தம் கொதித்தது. அவர் வேகமாக நடந்தார். அச்சும்மானின் கடையின் கீழ்ப் பக்கம் வரும்போது அவர் கூப்பிட்டார்:

“சங்கரா!”

“சரிதான்” சங்கரன் நாயர் முணுமுணுத்தார்: “கூப்பிட்டா, போகாமலும் இருக்க முடியாது.”

“கொஞ்சம் இங்க வந்துட்டுப் போடேய்.”

அச்சும்மான் மீண்டும் அழைத்தார்.

சங்கரன் நாயர் சென்றார்.

“வேறென்ன விசேஷங்கள் காரியஸ்தரே?”

சங்கரன் நாயர் பேசாமல் நின்றிருந்தார்.

“இந்தா, இந்த வெற்றிலை பாக்கைக் கொஞ்சம் இடிச்சுத் தா” என்றபடி சிறு உரலையும் உலக்கையையும் அவர் பக்கம் நீக்கி வைத்தார் அச்சும்மான். உலகத்தின் மீதான முழுக்கோபத்தையும் மனதில் வைத்துக்கொண்டு சங்கரன் நாயர் பாக்கைப் பொடிக்கத் தொடங்கினார்.

“கொஞ்சம் மெதுவாப் பொடி டேய். உரலை உடைச்சுடாதே...”

சங்கரன் நாயர் அதைக் காதில் விழுந்ததாகவே காட்டிக்கொள்ளவில்லை. பொடித்த வெற்றிலைப் பாக்கைச் சுரண்டியெடுத்து அச்சும்மானின் கையில் வைத்தார்.

“வேற விசேஷங்கள் என்னடேய்?”

பல் இல்லாத வாயில் வெற்றிலையைக் குதப்பியபடியே கேட்டார் அச்சும்மான்.

“ஒண்ணுமில்லை.”

“இல்லத்து நிலமைகள் இப்ப எப்படி?”

“பரவால்லை. அப்படிப் போயிட்டிருக்கு.”

“சரி, உன் காய்கறில்லாம் முளை விட்டுடுச்சா?”

“இல்லை, இன்னும் முளை விடலை.”

“ஹூம்.” அச்சும்மான் பாளை விசிறியால் வீசியபடியே செயரில் சாய்ந்து கிடந்து நெஞ்சை நீவி விட்டுக்கொண்டார்.

“புத்தன் பரம்பு காரியங்களையும் நீதான் கவனிச்சுக்கிறதா கேள்விப்பட்டனே, உண்மையா?”

சங்கரன் நாயர் அப்படியே ஸ்தம்பித்து நாவு அறுபட்டவன் போல் நின்றார்.

“என்ன டேய் பதில் சொல்லமாட்டங்கிறே?”

அவர் இலேசாக முனகி வைத்தார்.

ஒருவித கேலிச் சிரிப்புடன் அச்சும்மான் மீண்டும் கேட்டார்:

“இது எப்ப இருந்து?”

அச்சும்மானாகிப் போனார் ... இல்லேன்னா! சங்கரன் நாயர் கோபத்தை அடக்கிய படி சொன்னார்:

“கொஞ்ச நாளாகத்தான்.”

“ஒண்ணும் தப்பில்லை ... அதெல்லாம் தேவையும்தான் ... அவளுக்குன்னா ஆணும் தூணுமில்லை.” ஜன்னல் அழிகளினூடே சத்தமாகக் கனைத்துத் துப்பிவிட்டுத் தொடர்ந்தார்: “ஆனா, பேரு கெட்டுப்போகாமப் பாத்துக்க. நாலு பேரைக் கூப்பிட்டு ஒழுங்கு மரியாதையான முறையில அழைச்சிட்டுப் போனா என்ன உனக்கு?”

சங்கரன் நாயரின் நெற்றியில் வேர்வை துளிர்த்தது. அச்சும்மான் என்ன சொல்ல வர்றார்?

“உனக்கும் பத்து நாப்பத்திரெண்டு வயசாகுதே? ஒரு கல்யாணம் செய்துக்குறதுல என்ன தப்பிருக்கப் போகுது?”

இனியும் இந்த இடத்தில் நின்றுகொண்டிருக்க இயலாது என்று தோன்றியது சங்கரன் நாயருக்கு.

“கொஞ்சம் தண்ணி மொள்ள வேண்டியதிருக்கு. நான் அப்புறமா வந்து உங்களைப் பாக்குறேன்” என்று சொல்லிவிட்டு அச்சும்மானின் பதிலை எதிர்பார்க்காமல் வேகமாக இறங்கினார் சங்கரன் நாயர்.

அன்றிரவு அவர் தூங்கவில்லை.

இல்லத்தில் பாருக்குட்டியைப் பார்க்கும்போது அவளை எதிர்கொள்ளவும் தயக்கமாக இருந்தது. ஆட்கள் பேசுவது அவளுடைய காதுகளுக்கும் எட்டியிருக்குமோ? சங்கரன் நாயர் அடிக்கடி பாருக்குட்டியின் வீட்டுக்குப் போகிறார். அவளுடன் பேசுகிறார். ஏதாவது பிரச்சினை என்றால் சங்கரன் நாயருடன் மட்டும்தான் அவள் ஆலோசிக்கிறாள்.

அப்புண்ணியைப் பள்ளிக்கூடத்தில் சேர்க்க அழைத்துக் கொண்டு போனதும் சங்கரன் நாயர்தான். வேலி கட்டியதும், அப்புண்ணிக்கு ஃபீஸ் கட்ட பணமில்லை என்றதும் அதற்கு ஏற்பாடு செய்தவரும் அவர்தான். ஆட்கள் பேசுவதற்கு இதுவே போதும்.

யோசித்துப் பார்த்தால் இதில் என்ன தவறிருக்கிறது என்று கேட்கத் தோன்றுகிறது. அவளுக்கு உதவி செய்ய யாருமில்லை. என்னால் இயன்றதை நான் செய்கிறேன். கடவுளை முன்நிறுத்தி இதில் எந்தத் தவறுமில்லை.

மற்றவர்கள் என்ன வேண்டுமானாலும் பேசட்டும். அவருக்கு பொருட்டே அல்ல! நாய்கள் குரைக்கின்றன. தானொரு ஒரு ஆண். இவர்கள் யாருடைய உதவியும் இல்லாமல் தான் இவ்வளவு காலம் வாழ்ந்தோம். எந்த அபவாதத்திற்கும் நான் இடம் தர மாட்டேன். தேவைப்பட்டால், அவர் தனக்குள் சொல்லிக்கொண்டார்: ‘தென்னம் பொற்றை சங்கரன் நாயர் ஒழுக்கத்துடனும் மரியாதையுடனும் நடந்துகொள்வான்.’

ஒரு முடிவுக்கு வந்த பிறகுதான் அவர் புத்தன் பரம்புக்கு சென்றார். எல்லோரும் பார்க்கட்டுமே என்ற முடிவுடன் அந்த வீட்டு வாசலை மிதித்தார். பொழுது அஸ்தமித்திருந்தது. இன்னும் இருட்ட ஆரம்பிக்கவில்லை. அவர் முற்றத்துக்கு வரவும், வாசலைத் திறந்த பாருக்குட்டி சந்தியா தீபத்துடன் திண்ணைக்கு வரவும் சரியாக இருந்தது.

“தீபம் . . . தீபம் . . .”

அந்தச் சிறு குத்து விளக்கின் நேரிய வெளிச்சம் அவளது முகத்தில் பதிந்திருந்தது. இல்லத்து உரல்புரையில் எடுபிடி வேலைகள் செய்யும் வேலைக்காரி என்பதை நம்ப முடியவில்லை.

குளித்து, ஈரத்தலைமுடியை பின்பக்கம் விரித்துப் போட்டிருந்தாள். நெற்றியில் விபூதி அணிந்திருப்பது தெளிவாகத் தெரிந்தது. மெல்லிய ஒளி வீசும் அம்முகத்தில் வேதனை தருகிற எதுவோ ஒன்றிருந்தது.

திண்ணையில் ஏறும்போது அவரைக் குற்றவுணர்வு மீண்டும் பீடித்தது. ஏதாவது கேட்க வேண்டும் என்பதற்காக தைரியத்தை வரவழைத்துக்கொண்டு கேட்டார்:

"தீபம் காட்டுற அளவுக்கு நேரமாயிடுச்சா?"

பாருக்குட்டி விளக்கை இடது கைக்கு மாற்றி, வலது கையில் சுண்டு விரலால் திரியைத் தூண்டிவிட்டுச் சொன்னாள்:

"ஆயிடுச்சே, சங்கரன் நாயர் இப்ப தான் வர்றீங்களா?"

"இல்லத்திலிருந்து மத்தியானமே வந்துட்டேன். ரெண்டு வாளி தண்ணி மொள்ள வேண்டிய திருந்தது. தோண்டி காலியாகணுமே?"

திண்ணையில் உட்கார்ந்தபடியே கேட்டார்:

"அப்புண்ணி எங்கே?"

"குளிக்கப் போயிருக்கான்."

பேச்சு அந்த இடத்தில் தடைபட்டது. குத்து விளக்கைக் கீழே வைத்த பாருக்குட்டி வாசலின் அருகில் சுவர் சாய்ந்து நின்றாள்.

சங்கரன் நாயர் மனதுக்குள்ளிருந்த சொற்கள் கொடுங்காற்று போல் சுழன்றுகொண்டிருந்தன. சொல்லியாக வேண்டும் . . . சொல்லியாக வேண்டும் . . . படியேறும்போது வீரச்சொற்கள் தொண்டையை நிறைத்திருந்தன. எல்லாமே தடைபட்டு நின்றுவிட்டது போலிருந்தது. மிகுந்த சிரமத்துடன் அவர் தலையை உயர்த்தாமல் அழைத்தார்:

"பாருக்குட்டியம்மா . . ."

அவள் தலையை உயர்த்தினாள்.

"நான் இங்க வர்றதை ஆட்கள் தவறாப் பேசுறாங்க..."

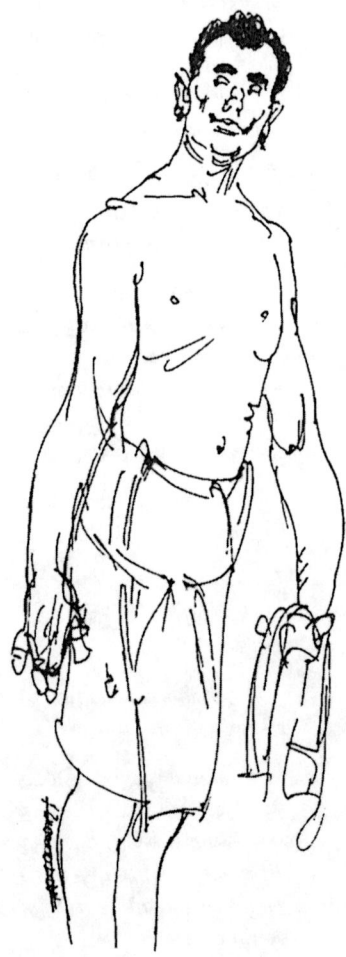

மிகவும் அமைதியாக இதற்குப் பதில் சொன்னாள் பாருக்குட்டி.

"ஆட்கள் எதைத்தான் பேசமாட்டாங்க?"

அவருக்குள் சிறு தைரியம் உருவானது.

"என்னால உங்களுக்கு கெட்ட பேரு வர்றதை நான் விரும்பலை."

பாருக்குட்டி அவரை அதிர்ச்சியுடன் பார்த்து விட்டுச் சொன்னாள்:

"எனக்கு ஒரு உதவிக்குன்னு நீங்க மட்டும் தான் இருக்கீங்க."

சங்கரன் நாயருக்கு மேலும் சிறிது தன்னம்பிக்கை உருவானது.

"பாருக்குட்டியம்மா தப்பா எடுத்துக்காதீங்க. இப்ப நான் உங்ககிட்ட ஒண்ணு கேட்கிறதுக்காக வந்திருக்கேன்."

"சொல்லுங்க சங்கரன் நாயரே?"

"உங்களுக்கு . . . உங்களுக்கு உதவியா யாருமில்லை. நான் . . . நானும் ஒற்றைத் தடியா வாழ்ந்துட்டிருக்கேன். பாருக்குட்டியம்மாவுக்கு சம்மதம்னா . . . அப்படி ஒரு உறவை . . ."

"இல்லை சங்கரன் நாயரே."

உறுதியான குரலில் சொன்னாள் பாருக்குட்டி.

சங்கரன் நாயருக்குத் தலை உயர்த்திப் பார்க்கும் தைரியம்கூட இல்லாமல் போனது.

"எனக்கு இனிமேல் அந்தக் கொடுப்பினை எல்லாம் கிடையாது. அப்படி ஒண்ணை இனி நினைச்சுக்கூட என்னால பாக்க முடியாது. தப்பா எடுத்துக்காதீங்க."

சங்கரன் நாயர் அமைதியாக இருந்தார். மனம் புகைந்து கொண்டிருந்தது. படிக்கல்லை மிதிக்கும் ஓசை கேட்டு, முற்றத்தைப் பார்த்தார். அப்புண்ணி. அவன் இரு புறமும் பார்க்காமல் நேராக வீட்டுக்குள் சென்றான்.

சங்கரன் நாயர் எழுந்தார்.

"பாருக்குட்டியம்மா, நான் சொன்னதை மறந்துடுங்க. தப்பு என்மேலதான் . . ."

பாருக்குட்டி தலை தாழ்த்தியபடி நின்றிருந்தாள்.

"தப்பா எடுத்துக்காதீங்க பாருக்குட்டியம்மா. என்னால முடிஞ்ச எல்லா உதவிகளும் நான் செய்வேன். நான் சொன்னதை மட்டும் மறந்துடுங்க."

பாருக்குட்டியின் கண்கள் ஈரமாயின.

அவர் மெல்ல படியிறங்கிச் சென்றார்.

அப்புண்ணி சிமினி வெளிச்சத்தில் பாடம் படிக்க ஆரம்பித்தான். புத்தகத்தில் கண்களைப் பதித்தபடி தரையில் குப்புறப் படுத்திருக்கும் அப்புண்ணியைக் கண் கொட்டாமல் பார்த்துக்கொண்டு வாசலைப் பற்றியபடி நின்றிருந்தாள் பாருக்குட்டி.

அப்புண்ணி வளர்ந்துகொண்டிருக்கிறான். பதினைந்து வயதுக்கான வளர்ச்சியை விடவும் அதிகமாகவே வளர்ந்திருந்தான். ஆனால், அதனிடையே தன்னை விட்டு விலகவும் செய்கிறானோ?

முன்போல் இப்போது அவன் அதிகமாகப் பேசுவதில்லை. கேட்பதற்கு மட்டும் பதில் சொல்கிறான். பள்ளிக்கூடம் விட்டு வந்தால் அதிக நேரமும் வீட்டில் இருப்பதில்லை. தோட்டத்திலும்

அங்குமிங்குமாகவும் சுற்றித் திரிகிறான். பாட்டியின் குடிசையில் போய் உட்கார்ந்துகொள்கிறான். நடப்பதையும் பேசுவதையும் கவனித்தால் அவன் மனம் இந்த உலகத்தில் இல்லை என்பதுபோல் தோன்றும். முணுக்கென்று கோபம் வந்துவிடுகிறது ... அவன் மாறிக்கொண்டிருக்கிறானா?

நினைக்கும்போதே பாருக்குட்டியின் மனம் உடைந்துபோனது. எதை வேண்டுமானாலும் தாங்கிக்கொள்ளலாம். மகன் நாளுக்கு நாள் தன்னை விட்டு அகன்றுகொண்டிருப்பதை எப்படி தாங்கிக்கொள்ள முடியும்?

சாப்பிட அழைக்கும்வரை படித்துக்கொண்டிருப்பான். சாப்பிட்டு முடித்த பிறகு மீண்டும் படிக்க ஆரம்பித்துவிடுவான். தூக்கம் வந்தால் விளக்கை ஊதியணைத்துவிட்டுப் படுத்துக் கொள்வான்.

சொல்வதற்கு எதுவுமே இல்லையா அவனுக்கு?

"என்ன அப்புண்ணி யோசிச்சிட்டிருக்கே?"

"ஒண்ணுமில்லை."

"ஏன் என்னவோ போலிருக்கே?"

"ஒண்ணுமில்லை."

ஒன்றுமில்லை என்ற பதிலைத்தான் எப்போதும் சொல்கிறான். அதையே மீண்டும் மீண்டும் கேட்கும்போது பதற்றம் அதிகமாகிறது.

"தேவி பகவதி, என் பிள்ளைக்கு நீதான் பாதுகாவல்."

○○○

நோக்கம் எதுவுமில்லாமல் நடந்துகொண்டிருந்த அப்புண்ணி ஆற்றங்கரைக்கு வந்து சேர்ந்தான். அந்த இடத்தில் ஆறு வளைந்தோடிக்கொண்டிருந்தது. வேனல் காலத்திலும் அதில் ஆழமிருக்கும். இப்போது நீரோடைபோல் மெலிந்திருந்த ஆற்று நீரின் அமைதி, வளைவிலுள்ள அய்யப்பன் குழியைச் சுற்றிலும் சிறு நெகிழ்வுடன் அலையடித்துக் கொண்டிருந்தது.

அப்புண்ணி ஒரு உயரமான திண்டிலேறி அமர்ந்து கொண்டான்.

ஆழமான பகுதியின் அமைதி பயமூட்டுவதாக இருந்தது. சிற்றலைகள் ஒவ்வொன்றாக கரையை நோக்கி வந்து, மோதிச் சிதைந்துகொண்டிருந்தன.

எம்.டி. வாசுதேவன் நாயர்

அன்று விடுமுறை நாள். ஆனால், வீட்டிலிருக்கத் தோன்ற வில்லை. விளையாடுவதற்கு நண்பர்களுமில்லை. வீட்டிலிருந்து இறங்கி நடக்க ஆரம்பித்தவன் இங்கே வந்து சேர்ந்தான்.

அய்யப்பன் குழியின் நீர்ச்சுழியைப் பார்த்தபடியே அமர்ந்திருந்தான். அய்யப்பன் குழியில் மூழ்கியவர்கள் யாரும் உயிருடன் மீண்டதில்லை. அந்தக் குழிக்குள் அய்யப்பனின் மாளிகை இருப்பதாகச் சிறுவயதில் கேள்விப்பட்டிருக்கிறான். மழைக் காலங்களில் அந்த ஆற்றின் வழியாகத் தோணியில் செல்கிறவர்கள், ஆபத்துகள் எதுவும் நேராமலிருக்க அதில் காசு எறிந்து காணிக்கை செலுத்துவார்கள். ஆற்றின் நீர்ச்சுழிக்குள் மாளிகையோ தெய்வங்களோ இருப்பதற்கான வாய்ப்பில்லை. எல்லாமே கதைகள்.

முதல் நாள் வகுப்பறையில் ராமகிருஷ்ணன் சார் சொன்னது நினைவுக்கு வந்தது.

"நட்ட கற்கள் எல்லாம் கடவுள்கள். இதில பல தரப்பட்ட கடவுள்களும் இருக்காங்க. சிலருக்கு கள்ளும் கறியும் போதும். சிலருக்குப் பாலும் பழமும் வேணும். இன்னைக்கு நம்ம நாட்டில இதுதான் நிலைமை."

ராமகிருஷ்ணன் சார் புதிதாக வந்தவர். நன்றாகப் பேசுவார். வகுப்பறையைச் சொற்பொழிவு மேடைபோல் பயன்படுத்துவார். சில நேரங்களில் அவர் சொல்வது பாடப் புத்தகத்திலுள்ள விஷயங்களாக இருக்காது. இருந்தாலும் கேட்பதற்குச் சுவையாக இருக்கும்.

விடுமுறை நாட்களை அப்புண்ணி சாபமாகக் கருதினான். ஸ்கூல் இருக்கும் நாட்களில் காலையில் சென்றால் சாயங்காலம் வீடு திரும்பினால் போதும்.

வீட்டில் உட்கார்ந்திருப்பதுதான் சிரமமாக இருந்தது.

அம்மாவைப் பார்க்கும்போது அவனுக்குக் குடிசை முத்தாச்சி சொன்னதுதான் நினைவுக்கு வரும். அப்போது அவனுக்குக் கோபம் தலைக்கேறும்.

பாட்டி சொன்னது உண்மைதான் என்பதை மெல்ல மெல்ல அவன் புரிந்துகொண்டான்.

குளத்தில் வைத்து ஆட்கள் அவனைப் பார்க்கும்போது ஏதோ முணுமுணுக்கிறார்கள். அவனைப் பார்ப்பவர்கள் அனைவரும் ஏளனச் சிரிப்புடன் கடந்து போகிறார்கள். எல்லாவற்றையுமே அவனால் புரிந்துகொள்ள முடிந்தது...

சங்கரன் நாயர் எதற்காக வீட்டுக்கு வரவேண்டும்? எதற்காக அம்மாவுடன் பேசிக்கொண்டிருக்க வேண்டும்?

ஆட்கள் பேசுவதைக் கேட்கும்போது உடலில் தோல் உரிவதைப் போலிருக்கும்.

அவர்... அவர் அம்மாவைக் கல்யாணம் செய்துகொள்ளப் போகிறாராம்.

நேற்று சாயங்காலம் குளிப்பதற்காக வீட்டுக்கு மேல்பக்க மிருக்கும் கோயில் குளத்துக்குச் சென்றான். ஆண்கள் படித்துறையில் கூட்டமாக இருந்தது. பக்கத்தில் யானையைக் குளிப்பாட்டுமிடம். அதில் படிகள் கிடையாது என்பதால் அந்த இடத்தில் யாரும் குளிக்க மாட்டார்கள். அப்புண்ணி அதிலிறங்கிக் குளிக்க ஆரம்பித்தான்.

அருகில் பெண்கள் படித்துறை. அதில் குளித்துக்கொண்டிருந்த ஒரு பெண் கேட்பது அவன் காதுகளில் விழுந்தது:

"யாரு அந்தப் பையன்?"

"அவனா? அவன் அந்தப் பாருக்குட்டியோட மகன்."

தொடர்ந்து அவர்களது உரையாடலைக் கேட்ட அப்புண்ணியின் மனம் படபடக்கத் தொடங்கியது.

காதில் விழக்கூடாது என்று விரும்பியதைக் கேட்க வேண்டியதாயிற்று.

"தென்னம்பொற்றை சங்கரன் நாயர் சதாகாலமும் அங்கேதானாம்."

குளித்ததோ தலை துவட்டியதோ எதுவுமே அவனுக்கு நினைவில்லை. கோபத்துடன் வீட்டை நோக்கி நடந்தான். வீட்டுத் திண்ணையில்... சங்கரன் நாயர் உட்கார்ந்திருக்கிறார். அம்மாவிடம் ஏதோ இரகசியம் பேசுகிறார்...

திட்டி வெளியேற்றவே தோன்றியது. இது அவனுடைய வீடு. அவனுடைய அப்பா தாழத்து கோந்துண்ணி நாயரின் வீடு. இங்கே வந்து சங்கரன் நாயர் இரகசியம் பேசிக்கொண்டிருக்கிறார்.

ஆட்கள் சொல்வது உண்மைதான். அவர் தொடர்ந்து அங்கு வந்துகொண்டிருக்கிறார். இனிமேலும் வருவார். ஒருநாள் அம்மாவின் புருஷனாகவும் ஆவார். மார்பளவு ஓடிய பெருவெள்ளத்தினூடே அப்பா கையிலேந்திக் கொண்டுவந்த அம்மா, அப்பா இறந்துபோனதும் சங்கரன் நாயரை...

சிற்றலைகள் வந்து கரையில் மோதிச் சிதறுவதைப் பார்த்தபடி அவன் சோர்வுடன் அமர்ந்திருந்தான். அய்யப்பன் குழியின் நீர்ச்சுழியைக் குறிவைத்து அவன் ஒரு கல்லை எறிந்தான்.

சங்கரன் நாயர் அம்மாவின் புருஷனாக ஆவார். பிறகு, அப்புண்ணிக்கு அங்கே இடமில்லை...

அவனுக்கென்று எந்த இடமும் சொந்தமாக இல்லை.

எல்லோருமே எதிரிகள். சங்கரன் நாயர், பாஸ்கரன், பெரிய மாமா எல்லாருமே! அவர்களுடன் இப்போது அம்மாவும் சேர்ந்துவிட்டாள்.

வடக்குப்பாட்டு நாலுகெட்டில் வளர வேண்டியவன். அங்கே போனபோது அவர்களும் திட்டி விரட்டி விட்டார்கள்.

நாயை விரட்டுவதுபோல்...

சொறி நாயை...

அம்மாவால் குடும்பத்தை இழந்தான்.

இனி வீட்டையும் இழந்துவிடுவான்.

நாலுகெட்டும் நடுமுற்றமுள்ள அந்தப் பழைய இல்லத்தில் பாஸ்கரனுக்கு இருக்கும் அதே இடம் தனக்கும் கிடைக்க வேண்டியது. ஆனால்...

சொல்வதற்கு வெட்கமாக இருக்கிறது.

நண்பர்களின் முன் தலை தூக்கி நிற்க முடியாது. இல்லத்தில் நெல் குத்துபவளின் மகன்.

அம்மா, தென்னம் பொற்றை சங்கரன் நாயரின் மனைவி.

மீண்டும் ஒரு கல்லை எடுத்து நீர்ச்சுழியின்மீது எறிந்துவிட்டு ஆவேசத்துடன் எழுந்த அப்புண்ணி ஆற்றோரமாக அதே எண்ணத்துடன் நடந்துகொண்டிருந்தான். திடீரென்று பின்னாலிருந்து ஒரு குரல் கேட்டது:

"அப்புண்ணிதானே அது?"

குரலை அவன் அடையாளம் கண்டுகொண்டான். குரலுக்குரிய சங்கரன் நாயர் இப்போது அருகில் வந்தார். அவன் பகையுணர்வுடன் சங்கரன் நாயரைப் பார்த்தான்.

"என்ன ஆத்தங்கரை பக்கம்?"

"ஒண்ணுமில்ல."

"சும்மா நடந்திட்டிருக்கிறியா?"

"உம்."

அவன் முன்னால் நடந்தான். தோளில் நீர்த்தோண்டியுடன் சங்கரன் நாயர் பின்னால் வந்தார்.

மனம் புகைந்துகொண்டிருந்தது.

நீங்க எனக்கு யாருமே இல்லை.

உங்களுக்கும் நான் யாருமில்லை.

நான் தாழத்து கோந்துண்ணி நாயரோட மகன்.

உங்களை நான் வெறுக்கிறேன்.

அப்புண்ணியின் நெற்றியில் வேர்வைத் துளிகள் படர்ந்தன. அவன் நடையை வேகமாக்கினான். பின்னால் அவரும் கூடவே வருகிறார். எதுவும் பேசாமல்.

அப்போது, கட்டமிட்ட கைலியும் வட்டக் கழுத்துள்ள பனியனும் தலையில் துண்டுமாக ஊக்கன் பாப்புட்டி எதிரில் வந்துகொண்டிருந்தான். அருகில் வந்ததும் அவன் நின்றான். சங்கரன் நாயரும் அப்புண்ணியும் நின்றார்கள்.

ஊக்கன் பாப்புட்டியின் கண்கள் 'ஞாபகமிருக்கு' என்பதுபோல் சங்கரன் நாயரை ஏறயிறங்கப் பார்த்தன.

"அப்பாவும் மகனுமா எங்க போறீங்க?" என்றொரு கேள்வியை வீசிவிட்டு அவன் கடந்து போனான்.

அப்புண்ணி உயிரற்ற ஜடம்போல் நின்றுவிட்டான். அதிர்ச்சியில் இருந்து விடுபட்ட அவன் கொலைப்பழியுடன் சங்கரன் நாயரைப் பார்த்தான். அவர் தன் கண்கள் சேற்றில் புதைந்துவிட்டதைப்போல் தரையைப் பார்த்துக்கொண்டு நின்றார். அசைவற்ற நிலையில்!

வரவிருந்த ஒரு ஆபத்திலிருந்து தற்போதைக்குத் தப்பிவிட்டது போல் சங்கரன் நாயர் நடந்தார்.

வீட்டுக்கு வந்த அப்புண்ணிக்குத் தனியாக உட்கார்ந்து அழவேண்டும் போலிருந்தது. அறைக்குள் மடித்து வைத்திருந்த போர்வையில் முகத்தைப் புதைத்தபடி படுத்துக்கொண்டான்.

சாயங்காலம் அம்மா வந்து கூப்பிட்டபோதும் அவன் எழுந்திருக்கவில்லை.

சோறு வைத்துவிட்டு மீண்டும் வந்து அழைத்தாள் பாருக்குட்டி:

எம்.டி. வாசுதேவன் நாயர்

“அப்புண்ணி . . . அப்புண்ணி . . .”

“தலை வலிக்குதாப்பா அப்புண்ணி?”

அதற்கும் பதிலில்லை.

“சோறு போட்டு வச்சிருக்கேம்பா.”

அவன் பதில் சொல்லவில்லை.

பாருக்குட்டி குனிந்து அவனது முதுகில் கையை வைத்ததும் அவன் ஆவேசத்துடன் எழுந்து அலறினான்:

“என்னைத் தொடாதீர்கள். என்னைத் தொடாதீர்கள்.”

பாருக்குட்டி நடுங்கிவிட்டாள். குரல் தடுமாற அவள் கேட்டாள்:

“மகனே . . . உனக்கு என்னப்பா ஆச்சு?”

அப்போதும் அவன், “என்னைத் தொடக்கூடாது . . . என்னைத் தொடக்கூடாது” என்று உருப்போட்டபடியே உட்கார்ந்திருந்தான்.

அன்றிரவு மகனும் சாப்பிடவில்லை; அம்மாவும் சாப்பிடவில்லை.

அருகருகே படுத்திருந்தார்கள். பேசிக்கொள்ளவில்லை. குளிர்ந்த இரவின் அமைதியின்மீதான வடுபோல் அம்மா தேம்பிக்கொண்டிருந்தாள் . . .

காலையில் இருள் விலகுவதற்குள் அவன் படுக்கையிலிருந்து எழுந்தான்.

அம்மா கண்களை மூடியபடி பாயில் ஒருபுறம் சாய்ந்து படுத்திருந்தாள். தூங்கவில்லை. அவன் அவசரம் அவசரமாக சட்டையை எடுத்து அணிந்துகொண்டான். கொடியில் கிடந்த சட்டையையும் வேட்டியையும் சுருட்டி புத்தகப் பையில் திணித்துக்கொண்டு வெளியே கிளம்பினான். வாசலைக் கடக்கும்போது கண்களைத் திறந்த அம்மா, சோர்வுடன் எழுந்து உட்கார்ந்து தளர்ந்த குரலில் கேட்டாள்:

“இந்நேரத்தில எங்க போறே அப்புண்ணி?”

“நான் போறேன்.”

“மகனே!” மகனை அழைக்கும் குரல்போல் இல்லாமல் மெல்லிய ஒரு ஏக்கமாக வெளிப்பட்டது.

அவள் எழுந்து நின்றாள்.

"எங்க போற மகனே?"

"எங்கயாவது . . ."

"எனக்கு உன்னை விட்டா வேற யாரிருக்கா மகனே?"

"அம்மாவுக்கு... அம்மாவுக்கு . . . சங்கரன் நாயரில்லையா?"

வாசல் கதவைச் சத்தமாக இழுத்துத் திறந்த அவன் முற்றத்தில் இறங்கினான்.

"அப்புண்ணீ . . ."

அவன் திரும்பிப் பார்க்கவில்லை.

நடுக்கம் தொற்றிக்கொண்ட உடலுடன் அவன் வேகமாக நடந்தான். பின்னால் அந்தக் குரல் தேய்ந்து . . . தேய்ந்து . . . கேட்டுக்கொண்டிருந்தது.

○○○

நரிவாளன் குன்றுச் சரிவில் காட்டுக்குறிஞ்சி படர்ப்புகளின் நடுவே துருத்தி நிற்கும் பாறையின்மீது அப்புண்ணி உட்கார்ந்திருந்தான்.

காலையிலேயே வந்து உட்கார்ந்திருக்கிறான். பள்ளிக்கூடத்துக்குச் செல்லும் பாதையாக இருந்தால் பையன்கள் யாராவது பார்த்துவிடுவார்கள். ஆயிரம் கேள்விகள் கேட்பார்கள். யாரும் பார்க்கவும் வேண்டாம்; யாரும் தேடவும் வேண்டாம்.

குன்றின் சரிவு, ஆட்கள் நடமாட்டமில்லாத பகுதி. தொலைவில் புல் படர்ப்பின் இடையே வளைந்த கொம்புகளுள்ள ஒரு பாண்டி ஆடு மேய்ந்துகொண்டிருந்தது. அதற்கப்பால் கறுப்புப் புள்ளிகள்போல் கால்நடைகள் மேய்ந்துகொண்டிருந்தன.

வெயிலின் தாக்கம் அதிகமாகத் தெரிந்தது. முதுகிலும் நெஞ்சிலும் வேர்வை ஊற்றெடுத்து வடிந்துகொண்டிருந்தது. வேர்த்த உடலில் சட்டை ஒட்டிக்கொண்டது.

தலையில் மூங்கில் கட்டுடன் கீழேயுள்ள ஒற்றையடிப் பாதையில் ஒரு செறுமன் நடந்து வந்துகொண்டிருந்தான். ஏதோ ஒரு செறுமன். இருந்தபோதும் அவன் கேட்டான்:

"என்ன சின்னத் தம்புரானே, இங்க வந்து உக்காந்திருக்கீங்க?"

"ஒண்ணுமில்லை."

தொலைவில் யார் யாரோ வந்துகொண்டிருப்பதைக் கண்ட அப்புண்ணி எழுந்து மேற்குப் பாதையை நோக்கி நடந்தான். மெல்லிய புற்கள் வளரும் மேய்ச்சல் நிலம். ஆடு மாடுகளும் கன்றுக்குட்டிகளும் மேய்ந்துகொண்டிருந்தன. எங்கே போவது

என்று எந்த நிச்சயமுமில்லை. கலகலவென்று பேசியபடி சாணி பொறுக்கிக்கொண்டிருந்த பெண்கள் அப்புண்ணியைக் கண்டதும் பேச்சை நிறுத்தி விட்டு அவனையே பார்த்தார்கள். வழியில் தனிமைப்பட்டு நிற்கும் நாவல் மரத்தின் நிழலை அடைந்தபோது மிகவும் சோர்வாக இருந்தது. அதில் சிறிது உட்கார்ந்துகொள்ளத் தோன்றியது.

தொலைவில் வளைந்து கிடக்கும் பாதையில் கறுப்புத் துணிக்குடையின்கீழ் ஒரு உருவம் நெருங்கி வந்துகொண்டிருப்பதை அவன் கவனிக்கவில்லை. அருகில் வந்த பிறகும் அவன் தலை தூக்கிப் பார்க்கவில்லை. யாராக இருந்தால் என்ன? அப்புண்ணியைக் கடந்து இரண்டடிகள் எடுத்து வைத்த அந்த உருவம் திடீரென்று நின்றது.

“யாரிது, நாயர் பிள்ளையா?”

அவன் தலையுயர்த்திப் பார்த்தான். செய்தாலிக்குட்டி.

அப்புண்ணி சோர்வடைந்த கண்களுடன் மீண்டுமொரு முறை அவனது முகத்தை ஏறிட்டுப் பார்த்தான். முன்பு பெரிய மாமாவால் விரட்டியடிக்கப்பட்டு நாணிக்குன்றின் சரிவில் வந்து உட்கார்ந்தபோதும் இவன் வந்தான். அப்புண்ணி யோசித்துப் பார்த்தான்.

“எதுக்காக இங்க வந்து உக்காந்திருக்கணும்?”

சோகம் நிரம்பிய மனதுடன் அமர்ந்திருந்தான். அழக்கூடாது என்று நினைத்தபோதும் கண்ணீர் உடைத்துக்கொண்டு வெளியானது.

“நாயர் பிள்ளை எதுக்காக அழணும்?”

அவன் பதில் சொல்லவில்லை.

“எதுக்காக இந்த வழியில?”

“ஒண்ணுமில்லை.”

“ஸ்கூலுக்குப் போகலையா?”

“ம் – ம்.”

“ஆளும் பேருமில்லாத இந்தக் குன்றுல எதுக்காக வந்திருக்கணும்னு கேக்குறேன்?”

அதற்கும் பதிலில்லை.

குடையைச் சுருக்கிய செய்தாலிக்குட்டி, அக்குளில் இடுக்கியிருந்த பாளைப் பொட்டலத்தைக் கீழே வைத்துவிட்டு அவனருகில் உட்கார்ந்தான்.

"எங்க போறதுக்காக? எங்கிட்ட சொல்லணும் ..."

"எங்கயாவது."

"எங்கயாவது போறது சரியா? வரணும், தோணித்துறை வரைக்கும் நானும்கூட வரேன்."

"நான் வரலை."

செய்தாலிக்குட்டி விடுவதாக இல்லை.

"சரி, அப்படீன்னா எங்க போகணும்னு சொல்லணும். நானும்கூட வரேன். இல்லேன்னா என் குடிலுக்குப் போவோம்."

விருந்து . . . அடைந்து கிடந்த ஒரு கனத்த வாசலை யாரோ உடைத்துத் திறந்தது போலிருந்தது. இறைச்சியும் ஒறட்டியும் வைத்து விருந்து. மாமிசத்தின் சுவையில் மாற்றத்தை உணரும்போது முற்றிப்போன ஆட்டிறைச்சியாம் . . . வெள்ளை விஷம் . . . வெள்ளை விஷம்.

"நான் எங்கயும் வரலை."

செய்தாலிக்குட்டி சிறிது நேரம் பேசாமல் உட்கார்ந்திருந்தான்.

"வீட்டிலேருந்து கிளம்பினது எப்ப?"

"காலையில."

"சுற்றித் திரிஞ்சிட்டு எப்பத் திரும்பிப் போறதா உத்தேசம்?"

"நான் போக மாட்டேன். அது என் வீடில்லை . . ."

செய்தாலிக்குட்டி பலவிதமாகவும் சொல்லிப்பார்த்தான். அம்மா திட்டியிருக்கலாம். அல்லது அடித்திருக்கலாம். இது எல்லா வீடுகளிலும் நடப்பதுதான். எல்லாவற்றையும் அமைதியாக இருந்து காதில் வாங்கிக்கொண்டான் அப்புண்ணி.

"பாவம், அம்மாவுக்கு நாயர் பிள்ளையை விட்டா வேற யாரிருக்கா?"

"நான் எங்க போனாலும் அம்மாவுக்கு ஒண்ணுமில்லை. அம்மாவுக்கு ஆள் வேற இருக்கு."

ஆச்சரியத்துடன் அவனைப் பார்த்த செய்தாலிக்குட்டி, என்ன சொல்வதென்று தெரியாமல் தரையில் எழுதியும் கோடு கிழித்தும் உட்கார்ந்திருந்தான். பிறகு, மெல்ல எழுந்த செய்தாலிக்குட்டி சொன்னான்:

"வருத்தப்படுறதுக்கு ஒண்ணுமில்லை. சொரணையுள்ள அப்பனுக்குப் பொறந்தவனா இருந்தா இப்படித்தான்.

கவனிக்கணும் நாயர் பிள்ளை, அம்மாகிட்ட கோவப்பட்டுட்டு குன்றுல வந்தா உக்காந்திருக்குறது?"

'அப்படின்னா நான் எங்க போக?' என்ற கேள்வியை முகத்தில் தேக்கியபடி செய்தாலிக்குட்டியைப் பார்த்தான் அப்புண்ணி.

"நான் ஒரு வழி சொல்றேன். ரெண்டு நாளைக்கு ஒரு இடத்தில போய் நிக்கணும். அப்ப, கோபமெல்லாம் மாறிடும். பிறகு, அம்மாகிட்ட போயிடணும்."

அப்புண்ணியின் கோபம் செய்தாலிக்குட்டியின்மீது திரும்பியது.

"அதுவரைக்கும் நான் எங்க போக?"

"வடக்குப்பாட்டு இல்லத்துக்குப் போகணும்; அது நாயர் பிள்ளையோட வீடுதானே?"

வடக்குப்பாட்டு. என்னை விரட்டியடித்த இல்லம்.

"அந்த இல்லத்தில நாயர் பிள்ளைக்கும் உரிமையிருக்குதானே? தன்னுணர்வும் சொரணையும் இருக்கணும். போகச் சொன்னா முடியாதுன்னு சொல்லணும்."

"வளவுக்குள்ள உன்னைப் பாத்தா அடிச்சுக் காலை ஒடிச்சிடுவேன்னுருக்காரு."

"அதையும்தான் ஒண்ணுப் பாத்துடுவோமே? இங்க கோர்ட்டும் வக்கீலுமெல்லாம் பிறகு எதுக்கு இருக்கு? செய்தாலிக்குட்டி இதுபோல நிறைய ஊருகளைப் பாத்தவன்." அப்புண்ணி பதிலே சொல்லாமல் உட்கார்ந்திருந்தான்.

"இப்படியே உக்காந்திருக்கிறது சரியில்லை. ஒண்ணுல எங்கூட வரணும். அல்லது வடக்குப்பாட்டுக்குப் போகணும். ரெண்டுல ஒண்ணை முடிவு பண்ணதுக்குப் பிறகுதான் செய்தாலிக்குட்டி இங்கிருந்து போவான்."

அப்புண்ணி சிவந்துபோன முகத்தைத் துடைத்து விட்டு எழுந்து நின்றான்.

"நான் போறேன்."

"எங்கே?"

உறுதியான குரலில் சொன்னான்:

"வடக்குப்பாட்டு இல்லத்துக்கு."

"அப்படின்னா நாயர் பிள்ளை புறப்படணும்."

அப்புண்ணியும் செய்தாலிக்குட்டியும் நடந்தார்கள். வடக்குப்பாட்டு மதில் கூடத்தின் முன்வந்ததும் செய்தாலிக்குட்டி சொன்னான்:

"உள்ள போகணும் நாயர் பிள்ளை. ஆனா ஒண்ணு, கோபம் தீர்ந்ததும் அம்மா கிட்ட போயிடணும். அம்மாவை இனிமேலும் வேதனைப்படுத்தக் கூடாது."

அவன் பதில் சொல்லவில்லை. செய்தாலிக்குட்டி அதே பாதையில் நடந்தான்.

அடைந்து கிடந்த மதில்கூட வாசலை அப்புண்ணி தள்ளித் திறந்தான். உயரமான இடத்தில் ஓரம் சார்ந்து படிக்கற்கள். இரு புறமும் காய்ந்த பச்சைப்பாசிகள் படிந்த, ஆங்காங்கே இடிந்து கிடக்கும் மதில் சுவர். உயரமான பகுதியில் பழைய நாலுகெட்டும் முன்னால் வில்வ மரத்தடியும் தெற்குப்புறத்தில் பத்தாயப்புரையும்.

ஒரு நிமிடம் தயங்கி நின்றுவிட்டு பிறகு, ஓரப்படிகளைக் கடந்து முற்றத்துக்கு வந்தான் அப்புண்ணி. யாருமில்லை.

பெரிய மாமா பத்தாயப்புரையின்மீது பார்த்துக்கொண் டிருக்கலாம். பார்க்கட்டும். அடித்து விரட்டப்பட்ட அப்புண்ணி திரும்பவும் வந்திருக்கிறான்.

வராந்தாவில் ஏறினான்.

உள்புற வாசலில் ஒரு தலை தெரிவதுபோலிருந்தது. கூர்ந்து பார்க்கும்போதே அது மறைந்தும் விட்டது.

அப்புண்ணி திண்ணையில் ஏறினான். அருகிலுள்ள மரப்படியில் புத்தகப் பையை வைத்தான்.

"யாரது?"

"நான்தான்."

மனம் மந்திரித்துக்கொண்டிருந்தது. தன்னுணர்வு வேணும். சொரணையுள்ள அப்பனுக்குப் பிறந்தவன்.

வந்தது பெரியம்மாதான். பாஸ்கரனின் அம்மா. சிறிதுகூட கருணையற்ற முகபாவத்துடன் கேட்டாள்:

"என்ன?"

உடனடியாக பதில் சொல்லத் தோன்றவில்லை. ஒரு நொடி ஆலோசனைக்குப் பிறகு அவன் சொன்னான்:

"எனக்குப் பாட்டியைப் பாக்கணும்."

அப்போது வாசலுக்கு வந்து பார்த்த மாளூ உள்ளே போனாள்.

"அப்புண்ணீ . . ."

தெற்கு மனை வழியாக பாட்டி வந்துகொண்டிருந்தாள். சிறிதும் பயப்படாமல் சித்திர வேலைப்பாடுகள் செய்த வாசல் வழியாக அவன் தெற்கு மனையை நோக்கி நடந்தான்.

பாட்டியின் அருகில் போய் நின்றபோது மனம் நிரம்பி விம்மிக்கொண்டிருந்தது. அவனது தலையையும் முதுகையும் தொட்டுத் தடவியபடியே பாட்டி சொன்னாள்:

"உன்னைப் பாக்கணும்னு எவ்வளவு நாளா நினைக்கிறேன்."

அப்புண்ணி பாட்டியுடன் வீட்டுக்குள் சென்றான். வடக்கு மனைக்குச் சென்றுகொண்டிருந்த தங்குவும் அவனைப் பார்த்தாள். இப்படி பார்ப்பதற்கு என்ன இருக்கிறது? நான் என்ன பூரம் திருவிழாவா?

பெரியம்மா வேண்டுமென்றே இரண்டு தடவை அந்தப் பக்கமாக நடந்தாள். விழ வேண்டியவர்களில் காதில் விழட்டும் என்ற எண்ணத்துடன் சொன்னாள்:

"பெரிய மாமா வந்தா பூரம் திருநாதான்." யாருமே இதற்குப் பதில் சொல்லவில்லை என்றதும் அப்புண்ணியை நோக்கித் திரும்பிய அவள் குரலை மாற்றிக் கொண்டு சொன்னாள்:

"அடேய், நான் கண்ணுல காணப் பிடிக்காம சொல்றது ஒண்ணுமில்லை இது. ஏற்கனவே ஒரு தடவை பெரிய மாமா கழுத்தை பிடிச்சு வெளியே தள்ளுனதையும், அப்ப நடந்த கோலாகலங்களையும் அவ்வளவு சீக்கிரமாவா நீ மறந்துடுவே?"

"எல்லாமே நினைவிருக்கு."

"அப்புறம் எதுக்காக இங்க வந்தே?"

அப்புண்ணியின் முகம் கறுத்தது.

"பெரிய மாமா எப்ப வேணும்னாலும் வந்துடுவார். சீக்கிரமாப் போயிடு."

"நான் போக மாட்டேன்."

"என்ன?"

"நான் போக மாட்டேன்னு."

"ம்ஹூம் . . ." அவள் தலைமுடியைக் குடைந்தவாறு எதையோ முணுமுணுத்தபடி அங்கிருந்து நகர்ந்தாள்.

அப்புண்ணி பாட்டியின் பக்கம் திரும்பினான். அவளது சுருக்கம் விழுந்த முகத்தையும் ஒளியிழந்த கண்களையும் கனிவு நிரம்பிய பார்வையையும் கண்ட அவனது குரலில் மென்மை இழையோடியது.

"நான் இங்கயே இருந்துடப் போறேன் பாட்டி."

பாட்டி வருத்தப்படுவாள் என்றுதான் அவன் நினைத்தான். ஆனால், பாட்டி பதிலுக்கு ஒரே ஒரு வார்த்தைதான் சொன்னாள்:

"இருந்துக்கப்பா."

பாட்டியின் சுருக்கம் நிறைந்த உடலைக் கட்டிப் பிடித்து ஒரு முறை அழ வேண்டும் போலிருந்தது அப்புண்ணிக்கு.

பெரிய மாமா நேற்று தன் மனைவியின் வீட்டுக்குப் போயிருக்கிறார். எந்த நேரத்திலும் வந்துவிடக்கூடும். அவர் வந்தால் என்ன நடக்குமோ என்ற பயம் ஒவ்வொருவருக்குமே இருந்தது. வீடு முழுவதுமே அந்தப் பயம் நிறைந்து நிற்பதைப்போல் தோன்றியது.

மாளு, கிருஷ்ணன் குட்டியைப் பார்த்துக்கொண்டிருந்தாள். பெரிய மாமா வந்ததும் உடனடியாக அவரிடம் போய் சொல்பவன் அவன்தான். மாமாவின் அருகில் செல்வதற்கான அனுமதி அவனுக்குண்டு. மாமாவுக்கு அவனை மட்டும் கொஞ்சம் பிடிக்கும். 'பெரிய மாமாவுக்குத் தெரிய வேண்டாம்' என்று சொல்லி வடக்குப்புறத்தில் ஒரு குன்றி மணியை உடைத்தால்கூட, மறுநொடியில் அந்தச் செய்தி பத்தாயப்புரை மாடிக்குப் போய் விடும். இல்லத்துக்கு வந்த சிறிது நேரத்தில் அப்புண்ணிக்கு ஒருவித தன்னம்பிக்கை உருவானது. அவ்வளவு சீக்கிரமாக நான் பயந்துவிடமாட்டேன். பெரிய மாமா வரட்டும். அவர் திட்டினாலும் சரி, மிரட்டி வெளியேற்றப் பார்த்தாலும் சரி, நான் போகமாட்டேன்.

ஏன் இன்னமும் அவரைக் காணோம்?

சாயங்காலம் பெரிய மாமா வந்தார். கூடவே அம்மிணியும். அப்புண்ணி வீட்டுக்குள்ளிருக்கும் தகவலை கொஞ்ச நேரத்துக்குப் பிறகுதான் அவர் அறிந்துகொண்டார்.

"வீட்டுக்குள்ள யாருடீ இருக்கா?"

முற்றத்திலிருந்து அலறல் சத்தம் கேட்டது.

எல்லோரும் வாசலுக்குப் பின்புறம் ஓடி ஒளிந்து கொண்டார்கள். பாட்டி, குஞ்ஞிக் குட்டிப் பெரியம்மா, மீனாட்சிப் பெரியம்மா, தங்கு, மாளு எல்லோரும்.

"என் சொல்லை மீறி நடக்குற தைரியம் எந்த உருப்படாதவளுக்கடீ வந்தது?"

யாருமே பதில் சொல்லவில்லை.

"எங்கடீ அவன்?"

அப்புண்ணி மெதுவாக திண்ணைக்கு வந்தான். உடம்பில் நடுக்கம் தொற்றியிருந்தது.

அவனைக் கண்டதும் மிதியடியை உதறிவிட்டு வராந்தாவில் துள்ளியேறினார் பெரிய மாமா.

"உங்கிட்ட நான் . . ."

பாட்டி, பெரிய மாமாவுக்கும் அப்புண்ணிக்குமிடையே நின்று அலறினாள்.

"குஞ்ஞிக்கிருஷ்ணா . . ."

"விலகி நின்னுக்கணும் சொல்லிட்டேன். இவன் குடலை மிதிச்சி . . ."

பாட்டியைத் தட்டி நீக்கிவிட்டு பெரிய மாமா அப்புண்ணியின் முன்னால் வரவும், மனதுக்குள் தைரியத்தைத் திரட்டிக்கொண்டு அவன் சொன்னான்:

"கை படக்கூடாது என்மேல."

"பட்டா என்னடா பண்ணுவே?"

பெரிய மாமாவின் கை அவனது கன்னத்தில் பதிந்தது. மீண்டும் அவரது கை உயரவும் தெற்கு மனையிலிருந்து ஒரு உரத்தக் குரல் கேட்டது:

"அந்தப் பையனை அடிக்கக் கூடாது."

பெரிய மாமா அதிர்ச்சியும் கோபமும் கலந்த கண்களால் திரும்பிப் பார்த்தார். மருமகன் குட்டன். குட்டன் மாமா, திண்ணைக்கு வந்து சொன்னார்:

"அந்தப் பையனைத் தொடக்கூடாது, சொல்லிட்டேன்."

பெரிய மாமாவின் கை தாழ்ந்தது.

"நீ யாருடா, எனக்கு உத்தரவுபோட?"

"நான் யாராக வேணும்னாலும் இருந்துட்டுப் போறேன். அவனை அடிக்கக் கூடாதுன்னு மட்டும்தான் சொல்றேன். அடிச்சா, அப்புறம் இருக்கு."

பெரிய மாமா மருமகனின் பக்கம் திரும்பினார்:

"ப்ஃபூ... நீ என்னடா அவ்வளவுக்கு பெரிய ஆளாயிட்டியா?"

அப்போதும் குட்டன் மாமா உறுதியான குரலில் சொன்னார்:

"பெரிய மாமாவுக்கு வயசாயிடுச்சுங்கிறதைப் பிறகு நான் மறந்துடுவேன்."

படமெடுத்து நின்ற பெரிய மாமா முழுவதுமாக நிலை குலைந்துபோனார்.

குஞ்ஞிக்குட்டிப் பெரியம்மாவும் மீனாட்சிப் பெரியம்மாவும் தங்குவும் பரஸ்பரம் பார்த்துக்கொண்டார்கள்.

அடுத்து என்ன செய்வதென்று அறியாமல் சில நொடிகள் அப்படியே நின்றிருந்த பெரிய மாமா முற்றத்தில் இறங்கினார்.

"இந்தக் குடும்பத்துல இதற்கு முன்னால இப்படி நடந்ததே கிடையாது."

யாரிடம் என்றில்லாமல் முணுமுணுத்தபடியே பெரிய மாமா பத்தாயப்புரையில் ஏறினார்.

இருட்டு படரத் தொடங்கிய பிறகு அவன் கிழக்கு வராந்தாவில் போய் உட்கார்ந்தான். திண்ணையிலிருக்கும் பெரிய குத்து விளக்கின் வெளிச்சம் அங்கே தெரியவில்லை. தனியாக அமர்ந்திருக்கும்போது அன்று நடந்த ஒவ்வொரு நிகழ்ச்சியும் மனதுக்குள் அலையடித்தது. ஒருநாள், ஒரு வருடம்போல் கடந்து போயிருக்கிறது.

மங்கிய வெளிச்சத்தில் ஒரு நிழல் அவனருகில் வந்தது.

"அப்புண்ணி."

அது யாரென்பதைப் புரிந்துகொண்டான். அம்மிணி. அவன் இடது கன்னத்தைத் தடவினான். அப்போதும் வலி இருந்தது.

"ரொம்ப வலித்ததா அப்புண்ணி?"

வெறுப்புதான் உருவானது. மகள் ஆறுதல் சொல்ல வந்திருக்கிறாள்.

"ஏன் அப்புண்ணி பேச மாட்டேங்கிறே?"

உள்ளே இருந்து பெரியம்மாவின் குரல் கேட்டது.

"அம்மிணிக்குட்டீ?"

அம்மிணி வேகமாக உள்ளே போனாள்.

குட்டன் மாமாவுக்கும் பாஸ்கரனுக்கும் கிருஷ்ணன் குட்டிக்கும், சித்தப்பாவுக்கும் இலை போட்டபோது மாளு வந்து கூப்பிட்டாள்.

நடைப்புரையில் நான்கு தலை வாழையிலைகளுடன் ஒரு துண்டிலையும் போடப்பட்டிருந்தது. அது அப்புண்ணிக்கு.

வடக்கு மனையை அடுத்து மாடிக்குச் செல்லும் ஏணிப்படியின்கீழ், சிறு அறைக்குள் அவனுக்கும் ஒரு பாய் கிடைத்தது.

நாலுகெட்டு வீடு இருண்ட அமைதியில் மூழ்கியது. ஏணியின்கீழ், சிறு அறைக்குள் படுத்திருக்கப் பயமாகவும் இருந்தது. இறந்துபோன காரணவர்களின் ஆவி இருட்டில் சஞ்சரிக்குமா? தேவி பகவதி குடியிருக்கும் மாடியில் காற்சிலம்பின், இடைச்சதங்கையின் மணியோசை கேட்கிறதா?

யோசித்து யோசித்து மனமும் உடலும் தளர்ந்த நிலையில் கண்கள் மெதுவாக அடைத்துக்கொண்டன.

காலையில் பாஸ்கரனும் கிருஷ்ணன் குட்டியும் கஞ்சி குடிப்பதற்கு அமர்ந்தபோது பாட்டி அவனையும் அழைத்தாள். கால் இல்லாத பலகையில், ஒரு கிண்ணத்தின் முன் அவனும் உட்கார்ந்தான்.

அப்புண்ணி சீக்கிரமாகவே ஸ்கூலுக்குப் புறப்பட்டு விட்டான். காளை வண்டியில் வருகிறவர்களை அவன் கண்டு கொள்வதில்லை. போகும்போது பாட்டியின் அறை வாசலில் சென்று,

“பாட்டி நான் ஸ்கூலுக்குப் போறேன்” என்றான்.

மதில்கூடத்தைக் கடந்த பிறகுதான், வெட்டி முடித்த வாழைத்தோட்டம் வழியாக நடந்து பூமான்தோடைக் கடந்தால் யஞ்ஞேஸ்வரம் கோயிலின் முன் சீக்கிரமாகப் போய்ச் சேர்ந்து விடலாமே என்று தோன்றியது.

அந்த வழிதான் சுலபமானது.

சாயங்காலம் பள்ளிக்கூடம் விட்டு வரும்போது முற்றத்தில் பெரிய மாமா நடந்துகொண்டிருந்தார். அவனைப் பார்த்தும் பார்க்காததுபோல் முகத்தைத் திருப்பி, மேற்குப் புறக் களத்து மேட்டைப் பார்த்துக்கொண்டு நின்றார்.

அவன் தெற்கு மனைக்கு வந்தபோது பெரிய மாமா முற்றத்தில் நின்று சொல்வது கேட்டது: “இந்தக் குடும்பம் அழிஞ்சே போகும். தீட்டோ, சுத்தமோ எதுவுமே இல்லை. மேலே உக்கிரமான ஒரு பகவதி இருக்கிறாள்.”

அன்று மீனாட்சிப் பெரியம்மா அறிவுரை சொன்னாள்: “ஸ்கூல் விட்டு வரும்போது வடக்குப்புறம் வழியாகத்தான் வரணும். குளிக்காம, மாடிக்கு முன்னால் வழிநடக்கக் கூடாது.”

இரவில் பாஸ்கரனும் கிருஷ்ணன் குட்டியும் மாடியில் அவர்களுடைய அறையிலிருந்து படிப்பார்கள். சாப்பிடுவதற்கு மட்டும் கீழே இறங்கி வருவார்கள். அவன் தெற்கு மனையில் வாசலில் இருக்கும் குத்துவிளக்கின் முன்படுத்துப் புத்தகத்தை விரித்தான். ஆனால், கவனம் புத்தகத்தில் பதியவில்லை. யார் யார் என்னென்ன பேசுகிறார்கள்?

அன்று, பத்தாயத்தைத் திறந்து நெல் அளந்து கொடுக்க வேண்டிய நாள். வாரத்திற்கொரு முறை வீட்டுச் செலவுக்கான நெல் அளந்து கொடுக்கப்படும். வழக்கம் போல் காலையில் கூடையுடன் பத்தாயப்புரைக்குச் சென்ற மீனாட்சிப் பெரியம்மாவிடம் பெரிய மாமா சொன்னார்: "இங்குள்ள காரியங்களைப் பேசுறதுக்குன்னு ஒருத்தன் இருக்கானே, அவனை அளந்துகொடுக்கச் சொல்லுடீ நெல்லை."

மீனாட்சிப் பெரியம்மா சந்தேகத்துடன் நின்றிருந்தபோது மாமா திரும்பவும் சொன்னார்: "ஒரு மணி நெல்கூட நான் தரமாட்டேன். உங்களை எல்லாம் பாடம் படிக்க வைக்க என்னால முடியுமான்னு நானும் பாக்குறனே."

குஞ்ஞிக்குட்டிப் பெரியம்மா அழத்தொடங்கினாள்:

"நானும் என் பிள்ளைங்களும் கஷ்டத்துல ஆயிடுவமே ..."

வீட்டுக்கு வந்த குட்டன் மாமா நடந்ததை அறிந்தார். மாளுதான் அப்பாவிடம் சொன்னாள். குட்டன் மாமா நேராக பத்தாயப்புரைக்குப் போகும்போது பாட்டி வந்து தடுத்தாள்.

"இவ்வளவு காலமும் நான் கண்டுக்காம இருந்துட்டேன். இங்க எனக்கும் ஏதாவது உரிமைகள் இருக்கான்னு அறியணும்" என்றார் குட்டன் மாமா.

பத்தாயப்புரை மாடியில் சச்சரவு நடந்தது.

"பத்தாயத்தைத் திறக்க முடியாது. நீ யாருடா எனக்கு உத்தரவு போட?"

குஞ்ஞிக்குட்டிப் பெரியம்மாவும் மாளுவும் தங்குவும் திண்ணை வராந்தாவில் பார்த்துக்கொண்டு நின்றிருந்தார்கள்.

"நான் யாருன்னா? நானும் இந்தக் குடும்பத்தில ஒரு ஆணா பிறந்தவன்தான். ராப்பகல் பாக்காம நான் ரத்தத்தை வேர்வையாக்கி உழைச்சதுதான் இந்த நெல்லு."

தொடர்ந்து, பெரிய மாமாவின் மனைவியின் வீட்டுக்காரர் களைப் பற்றி குட்டன் மாமா எதுவோ சொன்னாராம்.

பெரிய மாமா கடைசிவரை பத்தாயத்தைத் திறக்கவே இல்லை. குட்டன் மாமா கீழே வந்து பத்தாயப்புரையின் கீழறையில் கூடையில் சேமித்து வைத்திருந்த விதை நெல்லை அளந்துகொடுத்தார். அதை எடுத்துக்கொண்டு போக தயங்கி நின்ற மீனாட்சிப் பெரியம்மாவிடம் கோபப்பட்டார்.

"எடுத்துட்டுப்போங்கிறனே?" என்று உரத்தக் குரலில் சொன்னதும் மீனாட்சிப் பெரியம்மா, அளந்துபோட்ட விதைநெல்லைக் கூடையில் அள்ளிப்போட்டு மாளுவிடம் ஒரு கைப் பிடிக்கச் சொல்லி எடுத்துக்கொண்டு போனாள்.

வித்தைக் குத்தியுண்ண வேண்டிய காலமும் வந்துவிட்டதே என்பதில் பாட்டிக்கு மிகுந்த மனவருத்தம்.

குட்டன் மாமா, பாட்டியிடம் சொன்னாராம்:

"ஒண்ணுல இதுக்கெல்லாம் சரியான வழிமுறையை ஏற்படுத்திக்கணும். அல்லது, எனக்கான பங்கு தனியாகக் கிடைக்கணும். உறுதியாகச் சொல்லிட்டேன்."

❍❍❍

வடக்குப்பாட்டு இல்லத்தில் பெரிய மாமாவுக்கும் மருமகனுக்கு மிடையே சச்சரவு என்றும் மருமகன், மாமாவை அடிக்கப் பாய்ந்தார் என்றும் ஊரிலுள்ளவர்கள் பேசிக்கொண்டார்கள்.

இதைக்கேட்ட வக்கீல் குமாரன் நாயருக்கு இருப்புக் கொள்ளவில்லை. வடக்குப்பாட்டு இல்லத்திலிருந்து தனக்கொரு வக்காலத்துக் கிடைப்பதென்பது சாதாரண விஷயம் அல்ல!

எட்டுக்கெட்டும் அறுபத்து நான்கு உறுப்பினர்களும் இருந்த காலத்தில், குமாரன் நாயரின் குருநாதர் குஞ்ஞன் நாயர்தான் இல்லத்தைப் பாகம் பிரித்தார். தனது குருநாதருடன் அன்று இது தொடர்பாக குமாரன் நாயர் அலைந்திருக்கிறார். அவருக்கு ஆதாரம் எழுதச் சொல்லிக் கொடுத்தவரும் குஞ்ஞன் நாயர்தான். அவரைப்போன்ற ஒரு வியாச்சியக்காரர் ஊரில் அதற்குப் பிறகு உருவாகவே இல்லை. குஞ்ஞன் நாயர் எழுதி, ரிஜிஸ்தர் கச்சேரிக்குச் செல்கிற ஆதாரத்தில் சிறு புள்ளியைக்கூட மாற்றம் செய்ய வேண்டிய தேவை இருக்காது. ஆதாரம் எழுத்தின் மகாவித்துவான் காலம் சென்ற குஞ்ஞன் நாயரின் சிஷ்யன் என்று தன்னைச் சொல்லிக்கொள்வதில் குமாரன் நாயருக்கு மிகவும் பெருமை.

வக்கீல் குமாரன் நாயரைப் பொறுத்தவரைக்கும் பாகம் பிரிப்பது என்பது ஒரு வைபவம். ஊர்ப்பிரமுகரான அவர்

அதிகாரியின் பஞ்சாயத்து கோர்ட்டில் ஒரு வியாச்சியக்காரர். அப்படித்தான் அவருக்கு வக்கீல் என்று பெயர் கிடைத்தது.

வடக்குப்பாட்டு குட்டன் நாயரைத் தோதுவாக ஒருமுறை பார்க்கும் வாய்ப்பை அவர் எதிர்பார்த்திருந்தார். பார்த்தால்தான் விவகாரம் தற்போது எந்த நிலைமைக்குப் போயிருக்கிறது என்பதை அறிந்துகொள்ள முடியும். மட்டுமல்ல, இதில் கோருக்குட்டிப்பணிக்கரின் தலையீடு எதுவுமில்லாமல் கவனித்துக்கொள்ளவும் வேண்டும். கோருக்குட்டிப் பணிக்கர் தான் குமாரன் நாயரின் எதிராளி.

ஒரு சொத்து அடமானம் தொடர்பான எழுத்துப் பணிகள் முடிந்து, திருத்தாலை ரிஜிஸ்தர் கச்சேரியிலிருந்து வந்துகொண்டிருந்தார் குமாரன் நாயர். தோணித்துறை வயல் வரப்பில் செறுமிகள் பதரடிப்பதைப் பார்த்தபடி குட்டன் நாயர் அமர்ந்திருப்பதைக் கண்ட அவர் பாதையை விட்டு விலகி, வரப்பில் இறங்கி, "குருவாயூரப்பா, முடியலை" என்ற தலைப்புடன் குட்டன் நாயரின் அருகில் வந்தார்.

"என்னாச்சு வக்கீலே?"

"ஆகுறதுக்கு ஒண்ணுமில்ல. நம்ம கண்ணன் செய்தாலியோட சொத்தை ஈடு வைக்கிற ஒரு வேலையாக, திருத்தாலை வரைக்கும் போயிருந்தேன்.

"முடிஞ்சிடுச்சா?"

"முடிஞ்சிடுச்சு. இப்ப இருக்குற ரெஜிஸ்தரார் ஆள் நல்ல மனுஷன். நமக்குதான் ரெண்டடி எடுத்து வச்சா மூச்சு வாங்குது. குருவாயூரப்பா."

"ஆயுசு காலம் முழுசும் இளமையாக இருக்க முடியுமா என்ன?"

குட்டன் நாயர் அதில் பெரிதாக ஆர்வம் காட்டியதுபோல் தெரியவில்லை.

"பதர் நிறைய இருக்கோ?"

"போன வருசம் அளவுக்கு இந்த வருசம் இல்லைன்னுதான் சொல்லணும்."

விவசாயத்தையும் ஊர் விஷயங்களையும் கொஞ்ச நேரம் பேசிய பிறகு குமாரன் நாயர் விஷயத்துக்கு வந்தார்:

"அப்புறம், சும்மா தெரிஞ்சுக்குறதுக்காக கேக்குறேன். பெரிய மாமா கொஞ்சம் இடைஞ்சி நிக்கிறதா கேள்விப்பட்டனே, உண்மையா?"

குட்டன் நாயர் அமைதியாகச் சொன்னார்:

"இடைஞ்சி நின்னு என்ன பண்றதுக்கு? வீட்டுல உள்ளவங்க சாப்பிட வேண்டாமா?"

"நான் கேள்விப்பட்டதை வெச்சி சொல்றேன். பெரிய மாமாவுக்கு வயசாயிடுச்சி. நாமதானே கொஞ்சம் அனுசரிச்சுப் போகணும் குட்டன் நாயரே?"

வக்கீல் எதிர்பார்த்தபடி அது வேலை செய்தது.

"எதில அனுசரிச்சுப் போகணுங்கிறீங்க? நானாக இருந்ததனாலதான் திருவாய்க்கு எதிர்வாயில்லைன்னு இவ்வளவு காலமும் வாழ்ந்தேன். எருமை மாடுபோல ராப்பகலாக உழைக்கவும் செய்றேன். ஒரு காசோ, ஒரு மணி நெல்லோ கையால நான் தொட்டுப் பாக்கவும்கூட கிடைக்கலை."

"இல்லே, வடக்குப்பாட்டு ஒரு நிறைவான குடும்பம். இதில காரணவர்களாக இருக்குறவங்க..."

"நிறைவும், செழிப்புமெல்லாம் பழைய காலத்தோடு முடிஞ்சுப் போயிடுச்சு குமாரன் நாயரே! காரியஸ்தம் பாத்துப் பாத்து எல்லாமே இப்ப முங்கிக் கிடக்கு."

குமாரன் நாயர் குரலைத் தாழ்த்தியபடி ஏதோ இரகசியம் பேசும் தொனியில் சொன்னார்:

"இதில கொஞ்சம்லாம் நானும் கேள்விப்பட்டேன். வெளிய சொல்ல முடியுமோ? நிறைய கடன் இருக்குறதாவும் கேள்வி?"

"நான் உழைச்சு நான் சாப்பிடுறேன். இனி இப்படியெல்லாம் சமயம் சந்தர்ப்பம் பாத்து வாய் பொத்தி நிக்கிறதுக்கு என்னால முடியாது."

"பெரிய மாமாவால எப்படி சரியான வழியில சஞ்சரிக்க முடியும்? எல்லாத்தையுமே அந்த கோரப்பணிக்கன் சொல்படி கேட்டுல்லே செய்றாரு?"

"செய்யட்டும். அடமானம் வைக்கவோ விற்கவோ என்ன வேணா செய்யட்டும். நானும் வேறொரு முடிவுக்கு வந்துட்டேன்."

குட்டன் நாயரை அமைதிப்படுத்துவதுபோல் பேசினார் குமாரன் நாயர்:

"நமக்குப் பேசித் தீத்துக்கலாமே? குழப்பம் எதுவும் வந்துடக்கூடாது பாருங்க."

"பேசுறதுக்கெல்லாம் ஒண்ணுமில்லை நாயரே. நமக்குண்டானது எதுவோ அது கிடைச்சாப் போதும்."

வியப்பிலாழ்ந்த வக்கீல் குமாரன் நாயர் தலையில் கை வைத்தார்.

"குடும்பத்தைப் பாகம் பிரிக்கிறதா? குருவாயூரப்பா! என்ன பேசுறீங்க?"

"ஆமா. பாகம் பிரிச்சா என்ன? அவனவன் பிரச்சினை; அவனவன் பாடுன்னு போயிட்டே இருக்கலாம். நீங்க வேற யோசனை எதுவும் சொல்லத் தேவையில்லை. அதைக் கேக்க நானும் தயாராக இல்லை. எனக்கு இப்ப பத்து முப்பத்தெட்டு வயசாகுது. நானும் ஒரு ஆணாப் பொறந்தவன்தான். அந்த இல்லத்திலுள்ள குழந்தைங்ககூட என்னை மதிக்கிறதில்லை..."

"சரி, குட்டன் நாயரே! அதுக்கு நாம ஒரு வழி பண்ணிக்கலாம். பக்குவமான ஒரு நாலு பேரை வெச்சி பெரிய மாமாகிட்ட பேசுவோம். ஆனா..."

குட்டன் நாயருக்குக் கோபம் அதிகரித்துக்கொண்டிருந்தது.

"என்ன ஆனா?"

"பாகம் பிரிக்கிற முடிவு சரியில்லைங்கிறது என்னோட அபிப்பிராயம். நிறைவுள்ள ஒரு குடும்பம் அது. தங்களுக்குள்ள அடிச்சிக்கிட்டு பிரிஞ்சிட்டாங்குறது..."

குட்டன் நாயரின் முகம் இறுகியது. "எனக்குத் தெரியும் நாயரே, நீங்கள்லாம் பெரிய மாமா சொன்னா, வாலாட்டிட்டுப் பின்னால நடப்பீங்க."

குமாரன் நாயரின் முகபாவம் மாறியது.

"குட்டன் நாயரே, நீங்க என்னோட இறந்துபோன மருமகனைப்போல. இப்ப நான் என்ன செய்யணும்கிறீங்க, அதைச் சொல்லுங்க."

குட்டன் நாயர் நீண்ட ஆலோசனையில் மூழ்கினார். தொடர்ந்து சொன்னார்:

"நீங்க செய்ய வேண்டியது, யார் யாரைக் கூப்பிடணுமோ, என்னென்ன செய்யணுமோ அதைச் செய்து, இதைக் கொஞ்சம் ரெண்டு திசையில ஆக்கணும். என்ன முடியுமா உங்களால?"

"முடியுமான்னா? பதினையாயிரம் கோட்டை விதைப்பாடுள்ள புறத்திடம் மனையை, ஒத்தை ஆளா நின்னு அச்சுப் பிசகாம பாகம் பிரிச்சவன் நான். விடுங்க குட்டன் நாயரே, நான் பாத்துக்குறேன்?"

எம்.டி. வாசுதேவன் நாயர்

வெள்ளைத் துணியினாலான குடையை இன்னொரு தோளுக்கு மாற்றி விட்டு இரண்டடி நடந்த வக்கீல் குமாரன் நாயர் திரும்பவும் சொன்னார்: "நீங்க பயப்பட வேண்டிய தேவையே இல்லை; உங்களை நான் இறந்துபோன என் மருமகனாத்தான் பாக்குறேன்."

மிகுந்த திருப்தியுடன் அவர் புறப்பட்டார்.

கதையை முடித்து வைக்க வேண்டிய ஒரு காலம் வருமென்பது குட்டன் நாயருக்குத் தெரியும். ஆனால், அது இவ்வளவு சீக்கிரமாக வருமென்று அவர் எதிர்பார்க்கவில்லை.

குட்டன் நாயர், பதினைந்தோ பதினாறோ வயதில் வயலில் இறங்கியவன். இருபது வருடத்துக்கும் அதிகமாகிறது உழைக்கத் தொடங்கி. இருந்தபோதும், உடுப்பதற்கு இன்றும் ஒரு நல்ல வேட்டி கிடையாது. வெளியே ஒரு தம்ளர் காப்பி குடிக்கவும் கூட கையில் காசில்லை. வருடம் தோறும் நான்கு வேட்டியும் இரண்டு துண்டும் *ஐந்து பறை நெல்லும்தான் கூலி. படிக்கட்டுக்கு வெளியே வேலை செய்யும் செறுமக்களுக்கு ஓணமும் சித்திரை விசுவும் **திருவாதிரையும் வந்தால் ***அளவு கிடைக்கும். தன்னை விடவும் அவர்களுடைய நிலைமை எவ்வளவோ பரவாயில்லைபோல் தோன்றியது.

குட்டன் நாயர் கோபத்துடன் காறித் துப்பினார் பாதையில்.

பெரிய குடும்பத்தில் பிறந்தவன் என்ற பெயர் மட்டும் மிச்சம். அதை வைத்து என்ன செய்வது?

மாளுவின் விஷயத்தை யோசிக்கும்போது அவருக்கு வருத்தமாக இருக்கும். இன்னும் இரண்டு மூன்று வருடங்களில் அவள் வயதை அறிவிப்பாள். கழுத்திலோ காதிலோ ஒரு பொன் துணுக்குக்கூட கிடையாது. இல்லத்தில் அவளை ஒரு வேலைக்காரியாக மட்டுமே நடத்துகிறார்கள். காலையிலும் சாயங்காலமும் அவளால் சுமக்க இயலாத தண்ணீர்க் குடத்தைச் சுமந்துகொண்டு போவதை குட்டன் நாயரும் பார்த்துக்கொண்டு தான் இருக்கிறார். அவள் அங்கே இருப்பதில் குஞ்சிக்குட்டி அக்காவுக்குக் கொஞ்சமும் விருப்பமில்லை.

பெரிய மாமாவின் மகள் அம்மிணியும்தான் இருக்கிறாள். பத்தாய அறையிலிருந்து கீழே இறங்கவே மாட்டாள். அக்காவுக்கு

---

* 50 படி.

** மார்கழித் திருநாள்.

*** புது வேட்டி, நெல், தேங்காய், எண்ணெய் ஆகியவை கொடுக்கும் மரபு. அளவு வாங்கிய செறுமக்கள் வேறிடத்தில் வேலை செய்யக்கூடாது.

ஒரு மகள் இருக்கிறாள். *பலா இலைக் குத்தவும் கூட தெரியாது. வேலை செய்வதற்கென்று மீனாட்சியும் ஒத்தாசைக்கு மாளுவும் இருக்கிறார்கள்.

எல்லாவற்றையும் பார்த்துக்கொண்டு இவ்வளவு காலமும் இருந்த பொறுமை திடீரென்று உடைந்தது. அப்புண்ணி வந்திருக்கும் விஷயமே குட்டன் நாயருக்குத் தெரியாது. அப்புண்ணியின்மீது அவருக்குப் பிரியமுமில்லை; வெறுப்பு மில்லை. ஆனால், முன்பொரு முறை அவனைக் கழுத்தைப் பிடித்துத் தள்ளி, அடித்து விரட்டியபோது சிறு வருத்தம் தோன்றியது. அந்தப் பையனும் ஒரு மனிதப் பிறவிதானே? அவனும் வடக்குப்பாட்டு இல்லத்திலுள்ள ஒரு ஆண் குழந்தைதானே? சொல்வதற்கும் கேட்பதற்கும் ஆளில்லை என்பதற்காக இப்படியா நடந்துகொள்வது?

திரும்பவும் அவருக்கு மாளுவைப் பற்றிய நினைவு வந்தது. மனித வாழ்க்கை. இன்று நான் கண்ணை மூடினால் நாளைக்கு மாளுவின் நிலைமையும் இதுதான். அவளும் திட்டி விரட்டப்படுவாள். அவளுக்கென்று அங்கே எந்த உரிமையுமில்லை.

ஒரு சாயங்கால நேரம் வீட்டில் போய் ஏறியபோதுதான் அந்தச் சம்பவம் நடந்தது. அப்புண்ணியைப் பெரிய மாமா அப்போதே பஸ்பமாக்கி விடுவார்போல் தோன்றவே, உள்ளொடுங்கிக் கிடந்த குரல் உயர்ந்தது.

பிரச்சினை தொடங்கப்போகிறது என்பதைக் குட்டன் நாயர் புரிந்துகொண்டார். இப்போது நெல் அளந்து கொடுக்க மாட்டேன் என்ற பிடிவாதத்துடன் பத்தாயத்தைப் பூட்டித் திறவுகோலை இருப்பில் வைத்துக்கொண்டு நடக்கிறார். நெல்லை அவர் வண்டிக்காரனுக்கு விற்கப்போகிறாராம்.

"வித்துடமாட்டாரா? சாப்பாட்டுக்காக காய வைத்த நெல்லை வண்டிக்காரனுக்கு வித்துடுவாராம். விற்கும்போது பாத்துக்கலாம்."

வடக்குப்பாட்டு குடும்பத்தில் ஒரே ஒருவருக்கு மட்டும்தான் உரிமை இருக்கிறது என்று சட்டம் எதுவும் கிடையாது அல்லவா?

---

* கஞ்சி குடிப்பதற்கான இலைக்கரண்டி.

5

நான்கைந்து நாட்களாகின்றன மழை பெய்ய ஆரம்பித்து. காற்றோ, இடியோ இல்லை. நின்று நிதானமாகப் பெய்துகொண்டிருக்கிறது. ஆகாயத்தில் ஒரு கருமேகக் கீற்று தென்பட்டாலும் போதும். வானம் மீண்டும் பொத்துக்கொண்டு பொழிய ஆரம்பித்துவிடுகிறது. கொட்டித் தீர்த்ததும் மீண்டும் கறுக்கத் தொடங்கிவிடுகிறது.

முற்றத்தில் தேங்கிக் கிடக்கும் நீரில் மழைத்துளிகள் குமிழ்களை உருவாக்கு வதையும் உடைப்பதையும் பார்த்தபடி உட்கார்ந்திருந்தாள் பாருக்குட்டி. இல்லத்தில் வேலை இல்லை. மழைவிட்ட பிறகுதான் நெல் எடுக்க முடியுமென்று சொல்லிவிட்டாள் குஞ்ஞாத்தோல்.

நனைந்து கிடக்கும் வயலை நக்கித் துடைத்துக் கொண்டு வரும் ஈரக்காற்றிலும் நீர்த்துளிகள் இருந்தன.

சிலந்தி வலைகள் வேலிபோல் வளர்ந்து படர்ந்து நிற்கும் அதன் பின்புறமுள்ள வழியில் சேறும் சகதியும் உறைந்து கிடந்தன. பாருக்குட்டியின் கண்கள் அதையும் தாண்டி அலைந்துகொண்டிருந்தது. மனம் இன்னும் அப்புண்ணியைக் காணோமே என்பதில் தங்கி நின்றிருந்தது.

வரமாட்டானா? இனி வரவே மாட்டானா?

கோபத்துடன் அவன் இறங்கிப்போகும்போது ஸ்கூல் விட்டதும் வந்துவிடுவான் என்றுதான் நினைத்திருந்தாள். அந்தி கறுக்கத் தொடங்கியும் அவன் வரவில்லை. பலரிடமும் கேட்டுப் பார்த்தாள். யாருமே அவனைப் பார்க்கவில்லையாம். கருக்கல் நேரமானது. அழுதபடியே அவனைத் தேடி ஓடினாள். காதர் மாப்பிள்ளையின் மகன் முகம்மது, அப்புண்ணியுடன் படிப்பதாக அறிந்தாள்.

அவனிடம் கேட்டால் தெரியும். இருள் படர ஆரம்பித்த இந்நேரத்தில் அவள் வெளியே இறங்கி நடப்பதில்லை. இருந்தும் மூச்சு வாங்க ஓடிக்கொண்டே இருந்தாள். தொலைவில், பாக்கு வெட்டுப் புரையும் கடைகளும் கடந்து, புளிய மரத்தடி காதர் மாப்பிள்ளையின் வீட்டுக்குச் சென்று முகம்மதுவிடம் கேட்டாள். அப்புண்ணியை வகுப்பில் இன்று நான் பார்க்கவே இல்லை என்றான் அவன்.

நெஞ்சில் கை வைத்த பாருக்குட்டி ஏக்கத்துடன் உருப்போட்டாள்: "மகனே . . ."

திரும்பவும் வீட்டுக்கு வந்து விளக்கேற்றிவிட்டு, மகனை எதிர்பார்த்து கல்படியிலேயே நின்றுகொண்டிருந்தாள்.

சங்கரன் நாயர் வந்தாலாவது தேடச் சொல்லலாம். அவர் அந்த வழியாக வருவதே இல்லை. அன்றைய சம்பவத்துக்குப் பிறகு வீட்டுக்கும் வருவதில்லை. இனி வரமாட்டார். இல்லத்தில் அவளது முகத்தை நேருக்கு நேர் பார்க்காமல் சமாளித்துக் கொண்டிருந்தார்.

வேதனையைப் பகிர்ந்துகொள்ளவும் ஆளில்லை. பாட்டியும் அன்று குடிசையில் இல்லை. அன்றிரவு முழுவதும் சிமினி வெளிச்சத்தில் தூங்காமல் காத்திருந்தாள். அவன் வரமாட்டானா?

பொழுது விடிந்ததுகூட நினைவில் இல்லை.

மறுநாள் காலையில் பாட்டி வந்தாள். அவள் வந்த பிறகு தான் அப்புண்ணி வடக்குப்பாட்டுக்குப் போயிருக்கும் விவரம் தெரியவந்தது. பாட்டியிடம் இதைச் சொன்னவள் சக்கம்மை. சக்கம்மையிடம் செய்தாலிக்குட்டி சொன்னானாம்.

அப்புண்ணி, இல்லத்திலா இருக்கிறான்? அவனை அசிங்கப் படுத்தி விரட்டிய அந்த வீட்டிலா? அவனால் அங்கே இருக்க முடியாது.

பாருக்குட்டி எதிர்பார்த்திருந்தாள். என் மகன் சீக்கிரமாக என்னிடம் வந்து சேருவான். வராமலிருக்கவே மாட்டான்.

இல்லத்துக்குச் சென்றபோது *இரிக்கணம்மையும் கேட்டாள்: "மகன் வந்தானா பாருக்குட்டி?" என்று.

"வருவான்" என்று மட்டும் பதில் சொன்னாள். மகன் கோபத்துடன் வீட்டை விட்டுப்போன தகவலை எல்லோருமே அறிந்துவிட்டார்களா?.

---

* வேலைக்காரி.

சாயங்காலமானதும் மனவருத்தம் மேலும் அதிகரித்தது. மழை ஆரம்பித்த பிறகு சீக்கிரமாக இருட்டத் தொடங்கிவிடுகிறது. தோட்டம் முழுவதும் தண்ணீர் நிரம்பி நின்றது. இனம்புரியாத ஒரு பீதி மனதுக்குள் படர்ந்தேறியது. இரவில் குடிசை முத்தாச்சி வந்து துணைக்குப் படுத்துக்கொள்வாள். பாட்டி, பாயைக் கண்டதுமே தூங்கி விழ ஆரம்பித்துவிடுவாள். பாருக்குட்டி வாசல் கதவைச் சாத்திவிட்டுப் படுத்தாள். தூக்கம் வரவில்லை. திண்ணையில் கேட்கும் ஒவ்வொரு அசைவையும் கூர்ந்து கவனித்தாள். இரவு நேரத்தில் அப்புண்ணி வரமாட்டான் என்று அவளுக்குத் தெரியும். இருந்தாலும் காதில் விழுகிற ஒவ்வொரு அசைவையும் ஆவலுடன் செவிமடுத்தாள்.

இந்த மழையிலும் அவன் ஸ்கூலுக்குப் போகிறானா? ஆறு நிரம்பி நிற்கிறதாம். ஆமினாவும்மா சொன்னாள். மூன்று நாட்களாக தோணி இறக்கவில்லையாம்.

சந்தைக்குப் போய் வந்த ஆமினாவும்மா சொன்னாள்: "இன்னும் ரெண்டு நாள் இப்படியே பெய்துச்சுன்னா பெருவெள்ளம்தான் போலிருக்கு." ஆற்றோரத்தில்தான் வழிப் பாதை. பாதை மட்டத்துக்கு ஆறு நிரம்பி நிற்கிறதாம். பார்த்துக் கவனமாக நடக்கவில்லை என்றால் ஓரம் தகர்ந்துவிடும். தெய்வமே அந்த வழியாகத்தானே என் பிள்ளை ஸ்கூலுக்குப் போவான். 'அப்புண்ணி பாத்துக் கவனமாக நடப்பியாப்பா?'

"தேவி பகவதியே துணை..." பாருக்குட்டி ஒரு *பணப்பாயசம் நேர்ந்தாள்.

கையிலிருந்த அரிசியும் தீர்ந்துவிட்டது. மத்தியானம் ஆமினாவும்மாவிடமிருந்து கால் படி அரிசி வாங்கியிருந்தாள். அதில், ஒரு பிடியரிசி மிச்சமிருக்கும். நாளை காலை ஒருவேளைக்கு மட்டும் போதுமானது. பிறகு?

"இந்த மழை ஓயும்னு எனக்குத் தோணல."

மழை தொடங்கியது முதல் பாட்டி, பாருக்குட்டியின் வீட்டில்தான். போர்வையைப் போர்த்திக்கொண்டு, கால்களைத் தடவியபடியே உட்கார்ந்திருக்கிறாள். இடையிடையே மழையை சபித்துக்கொள்கிறாள்.

"இந்த வருசம் நாலு **பறை பெய்யும்போலிருக்கு. அவ்வளவு பெரிய மழை."

---

* வழிபாடு.

** பறை = சோதிட சாஸ்திரப்படி, கணியான் குறிப்பிடும் மழையின் அளவு.

நாலுகெட்டு

குளிர்ந்த காற்று வீசியது. உடம்பு சில்லிடும்போது பாட்டி திட்டினாள்:

"இந்த மழை நல்லதுக்கில்லை. கலிகாலம், கலிகாலத்தில இப்படியெல்லாம்தான்."

ஒரு தொப்பிக்குடை வைத்துக்கொண்டு வீட்டின் பின்பக்க வேலியைத் தாண்டி திண்ணைக்கு வந்தாள் ஆமினாவும்மா.

"கேள்விப்பட்டீங்களா பாருட்டியம்மா?"

மழையில் சலசலப்பில் ஆமினாவும்மா கேட்டது பாருக்குட்டியின் காதுகளில் விழவில்லை.

"வெள்ளம் பூமான்தோடுவரைக்கும் ஏறிட்டதாம். படச்சவனே கை விட்டுடாதே!"

பாட்டி சொன்னாள்:

"இங்க ஏறி உட்காரும்மா."

வாரி நீர் பட்டுவிடாமல் தொப்பிக்குடையைச் சாய்த்தபடி திண்ணையிலேறி நின்றாள் ஆமினாவும்மா.

"தொண்ணூற்றொன்பதில வந்த பெருவெள்ளம் உனக்கு ஞாபகமிருக்கா?"

"பின்னே? நாங்கள்லாம் அப்ப செய்தாலிக்கா* வீட்டில இல்லையா ஒதுங்கினோம்? **பதுரீன்களே, பெரிய பலா மரம் நம்ம வீட்டுமேல விழுந்தது அப்பதானே?"

பாட்டிக்கும் அந்த பெருவெள்ளத்தைப் பற்றிச் சொல்வதற்கு நிறையவே இருந்தது. அன்று, பாட்டியின் குடிசைக்குள்ளும் வெள்ளம் ஏறிவிட்டது; பாட்டியின் கன்றுக்குட்டியைப் பெருவெள்ளம் அடித்துச் சென்றது; வடக்குமுறியிலுள்ள ஒரு பெண் வெள்ளத்தில் விழுந்து கிடந்த பலா மரத்தின் கிளையைப் பற்றியபடி உட்கார்ந்திருந்தாள். பாட்டி விவரித்தாள்:

"வடக்குப்பாட்டுகாரங்களோட தோட்டம் முழுசும் வெள்ளத்தில மூழ்கிடுச்சு. குட்டிப் பாம்பு இழைஞ்சு வர்றதைப்போல இல்லையா வெள்ளம் ஏறி வந்தது? சீக்கிரமா வடிஞ்சுப் போயிடவும் செய்துடுச்சு தெரியுமா?"

அந்தப் பெருவெள்ளம் ஒரு பற்றி கனவுபோல் மிகச்சிறு அளவில் பாருக்குட்டிக்கு நினைவிருந்தது. வீடுகளைக் காலி

---

* இக்கா = அண்ணன்.

** பதுரீன்கள் = புனித ஆத்மாக்கள்.

செய்துவிட்டு, ஆட்கள் இல்லத்துக்கு வந்தார்கள். வயலின் அருகில் இருந்தாலும் நாலுகெட்டு இல்லம் மேடான பகுதியில் இருந்தது. ஆகவே, வீட்டுக்குள் மட்டும் மழை வெள்ளம் ஏறவில்லை. பல்வேறிடங்களில் இருந்தும் வந்து நாலுகெட்டில் தஞ்சமடைந்த ஆட்கள் மூன்று நாட்களாக, முற்றத்திலும் வராந்தாவிலும் சமையல் செய்வதும் சாப்பிடுவதுமாக கழித்தார்கள். பசுத்தொழுவ, காளைத் தொழுவ வராந்தாக்களில் செறுமக்கள் வந்து கூடினார்கள். மூன்றாம் நாள் சாயங்காலம் தான் வெள்ளம் வடியத் தொடங்கியது.

ஒரு யானை அடித்துச் செல்லப்பட்டதையும் கருணூர் பாலத்தில் மாப்பிள்ளை ஒருவர் அதைக் கயிறு கட்டிக் காப்பாற்றியதையும் நேரடியாகப் பார்த்ததுபோல் விவரித்துக் கொண்டிருந்தாள் பாட்டி. ஆமினாவும்மா வியப்புடன் கேட்டுக்கொண்டிருந்தாள். வெள்ளம் வடிந்தபோது சிலருக்குப் பணப்பெட்டிகளும் பாத்திரங்களும் கிடைத்த கதைகள்; தண்ணீர் ஏறிய வீடுகளுக்குத் திரும்பி வந்தபோது அடுப்பிலும் தூண்களிலும் பாம்புகள் படமெடுத்தாடிக்கொண்டிருந்த சம்பவங்கள்.

ஆமினாவும்மாவுக்கும் சொல்வதற்கு நிறையவே இருந்தது:

“எம்பொன்னுப் பாட்டீ கேட்டீங்களா? வெள்ளம் வடிஞ்ச ஒரு *மஃரிபு நேரம், குடிலுக்கு வந்து கூடையும் வட்டிலும் போட்டு வெச்சிருக்குற சாய்வுப்புரைக்குப் போய்ப்பாத்தா, மற்ற சாதனம் . . . படச்சவனே, ஒரு அசல் ராஜ நாகம்.”

தொடர்ந்து, ஆமினாவும்மா பிரார்த்தனை செய்தாள்:

“படச்சவன்தான் பாதுகாக்கணும். பெருவெள்ளம் வந்தா ஊரு என்னத்துக்காகும்.”

வேலிக்குப் பின்னால் நின்று ஆமினாவும்மாவின் மகள் அழைத்தாள்.

அவள் இறங்கிப் போகும்போது சொன்னாள்:

“வேலி இடிஞ்சுபோனா நமக்கு சேந்துக் கட்டலாம் பாருட்டியம்மா. வேற என்ன செய்ய முடியும்?”

பாருக்குட்டி முனகி வைத்தாள்.

“ஈஸ்வரா, இந்த மழை விட்டுடணுமே” என்று அவள் பிரார்த்தனை செய்தாள்.

ஊர் மக்கள் அனைவருக்குமே பதற்றம்தான். நீர் வரத்து அதிகமாகிறதா என்பதைத் தெரிந்துகொள்வதற்காக சிலர்

---

* கருக்கல் நேரத்தொழுகை.

ஆற்றங்கரையோரத்தில் இடம் பிடித்து உட்கார்ந்தே விட்டார்கள். *கர்க்கடகம் மாதத்திலும் **துலாம் மாதத்திலும் ஆறு நிரம்பும்தான். ஆனால், இந்த அளவுக்கு ஆபத்தான நிலைமை ஒருபோதும் ஏற்பட்டதில்லை. சென்ற ஆண்டு பூமான்தோட்டில் வெள்ளம் ஏறுமென்ற நிலை வரைக்கும் சென்ற பிறகு, மழை விட்டது. வெயிலும் வெப்பமும் வந்தன.

பச்சை போர்த்திய வயல் நிறைவயிறாக நிற்கிறது. ரோடு உடைத்துக்கொண்டால் வயல் முழுவதும் வெள்ளத்தில் மூழ்கும். சீக்கிரம் வடிந்துவிட்டாலுமே ***சிங்கம் மாதம் அறுவடை செய்து களத்துக்கு வந்து சேரும்போது வெறும் சாவியாகவே இருக்கும். ஆற்றோர வயல்களில் மணல் சேராமல் இருக்கவே இருக்காது. நிலத்தைக் குத்தகைக்கு எடுக்கும் அளவுக்குப் பணம் செலவு செய்தால்தான் மணலை அப்புறப்படுத்தி நிலத்தை ஆழப்படுத்த முடியும்.

பாதையிலும் கடைகளிலும் மக்கள் பயந்துபோய் உட்கார்ந்திருந்தார்கள். மதியத்துக்குப் பிறகு மழை ஓய்ந்து, வானப்பரப்பில் இலேசான வெளிச்சம் தென்பட்டது. மக்கள் மனங்களில் சிறு ஆறுதல். இரண்டு நாட்கள் மழை பெய்யாமலிருந்தால் போதும். தப்பித்து விடலாம்.

ஆனால், ஆறேழு ****நாழிகைதான் கழிந்திருக்கும். ஆகாயத்திலிருந்து சரவெடிபோல் இடிமுழக்கம் கேட்டது. சாரல் மழை சடசடவென்று கொட்ட ஆரம்பித்தது. கூடவே காற்றும்.

பாட்டி படுத்திருந்தபடி தனக்குத்தானே ஆறுதல்போல் சொல்லிக்கொண்டாள்:

“காற்றடிக்கிறது நல்லதுதான். கருமேகத்தைக் கலைச்சி விட்டுடும்.”

பாருக்குட்டிக்கு அதைப் பற்றிய எண்ணமே இல்லை. அப்புண்ணி எங்கே படுப்பான்? இடியும் காற்றுமுள்ள இந்நேரத்தில் வெளித்திண்ணையில் உட்கார்ந்திருப்பானோ, தெய்வமே!

ஆகாயத்திலிருந்து மீண்டும் சத்தக்கோலாகலங்கள். இப்போது, காட்டுப்பூனைகள் *****காராடுவது போலவும், பெரும் பாறாங்கல் உருளுவது போலவும் ஓசைகள். தொடர்ந்து,

---

* ஆடி.

** ஐப்பசி.

*** ஆவணி.

**** ஒரு நாழிகை = 24 நிமிடம்.

***** சண்டைபோடுவது.

கண்ணைப் பறிக்கும் ஒரு மின்னல். ஆகாயமே வெடித்துச் சிதறுவதுபோல் மீண்டும் இடி முழக்கம்.

"நாராயணா, நாராயணா…" பாட்டி ஈஸ்வர நாமம் ஜெபிக்க ஆரம்பித்தாள். பாருக்குட்டி எழுந்து, உயர்த்தி வைத்திருந்த மூங்கில் தட்டியைத் தாழ்த்திவிட்டு ஜன்னலை மூடினாள்.

காற்றின் வீரியம் அதிகரித்துக்கொண்டிருந்தது. வாழை மரங்கள் நிலை குலைந்து ஆடிக்கொண்டிருந்தன.

சாரல் மழை வலுத்தது. காற்றும் மழையும் போட்டி போடுவதுபோலிருந்தது. கூரையில் விழும் மழைத்துளிகளின் சத்தம் அதிகரித்து வந்தது.

ஜன்னலில் தொங்கிக்கிடந்த மூங்கில் பாயின் ஓரத்தினூடே பார்க்கும்போது வெளியெங்கும் கடல்போல் இருள் பரந்து கிடந்தது. ஆகாயத்தின் உறுமலும் மழையில் இரைச்சலும் தோட்டத்தில் ஆங்காங்கே நிற்கும் இளம்வாழைகளினூடே வீசியடிக்கும் காற்றின் சீழ்க்கை ஒலியும் சேர்ந்தபோது உள்ளுக்குள் கலக்கம் உருவானது. சத்தக் கோலாகலங்களுடன் வெளியே கெட்டிக்கிடக்கும் கனத்த இருளில் பதிந்திருக்கும் கண்கள் திடீரென்று அடிக்கும் மின்னலில் அடைந்துகொள்ளும். கோர இரவின் காவல் தெய்வங்கள்போல் நிற்கும் கரிய பெருமரங்கள் ஒரு கணம் பளிச்சிடும். மீண்டும் இருள்… கண்களில் இருளின் கடல் அலையடித்தது.

"சூறைக்காத்து வீச ஆரம்பிச்சிருக்கு பாருட்டி. இந்த முறை *வாயு மண்டலம்தான்." பாட்டி கண்களைத் திறக்காமல் பேசினாள்.

பாருக்குட்டி சிமினியைப் பற்ற வைத்து, தலைமாட்டில் வீசிய காற்றிலிருந்து அதை நீக்கி வைத்தாள்.

பாட்டி கண்களை மூடியபடி மல்லாந்து படுத்து வேகமாக நாம உச்சாடனம் செய்துகொண்டிருந்தாள்.

தோட்டத்தில் தென்னை மடல் விழும் ஓசை கேட்டது. சிறிது நேரத்தில் முற்றத்தில் நின்றிருந்த மஞ்சாடி மரம் வேரோடு சாய்ந்து வாழைகளிடையே விழுகிற ஓசை.

பாட்டி கண்களைத் திறந்தாள். பயத்தில் உறைந்துபோயிருந்தது பாட்டியின் பார்வை.

"பாருட்டி, நம்ம வீடும் தரை பதிஞ்சிடுச்சோ?"

---

* கிரக சஞ்சாரத்தில் வாயு மண்டலம் என்று ஜோதிடர் குறிப்பிட்டால் அந்த வருடம் கொடுங்காற்று வீசும் என்பது நம்பிக்கை.

"பயப்படாம இருங்க பாட்டி."

"நாராயணா, நாராயணா, நாராயணா..."

திடீரென்று ஜன்னலின் இடைவெளியினூடே அடித்தேறிய காற்று சிமினி விளக்கை ஊதியணைத்தது. பாட்டியின் நாம உச்சாடனம் உரத்தக் குரலுக்கு மாறியது.

வெளி ஓசைகளினிடையே வேறு ஒரு சத்தமும் கேட்டதுபோல் பாருக்குட்டிக்குத் தோன்றியது. உண்மையாகவே கேட்டதா? அவள் காதுகளைக் கூர்மையாக்கினாள். ஆமாம், யாரோ கூப்பிடுகிறார்கள். அவள் கவனமாகக் கேட்டாள். மீண்டும் விளக்கைப் பற்ற வைத்துவிட்டு பாட்டியிடம் சொன்னாள்:

"வெளியே யாரோ கூப்பிடறாங்க பாட்டி."

பாட்டியின் கண்கள் திறந்திருந்தாலும் விடாமல் நாமத்தை உருப்போட்டபடி அப்படியே படுத்திருந்தாள். வெளியில் இரைச்சலுடன் வீசும் சூறைக்காற்றை விடவும் பாட்டியின் திருநாம உச்சாடனம்தான் பாருக்குட்டியை அதிகமாகப் பயமுறுத்தியது.

அவள் சந்தேகத்துடன் வாசல் கதவை இலேசாகத் திறந்தாள். அப்போது திண்ணையில் முழுவதுமாக நனைந்து, கையில் லாந்தரும் தலையில் தொப்பியுமாக நின்றுகொண்டிருந்தாள் ஆமினாவும்மா.

"கஷ்டத்திலாயிட்டமே, பாருட்டியம்மா..."

"என்னாச்சும்மா?"

ஆமினாவும்மாவின் உடம்பிலிருந்து வடிந்த நீர், திண்ணையில் விழுந்துகொண்டிருந்தது. அவள் மூச்சு வாங்கினாள். அழவும் செய்கிறாள்.

"என் வீட்டுக்காரரு குருவாயூரிலேருந்து இப்பதான் வந்தார். பாதை உடையப் போகுது. சீக்கிரமா வீட்டைக் காலி செய்துட்டுப் போயிடுவோம்."

"எங்கப் போறதுக்கும்மா?"

"எங்கேயாவது. குன்றுல யார் குடிலுக்காவது போயிடுவோம். பிள்ளைங்க தட்டு முட்டு சாமான்களைக் கட்டுறாங்க. கோழிகளையும் ஆடுகளையும்தான் என்ன பண்ற துன்னு தெரியலை."

பாருக்குட்டி அசையாமல் நிற்பதைக் கண்ட ஆமினாவும்மா அவசரப்படுத்தினாள்: "சீக்கிரமாக் கிளம்புங்க பாருட்டியம்மா.

எம்.டி. வாசுதேவன் நாயர்

அடுத்த நிமிசம் என்ன நடக்கப் போகுதுன்னு படச்சவனுக்குத்தான் வெளிச்சம்."

"நான் எங்கயும் வரலை உம்மா."

"உங்களுக்கென்ன பைத்தியமா? சீக்கிரம் கிளம்புங்க. குண்டுங்கல்காரங்க காலி பண்ணிட்டாங்க. கன்னுகாலிகளை ஆம்பிளைங்கத் தூக்கிட்டுப் போறாங்க."

மழையில், வேலியின் பின்புற வழியினூடே ராந்தல் வெளிச்சத்தில் கட்டுகளும் சுமைகளுமாக ஆட்கள் நடந்து கொண்டிருப்பது தெரிந்தது.

"கிளம்பிடு பாருட்டியம்மா. நின்னுட்டிருக்காதே."

"நான் எங்கயும் வரலை உம்மா. நீங்க போயிடுங்க."

என்ன செய்வதென்று தெரியாமல் திகைத்து நின்றாள் ஆமினாவும்மா.

"படச்சவனே, நீங்க என்ன சொல்றீங்க?"

"நான் வரலை உம்மா. நீங்க போயிடுங்க."

வேலிக்குப் பின்னால் நின்று ஆமினாவும்மாவின் மூத்த மகள் கூப்பிட்டாள்:

"உம்மா சீக்கிரம் வந்துடுங்க."

"பாருட்டியம்மா . . ."

"உம்மா போங்க. பாட்டியும் போங்க . . ."

அம்மும்மா கம்பளிப் போர்வையைப் போர்த்திக் கூனியபடியே திண்ணைக்குப் போயிருந்தாள்.

"என் வெத்திலைப் பெட்டி குடிசையில இருக்கும்மா."

ஆமினாவும்மாவுக்குக் கோபம் தலைக்கேறியது:

"பேசாம இருங்க பொம்பளை. மனுசனுக்கு மூச்சுவிட ஏலாத நிலைமையில உங்களுக்கு வெத்திலைப்பெட்டி."

ஆமினாவும்மாவின் கணவன் காற்றின் இரைச்சலை விடவும் சத்தமாக வேலியருகில் நின்று அழைத்தான்.

"உம்மா, நீங்க போயிடுங்க உம்மா."

"உங்களுக்குத் துணையா இங்க யாரிருக்கா பாருட்டியம்மா?" ஆமினாவும்மாவின் குரல் பரிதாபமாக வெளிவந்தது.

“கடவுள் இருக்காரும்மா, நீங்க போயிடுங்க.”

“படச்ச தம்புரானே...” என்று மட்டுமே ஆமினாவும்மாவால் சொல்ல முடிந்தது. பாட்டியும் ஆமினாவும்மாவும் தொப்பிக் குடையின்கீழ் சேர்ந்து இறங்கினார்கள். தண்ணீர் பட்டு ராந்தல் விளக்கின் கண்ணாடி சிதறியது. உள்ளே தண்ணீர் விழுந்திருக்கலாம். திரி பொசுங்கி அணைந்தது. ஆமினாவும்மா மீண்டும் தயங்கி நின்றபோது பாருக்குட்டி சொன்னாள்:

“யோசிக்காதீங்க உம்மா, உயிர் கிடந்தா நாம நாளைக்குப் பாப்போம்.”

அவர்கள் கண்களைத் துடைத்துக்கொண்டது இருட்டில் தெரியவில்லை. அந்த நிழல்கள் கூரிருளில் மறைவதுவரைக்கும் பாருக்குட்டி திண்ணையிலேயே நின்றிருந்தாள். பிறகு உள்ளே சென்று கதவை மூடினாள்.

வேதனையும் பயமும் கரைந்துபோயிருந்தது. எது வந்தாலும் சரியென்ற மரத்துப் போன மனநிலையை அவள் அடைந்திருந்தாள்.

ஊர் முழுக்க வெள்ளத்தில் மூழ்கியது. அடித்துச் செல்லும் ஒரு மரத்தடியைப் பற்றிப் பிடித்தபடி அமர்ந்திருந்தாள் பாருக்குட்டி. பிடியை விட்டால் அவ்வளவுதான் ... கைகளும் விரல்களும் மரத்துப்போயிருந்தன ... ஒரு நீர்ச்சுழியில் சிக்கிய மரம் வேகமாகத் திரும்பவும் கைப்பிடி விடுபட்டது. ஆழத்தில் மூழ்கிக்கொண்டிருந்த பாருக்குட்டி, அய்யோ ... என்று திடுக்கிட்டு விழித்தாள். அப்போதுதான் புரிந்தது. தான் கண்டது கனவு. பாயில் எழுந்து உட்கார்ந்தபோதும் உடலில் நடுக்கம் மாறவில்லை.

வாசலைத் திறந்துத் திண்ணைக்கு வந்துப் பார்த்தாள். தலை சுற்றுவது போலிருந்தது. எங்கு பார்த்தாலும் வெள்ளம். வெள்ளத்தைத் தவிர வேறெதுவும் தெரியவில்லை. கரை காணாப் பெருங்கடலின் நடுவே கரைந்துகொண்டிருக்கும் சிறு திட்டில் நின்றுகொண்டிருப்பதுபோல் தோன்றியது. வயலில் முதல் நாள் பசுமையாகத் தெரிந்த இடம் முழுவதும் வெள்ளம் நிரம்பி நின்றிருந்தது. தோட்டங்களையும் நாற்றுக்கூடைகளையும் கடந்து வெள்ளம் வாசல் படிவரை வந்திருந்தது. நேற்று நிறை வயிறுடன் நின்றிருந்த நெல் வயல்களில் இப்போது தோணிகள் நகர்ந்து கொண்டிருந்தன.

அக்கம் பக்கங்களிலுள்ள வீடுகள் அனைத்தும் காலியாகக் கிடந்தன. சத்தமில்லை; புகையில்லை. தொலைவில் நீர்

நிரம்பிய வயலில் நகரும் *கொதும்புத் தோணிகளின் மீது வெள்ளைப்புள்ளிகள்போல் தெரியும் ஆட்களை மட்டுமே காண முடிந்தது.

மழை நிற்கவில்லை. இரவு முழுவதும் இரைந்து வீசிய காற்று சோர்வடைந்து தூக்கத்தில் ஆழ்ந்திருக்கலாம். தோட்டத்தில் நின்றிருந்த வாழை மரங்கள் தரை படிந்திருந்தன. வரப்பில் வைத்திருந்த மூங்கில்கள் சாய்ந்தும் சரிந்தும் கிடந்தன. தொலைவிலுள்ள தோட்டங்களிலிருந்து காற்று ஒடித்துக்கொண்டு வந்த மாமரக்கிளைகள் சிதறி முற்றத்தில், சகதியில் மூழ்கிக்கிடந்தன. பாட்டியின் குடிசைக் கூரையில் மூன்றோ நான்கோ ஓலைக் கீற்றுகள் மட்டுமே மிச்சமிருந்தன.

வெள்ளம் இன்னும் ஏறக்கூடும் . . .

அலறிக்கூப்பாடு போட்டாலும் யார் காதிலும் விழாது. பயப்படுவதற்கு மாறாக, மனதுக்குள் அமைதியான ஒரு வேதனை ஊடுருவியது. இதுவே கடைசி முடிவாகவும் இருக்கலாம்.

முதல் நாள் மிச்சம் வைத்த ஒரு பிடி அரிசி உள்ளே ஓலைப்பெட்டியில் இருந்தது. ஆனால், அடுப்பு மூட்டவோ கஞ்சி வைக்கவோ தோன்றவில்லை. கரை தெரியாத நீர்ப் பரப்பையே பார்த்தபடி நனைந்து கரையத் தொடங்கிய திண்ணையில் நின்றிருந்தாள் பாருக்குட்டி.

ஆமினாவும்மாவின் தோட்டத்தில் வெள்ளம் புகுந்து விட்டது. கல்படித் திண்டு உடைவது மட்டும்தான் பாக்கி, முற்றமும் வெள்ளத்தில் மூழ்குவதற்கு.

தொலைவில் எங்கோ ஒரு ஆட்டின் ஓலக்குரல் கேட்டது. பரிதாபமான குரல். சாவு அருகில் நெருங்கிவிட்டதை அந்த வாயில்லாத ஜீவன் புரிந்துகொண்டிருக்க வேண்டும்.

தொலைவில் கொதும்புத் தோணிகள் நகர்ந்து கொண்டிருந்தன . . .

ஒரு ஆட்டுக்குட்டியின் மெல்லிய அழுகைக்குரல் . . .

ஆட்டுக்குட்டிதானா? அல்லது ஏதாவது குழந்தை அம்மா என்று அழுகிறதா?

மதிய நேரமானபோது கொதும்புத் தோணிகளும் காணாமலாயின. எந்த அசைவுகளுமில்லை. இப்போது, ஆட்டின் பரிதாபக் குரலும் ஆட்டுக்குட்டியின் அழுகுரலும் கேட்க

---

* சிறு தோணி.

வில்லை. இது மரணம் நிகழ்ந்த வீட்டின் அமைதியல்ல. மரணம் நிகழவிருக்கும் அறைக்குள் நிலவும் அச்சமூட்டும் அமைதி.

விளிம்புகள் உதிரும் சத்தம் கேட்டது. கல்படித் திண்டு முழுமையாகக் கரைந்தது. பட்டினிப் பாம்புகள்போல், சிவந்து கலங்கிய நீர் கிடைத்த வழிகளினூடே முற்றத்தை நோக்கிப் பாய்ந்து வந்தது. அவள் கண்பார்வையிலேயே தோட்டமும் முற்றமும் நீரில் மூழ்கின. ஓரக்கல்லின் மேல் நுனிவரைக்கும் வெள்ளம் ஏறிவிட்டது.

முடிவு நெருங்கிவிட்டது என்பதை அவள் உறுதி செய்து விட்டாள்.

அவள் வீட்டுக்குள் ஏறி உட்கார்ந்துகொண்டாள். வெளியே பார்க்க தைரியமில்லை. வெள்ளம் ஏறிக்கொண்டிருக்கக்கூடும். இன்னும் ஒரு சில நிமிடங்கள்தான் . . .

சாயங்காலம் தெற்குப் பக்கம் ஏதோ தகர்ந்து விழும் சத்தம் கேட்டது. அவள் ஜன்னல் இடைவெளியினூடே வெளியே பார்த்தாள். பாட்டியின் குடிசை இடிந்து விழுந்திருந்தது.

கருக்கல் ஆரம்பிக்கும்போது மழையும் நின்றது. காற்றோ மழையோ வேறு ஓசைகளோ எதுவுமில்லை. நனைந்து, இருண்ட சூழல். வெளிச்சுவரில் மழைவெள்ளம் மோதும் ஓசை மட்டும் இடையிடையே கேட்டது.

பாருக்குட்டியின் மனமும் சூழலுக்கேற்ப, இருண்டு மரத்துப்போயிருந்தது.

வெளிச்சுவரில் மழை வெள்ளம் மோதும் ஓசை இப்போது தெளிவாகக் கேட்டது. காலடிச்சத்தம்போல். நெருங்கி நெருங்கி வருகிற காலடிச்சத்தம்.

எதைப் பற்றியுமே யோசிக்க வேண்டாமென்றுதான் நினைத்திருந்தாள். ஆனால், மனம் கட்டுப்பாட்டை இழந்த நிலையில் கண்கள் வழிப்பாதையைப் பார்த்து விடுகிறது . . . சிற்சில உருவங்களும் தோற்றங்களும் இடையிடையே தெரிவதும் மாய்வதுமாக இருந்தன. ஒரு நாலுகெட்டு. பெரிய பெரிய தூண்களைக் காவலுக்கு நிறுத்தியிருக்கும் பெரிய நடு முற்றம். நடுவில் ஒரு முல்லை மாடம். தாம்பூலம் தரித்துச் சிவந்த உதடுகளும் அகன்ற மார்புமுள்ள ஒரு மனித உருவம். கார்மேகம் சூல்கொண்ட வானப்பரப்பின்கீழ் வேர்வை துளிகளுடன் நகரும் ஒரு தோளில் வாடித்தளர்ந்த ஒரு பெண். சுருண்ட தலை முடியும் நரம்புகள் தெரியும் நெற்றியுமுள்ள முகம் . . . அது அகன்றகன்று சென்றுகொண்டிருந்தது . . .

சடலத்தை மழை வெள்ளம் அடித்துச் செல்லும். வெள்ளம் வடிந்த பிறகு, ஏதாவது முள் வேலியிலோ தாழம்புதரிலோ சடலம் சிக்கிக் கிடக்கும். அடையாளம் தெரியாமலும் போகலாம். சொந்தம் கொண்டாட யாரும் முன்வராத நிலையில்.

அப்புண்ணியைக் கடைசியாக ஒரு முறை ... சோதனைகள் எதுவும் அவளைத் தளர்த்திவிடவில்லை ... மனவருத்தங்களை மகன் அறிய வேண்டாம் ... இல்லத்து வேலைக்காரியின் மகனாக அவன் பிறந்திருக்க வேண்டாம்.

அப்புண்ணி நன்றாக வாழட்டும். அவள் மீண்டும் பிரார்த்தனை செய்தாள். தேவி பகவதியே அவனுக்கு நீயே துணை ...

தலையணையில் முகம் புதைத்துப் படுத்திருந்தாள். தூங்கி விட்டால் யோசனை ஓடாது. குளிர் கரங்கள்போல் நீர் உடலைத் தழுவுவதற்குள் தூக்கம் வந்துவிட வேண்டும். ஒருவேளை தூங்கும்போதே சுவர் இடிந்து விழுந்துவிடலாம். பிறகு, ஒரு சில நிமிடங்கள் தான் ...

சிறுவயதில் தூக்கம் வராமல் படுத்திருக்கும்போது அம்மா ஆறெழுத்து மந்திரத்தை உருப்போடச் சொல்வாள்.

அவள் கண்களை மூடியபடி உச்சரித்தாள்:

“நமச்சிவாய, நமச்சிவாய ...”

சுவர்கள் முழுவதுமாக நனைந்து உள்ளுக்குள் உதிர்ந்து கொண்டிருந்தன. அரவணைக்கத் துடிக்கும் குளிர் கரங்கள்போல்.

“நமச்சிவாய, நமச்சிவாய.”

உடல் தளர்வதுபோல் தோன்றியது. மூடிய இமைகளுக்குள் வர்ணக் கோளங்கள் வெடித்துச் சிதறின. அவள் ஆழத்தில் மூழ்கிக்கொண்டிருந்தாள் ...

அப்போது,

“பாருக்குட்டியம்மா ...”

உடலும் மனதும் படபடத்தன. மனிதக்குரல். இமைகளைத் திறக்க முடியவில்லை. உடல், பழந்துணிபோல் குழைந்து போயிருந்தது.

“பாருக்குட்டியம்மா ...”

அவள் சிரமத்துடன் கண்களைத் திறந்து மெல்ல எழுந்தாள். உடல் முழுவதும் காற்றிலாடும் நுனியிலைபோல்

ஆடிக்கொண்டிருந்தது. குரல் கொடுக்க இயலவில்லை ... விளக்கு எங்கே இருக்கிறது என்று நினைவுக்கு வரவில்லை. தன்னுணர்வை இழந்த நிலையில் வாசலை நோக்கி நகர்ந்து தாள்பாளை நீக்கினாள். யாரோ நிற்கிறார்கள். வெளியிலும் தாழ்ப்பாள் இருள்.

"அம்மா ..."

"நான்தான். பயப்பட வேண்டாம், சங்கரன் நாயர்."

காலடிகள் இடறின. கடைசி வேரும் இற்றுப்போய் சாய்வதுபோல் அவள் சாய்ந்தாள்.

எம்.டி. வாசுதேவன் நாயர்

விழவில்லை. அதற்குள் உறுதியான இரு கைகள் தாங்கிக் கொண்டன.

"தோணி கொண்டு வந்திருக்கேன், வாங்க போவோம்..."

பேச வேண்டும்போல் தோன்றியது. முடியவில்லை. முழுவதுமாக அவள் குழைந்து போயிருந்தாள்...

"வாங்க, நான் பிடிச்சுக்குறேன்."

பாருக்குட்டியைத் தாங்கிக்கொண்ட சங்கரன் நாயர் நீரில் இறங்கினார்.

கண்களைத் திறந்த பாருக்குட்டி, நடுக்கடலில் இருப்பதுபோல் உணர்ந்தாள். சுற்றிலும் கரை காணாப் பெருவெள்ளம். துடுப்பைத் துழாவுகிற சத்தம் கேட்டது. எங்கே இருக்கிறோம் என்பதைப் புரிந்துகொள்ளவே சிறிது நேரம் பிடித்தது. படகுக்குள் இருக்கிறோம். நீரின் வேகத்தையும் சுழற்சிகளையும் கடந்து செல்ல தனது பலம் முழுவதையும் பயன்படுத்தித் துழாவுகிறார். சூடான வேர்வைத் துளிகள் முகத்தில் பதிந்தபோதுதான் சங்கரன் நாயரின் மடியில் தலைசாய்த்துப் படுத்திருக்கிறோம் என்பதை அவள் புரிந்துகொண்டாள். தலையைத் தூக்கி உட்கார முடியும். ஆனால், கண்களைத் திறக்காமல், தலையை உயர்த்தாமல் படுத்திருந்தபடியே கேட்டாள்:

"எங்க போறோம்?"

தோணியின் தலைப்பகுதி உயர்ந்து நிற்கும் ஒரு மரக்குற்றியில் பட்டு விடாதபடி துடுப்பை இன்னொரு புறம் வேகமாக மாற்றித் துழாவுவதினிடையே சங்கரன் நாயர் மூச்சு வாங்க சொன்னார்:

"தண்ணி ஏறாத இடத்துக்கு."

வயதான பியூன் கோயாமூ அப்புண்ணியின் வகுப்பறைக்கு ஒரு குறிப்புடன் வந்தார். அப்போது ராமநாதய்யரின் வரலாற்றுப் பாடம் நடந்துகொண் டிருந்தது. குறிப்பை வாங்கிப் பார்த்த ஆசிரியர், “வி. அப்புண்ணியை ஹெட்மாஸ்டர் கூப்பிடுறார்” என்றார்:

மாணவர்கள் அனைவரும் அப்புண்ணி யைப் பார்த்தார்கள். அவன் பதற்றத்தை வெளிக்காட்டாமலிருக்க முயற்சி செய்தான். பெரும்பாலும், பிரச்சினைக்குரிய மாணவர்கள் தான் தலைமையாசிரியரின் அறைக்கு அழைக்கப் படுவார்கள். தொடர்ந்து, இரண்டு கைகளிலும் போதுமான அளவுக்கு அடி வாங்கிவிட்டுத் திரும்பி வருவார்கள். சிறு குற்றங்களாக இருந்தால் எச்சரித்து அனுப்பிவிடுவார். இத்துடன் வேறொரு பிரயோகமும் உண்டு. கூர்மையான பென்சில் முனையைச் சேர்த்துப் பிடித்து காதைத் திருகுவது. இதை அனுபவித்தவர்களின் கருத்துப்படி பன்னிரெண்டு பிரம்படி வாங்குவதை விடவும் பயங்கரமாக வலிக்குமாம் பென்சிலுடன் சேர்த்துக் காதைப் பிடிப்பது.

எதற்காகக் கூப்பிட்டிருப்பார்? யோசித்துப் பார்த்தான். எதுவும் செய்யவில்லையே? ஹெட் மாஸ்டரிடம் பாஸ்கரன் ஏதாவது பொய் சொல்லி யிருப்பானா?

அறைக்குள் நுழையும்போது கால்கள் நடுங்கின. ஹெட்மாஸ்டர் கேட்டார்:

“என்னடா, நல்ல படிக்கிறியா?”

“ஆமாங்கய்யா.”

பிறகுதான் சொன்னார். அப்புண்ணி உதவித்தொகைக்குத் தேர்வாகியிருக்கிறான். மாதம் ஒன்றுக்கு ஆறு ரூபாய். அந்த வருடம் முதல் மாணவனாகத் தேர்வானதற்காகக் கிடைத்திருக்கிறது.

இனிமேல் பள்ளிக்கட்டணம் செலுத்த வேண்டாம்.

நான்கு ரூபாய் பதிமூன்றணா கட்டணம் போக ஒரு ரூபாய் மூன்றணா மிச்சமும் வரும். மாதம் ஒரு ரூபாய் மூன்றணா தனக்குச் சொந்தம்.

"இதில கையெழுத்துப்போடு."

அவன் ஒரு ரெவன்யூ ஸ்டாம்பின்மீது கையெழுத்திட்டான். திரும்பிப்போக இருக்கும்போது ஹெட் மாஸ்டர் ஒரு பிடி நோட்டை அவனிடம் நீட்டினார்.

"இந்தா, கடந்த எட்டு மாசமாக நீ ஃபீஸ் கட்டின பணமும் பாசாயிருக்கு."

எண்ணாறு, நாற்பத்தெட்டு.

அவனால் நம்பவே முடியவில்லை. அதை வாங்கும்போது கை நடுங்கியது. நாற்பத்தேழு ரூபாய் பதினைந்தணாவுடன் தலைமையாசிரியரின் அறைக்குள்ளிருந்து வெளியே வரும்போது, தான் பெரிய மனிதனாகி விட்டதுபோன்ற உணர்வு ஏற்பட்டது.

தினமும் பிரார்த்தனை செய்ததன் விளைவு. இல்லத்துக்கு வந்த பிறகு, மாடி முன் நின்று! தேவி பகவதியின் அனுக்கிரகம்.

குலதெய்வமான தேவி பகவதி நாலுகெட்டு மாடியில் குடியமர்த்தப்பட்டிருக்கிறாள். "பழைய காலத்தில நமக்கு அன்னம் தந்த பகவதியம்மை" என்று பாட்டி சொன்னாள்.

அது ஒரு பழைய கதை.

ரொம்ப காலத்துக்கு முன். இல்லத்தில் ஒரு பெண்ணும் ஆறு மக்களும் மட்டும் இருந்த ஒரு காலம். பசும்பால் கறந்து தினந்தோறும் கோயிலுக்குக் கொண்டு போய்க் கொடுப்பாள் அவள். ஆற்றைக் கடந்துதான் கோயிலுக்குப் போக இயலும். கோயிலில் கிடைக்கும் நைவேத்தியச் சோற்றில் அவர்களது வாழ்க்கை நகர்ந்துகொண்டிருந்தது.

ஒரு *துலாம் மாதம். ஆறு நிரம்பி ஓடிக்கொண்டிருந்தது. தோணியிறக்கவில்லை. ஆற்றங்கரையில் பால் பாத்திரத்துடன் நீண்ட நேரம் நின்றிருந்த அவள் இறுதியில் வருத்தத்துடன் வீடு திரும்பினாள். குழந்தைகளுக்கு அன்றிரவு சோறில்லை. நள்ளிரவில், வாசலில் யாரோ கூப்பிடும் சத்தம் கேட்டது. கதவைத் திறந்தபோது உள்ளே நுழைந்த ஒரு கை பித்தளைப் பாத்திரம் நிறையச் சோற்றை உள்ளே வைத்தது.

"குழந்தைகளை எழுப்பி இதைக் கொடு."

பட்டால் மூடிய ஒரு ரூபம் மாடி வாசலைத் திறந்து உள்ளே போவதுபோல் தெரிந்தது. காற்சிலம்பின் ஓசை கேட்டதாம். பிறகு யாரையும் காணோம்.

அது, தேவி பகவதி. இதற்குப் பிறகுதான் குடும்பத்திற்கு சகல ஐசுவரியங்களும் வந்து சேர்ந்தன.

அன்று அவனுக்கு தேவி பகவதிமீதும் எல்லா தெய்வங்கள் மீதும் நம்பிக்கை உருவானது. பள்ளிக்கட்டணம் செலுத்த வேண்டிய நாள் நெருங்கும்போதெல்லாம் மனம் பதைக்க ஆரம்பித்துவிடும். நான்கு ரூபாய் பதிமூன்றணா யார் தருவார்கள்?

அன்றுதான் சகமாணவர்களிடையே அவன் பெரிய ஆளாக ஆனான். பாக்கெட்டில் நாற்பத்தேழு ரூபாயும் பதினைந்தணாவும்

---

* ஐப்பசி.

இருக்கிறது. இவ்வளவு பணத்தை இதற்கு முன் அவன் தொட்டும் பார்த்ததில்லை.

இந்தத் தகவல் அப்புண்ணிக்கு முன்பாக வீட்டை அடைந்திருந்தது. பாஸ்கரன்தான் சொல்லியிருக்க வேண்டும்.

குஞ்ஞிக்குட்டிப் பெரியம்மா அன்று சிறிது அன்பாக நடந்துகொண்டாள். பாஸ்கரனும் மற்றவர்களும் சாப்பிட உட்கார்ந்தபோது பெரியம்மாவே அவனை அழைத்தாள்.

நாற்பத்தேழு ரூபாய் பதினைந்தணாவுக்கு இவ்வளவு மதிப்பிருக்குமென்று அவன் எதிர்பார்க்கவில்லை.

இரவில் பாட்டி சொன்னாள்: "அந்தப் பணத்தை செலவழிச்சுடாதே, பாட்டி வெச்சிருக்கேன்."

இரண்டு புதிய சட்டைகள் வாங்கினான். பாட்டி ஆட்டுத்தலை வாங்கவும் குழம்பு வைக்கவும் அதிலிருந்து ரூபாய் எடுத்தாள். மிச்சப் பணத்தை குட்டன் மாமா, கடன் வாங்கியதாக பிறகுதான் அறிந்துகொண்டான்.

அதில் அவனுக்கு வருத்தமில்லை. திடீரென்று பணக்காரன் ஆனது போலிருந்தது. குட்டன் மாமா தனக்குக் கடன்காரன். பாட்டியும் தன்னுடைய பணத்தை அனுபவித்திருக்கிறாள்.

சூப்புக் குடிக்க உட்காரும்போது பாட்டி சொன்னாள்:

"வயசான காலத்தில அவனால எனக்குப் பலன் கிடைச்சிருக்கு."

இதனிடையே பாகம் பிரிக்கும் விஷயம் புகைந்து கொண்டிருந்தது.

பேச்சு வார்த்தை ஆரம்பித்து நாட்களாகின்றன. எந்த முடிவையும் எட்டவில்லை.

பாகம் பிரிக்க வேண்டுமென்பதை அறிந்தது முதல் பெரிய மாமா சொல்லிக்கொண்டிருக்கிறார்:

"எனக்கும் என் பிள்ளைங்களுக்கும் என்ன உண்டோ அது தனியாகக் கிடைக்கணும்."

மீனாட்சிப் பெரியம்மாவுக்கும் சித்தப்பாவுக்கும் தனிப்பட்ட விருப்பங்கள் எதுவுமில்லை. வருத்தம் முழுவதும் பாட்டிக்குத்தான்.

"இதையும் என் கண்ணால பாக்கணும்னு இருந்திருக்கே?"

திண்ணையில் ஊர் முக்கியஸ்தர்கள் பேச்சு வார்த்தையை ஆரம்பித்தால் உடனே பாட்டி சொல்வாள்: "இந்த வீட்டுல கிடந்து நான் கண்ணை மூடணும்னு நினைக்கிறேன்."

அப்புண்ணி என்ற ஒருவன் இந்த நாலுகெட்டுக்குள் இருக்கிறான் என்பதை பெரிய மாமா சுத்தமாக மறந்து போய்விட்டார் போலிருந்தது. அவனை நேரடியாகப் பார்ப்பதை தவிர்த்துக்கொண்டிருந்தார். அவனும் அதையே விரும்பினான்.

வீட்டுக்குள் ஆட்களிருந்தாலும் தான்மட்டும் தனியாக இருப்பதுபோன்ற ஒரு உணர்வு எப்போதுமே அவனை அலட்டிக்கொண்டிருந்தது. அவனை யாரும் சத்தமாகப் பெயர் சொல்லி அழைப்பதில்லை. காலையில் கஞ்சி குடித்துவிட்டு, பள்ளிக்கூடத்திற்குப் போவான். சாயங்காலம் திரும்பி வருவான். தோப்பிலுள்ள குளத்திலேயே குளித்துவிடுவான். தெற்கு மனையின் நடுமுற்றத்தில் ஓரமாகத் தொங்கவிடப்பட்ட விபூதித் தட்டிலிருந்து சிறிது விபூதியை எடுத்து நெற்றியில் வைத்துவிட்டு மாடியின் முன் சென்று கும்பிட்டு விட்டு குத்து விளக்கின் வெளிச்சத்தில் உட்கார்ந்து படிக்கத் தொடங்குவான். அவனிடம் கேட்கவோ சொல்லவோ யாரிடமும் எதுவுமில்லை.

அவன் இனி வீட்டுக்குப் போக மாட்டான் என்பதைப் புரிந்துகொண்ட குஞ்ஞிக் குட்டிப் பெரியம்மாவுக்கு வருத்தம். தனக்குத்தானே சொல்வதுபோல் அவள் சொல்லிக்கொண்டாள்: “அழிஞ்சு போறதுக்கான இடம்தானே, ஓடுனதும் ஓடாததும் எல்லாம் வந்தேறட்டும்.”

அவ்வப்போது பேசுவதற்கென்று வருபவள் மாளு மட்டும்தான். அவளுக்கு அவன் எதையாவதுப் பேசிக் கேட்க வேண்டும். படிக்கும்போதும் சில நேரங்களில் பக்கத்தில் வந்து பார்த்துக்கொண்டு நிற்பாள். அவனுக்கு அதில் விருப்பமில்லை. பகல் நடந்த சம்பவங்களை எல்லாம் இரவில் அப்புண்ணியிடம் வந்து சொல்பவளும் அவள்தான். கறுத்து, மெலிந்து, நீண்ட முகமுள்ள அவளை ஏனோ தெரியாது, அவனுக்குப் பிடிக்க வில்லை. அவள் ஒரு அப்பாவிப்பெண் என்பதும் அவனுக்குத் தெரியும். ஆனாலும், அவள் பரிவுடன் பேச வரும்போது அவனுக்குக் கோபம் கோபமாக வரும். சமையல் கட்டில் வேலையில்லை என்றால் உடனே அவள் அப்புண்ணியைப் பார்க்க வந்துவிடுவாள். “அப்புண்ணியண்ணா என்ன பண்ணிட்டிருக்கே? அப்புண்ணியண்ணா என்ன வரைஞ்சிட்டிருக்கே?”

தன்னைப்போல் இவளும் இந்த வீட்டில் தேவையற்ற ஒரு பாரம்.

மாளுவுக்கு வீட்டில் நிறைய வேலைகள் இருந்தன. எப்போது பார்த்தாலும் அழுக்கு வேட்டியும் ஜாக்கெட்டுமாக இருப்பாள்.

தங்குவுக்கும் அம்மிணிக்கும் பட்டு ஜாக்கெட்டுகள் இருந்தன. அவர்கள் அருகினூடே நடக்கும்போது நல்ல வாசம் வீசும். காய்ச்சிய எண்ணெயின், சந்தனத்தின், சாம்பிராணியின், தாழம்பூவின் வாசம். மாளு நடக்கும்போது நனைத்து, விரிக்காமல் போடப்பட்ட துணியின் நெடி வீசும்.

என்றாவது ஒரு நாள்தான் அம்மிணி தனது வீட்டுக்குச் செல்வாள். நான்கைந்து நாட்களில் திரும்பி வந்துவிடவும் செய்வாள்.

பெரிய மாமாவுக்குத் தன்னுடைய பிள்ளைகளில் யாராவது ஒருவர் பக்கத்தில் இருந்தாக வேண்டும். முன்பு, தேவகி இருந்தாள். அவள் திருமணமாகி கணவன் வீட்டுக்குச் சென்ற பிறகு அம்மிணி வந்தாள். மாமி, கொஞ்ச காலமாகவே இங்கே வந்தால் அதிக நாட்கள் தங்கியிருப்பதில்லை. கடந்த திருவாதிரைக்கு வந்தவள் ஒரு வாரம் தங்கியிருந்தாள்.

ஒருநாள், அவன் சட்டையைத் துவைத்து உலர விட்டிருந்தான். வீட்டுக்குள்ளிருக்கும்போது அவன் சட்டை அணிவதில்லை. பனியன் மட்டும் அணிந்துகொண்டு முற்றத்தில் நடக்கும்போது அம்மிணி சொன்னாள்:

“பனியன் உனக்கு அழகாயிருக்கு அப்புண்ணி.”

அம்மிணியிடம் பேச அவனுக்குத் தயக்கமாக இருந்தது. சில நேரங்களில் அவள் அப்புண்ணியின் அருகில் வருவாள். அப்போது அவனுக்குள் பதற்றம் தொற்றிக்கொள்ளும். அவளைப் பார்க்கும்போதெல்லாம் எதிரில் நிற்கும் தோற்றம் மறைந்து, குத்து விளக்கின் ஒளியில், சுருக்காடையுடன், மார்பு மறைக்காமல், கையில் கமுகம் பூக்குலையுடன் நெளிந்தாடிக்கொண்டிருக்கும் நாகக்கன்னிகையின் தோற்றம் நினைவுக்கு வரும்.

சாயங்கால வேளைகளில் பெரிய மாமா வெளியே போனதும் பத்தாயப்புரையின் மேற்குப்பக்க முற்றத்தில் தலைமுடியைக் குலைத்துப்போட்டுப் பின்னியபடி வந்து நிற்பாள். அவளுக்குத் தெரியாமல் அவளையே பார்த்துக்கொண்டிருப்பது அப்புண்ணிக்குப் பிடிக்கும். அவளது ஒவ்வொரு அசைவிலும் பட்டு ஜாக்கெட் மின்னும். பின்குத்தாத இடைவெளியில் கமுகம்பாளை நிறமுள்ள வயிறு தெரியும். சர்ப்பம் துள்ளலின்போது பார்த்ததை விடவும் இப்போது அதிகத் திரட்சியுடன் இருக்கிறாள். பாதி மூடிய அந்தக் கண்கள் அந்தி வெயில் பதியும் வாழைக்கூட்டங்களில் அலைந்து திரியுமாக இருக்கும். சிவப்புக் கண்ணாடி வளையிட்ட கைகளில் எப்போதும் ஈரம் படிந்திருப்பது போல் தெரியும். முடியைப் பிரிக்கும்போது கண்ணாடி வளைகள் சலசலக்கும்.

அவள் எதிரில் வந்து நிற்கும்போது முகத்தை ஏறிட்டுப் பார்க்க அவனுக்குத் தயக்கமாகிவிடும். மனதுக்குள் கோபத்தையும் வெறுப்பையும் உருவாக்கினால் பார்த்துவிட முடியும் என்றுகூட அவன் நினைத்ததுண்டு. பெரிய மாமாவின் செல்லப் பிள்ளை வந்திருக்கிறாள். தன்னை அளவு கடந்து வெறுப்பவரின் இளைய மகள். பெரிய மாமாவின் மீதான வெறுப்புகளை அவளிடம் காட்டிவிடத் தோன்றும். ஆனால், எதிரில் வந்து நிற்கும்போது நிமிர்ந்துப் பார்க்கவே தயக்கமாகி விடுகிறது. தொலைவில் நின்று மட்டுமே பார்க்க விரும்பினான். தோளினூடே மார்பில் விழுந்து கிடக்கும் முடிச்சுருள்களின் அசைவுகள் படம் விரித்தாடுகிற பளபளக்கும் கருநாகங்கள்போல் தோன்றும். மூக்கின்கீழ் துளிர்த்த, நீலச்சாயையுள்ள மெல்லிய ரோமத்தளிர்கள். இமைகள் பாதி மூடிய அந்த விழிகளைப் பார்க்கும்போது அவள் கனவு கண்டபடியே நிற்கவும் நடக்கவும் செய்கிறாளோ என்ற சந்தேகம் உருவாகும்.

சாயங்காலம் மேற்கு முற்றத்தில் அவள் நிற்கும்போது நாகக்காவுகளிலுள்ள நாகங்கள் படமெடுத்து ஆடக்கூடும். நாகங்களுக்கு அழகான கன்னிப்பெண்களைப் பிடிக்கும்.

அம்மிணியும் அழகு மிகுந்த ஒரு நாகக்கன்னிகைதான். அவள் படம் விரித்து ஆடுவதைத் தொலைவில் நின்று பார்க்க ரசனையாக இருக்கிறது. நெருங்கும்போது பயம் வந்து விடுகிறது.

ஒரு சாயங்கால நேரம். வாசலின் மேற்படியிலிருந்து கிடைத்த ஒரு காகிதத்தில் ஆங்கிலப் புத்தகம் ஒன்றை அவன் அட்டைப் போட்டுக்கொண்டிருந்தான். அப்போது பின்னால் அம்மிணி வந்து நின்றாள்.

"என்ன பண்ணிட்டிருக்கே அப்புண்ணி?"

அவன் வேலையிலிருந்து கவனத்தைத் திருப்பாமலேயே சொன்னான்:

"ஒண்ணுமில்லை."

"என்ன புஸ்தகம் அது, கொடு பாக்கலாம்."

பக்கத்தில் அவள் மூட்டுப்போட்டு அமர்ந்தபோது தலையில் சூடியிருந்த முல்லைப் பூக்களின் சுகந்தம் வீசியது.

அட்டை போட்டுமுடித்துப் புத்தகத்தை அவன் கீழே வைத்தான். அவள் அதைக் கையிலெடுத்தாள்.

அம்மிணி ஐந்தாம் வகுப்புவரை மட்டுமே படித்திருக்கிறாள். ஆங்கிலம் எழுத்துக் கூட்டி வாசிக்கவும்கூட தெரியாது. தனக்கு,

எம்.டி. வாசுதேவன் நாயர்

ஆங்கிலம் வாசிக்கவும் தெரியும்; எழுதவும் தெரியும். அவனுக்குப் பெருமையாக இருந்தது.

புத்தகத்தின் பக்கங்களைப் புரட்டிப் பார்த்த அம்மிணி கேட்டாள்:

"அப்புண்ணிக்கு இதெல்லாம் வாசிக்கத் தெரியுமா?"

"உம்."

"கொஞ்சம் வாசிச்சு காட்டேன், பாக்கலாம்."

இன்னொருவர் கேட்பதற்காக வாசிப்பதா? முடியாது. வாசிக்கச் சொல்லி கேட்பதில் அப்படியென்ன ஆர்வம்? தனது அறிவை வெளிப்படுத்த வேண்டுமென்ற ஆசை இருந்தாலும் வெட்கமாகவும் இருந்தது.

"இது யாரோட படம்?" பக்கங்களைப் புரட்டிய அவள் ஒரு பக்கத்தைக் காட்டிக் கேட்டாள்.

அப்புண்ணி சொன்னான்: "ராணி லட்சுமி பாய்."

"யாரிந்த லட்சுமி பாய்?"

லட்சுமி பாயைக்கூட யார்னு தெரியாதாமே? ஜான்சி ராணியின் முழுக்கதையுமே தனக்குத் தெரியும். அதையெல்லாம் எதுக்குப் போய் சொல்லணும்?

"அது ஒரு ராணி. பழைய காலத்தில உள்ளவங்க" என்று மட்டும் சொன்னான்.

"அப்ப இது?"

"இது பறக்கும் குதிரையின் கதை. ராஜகுமாரனும் ராஜகுமாரியும் குதிரைமேல போறாங்க."

"எங்க போறாங்க அப்புண்ணி?"

"ராஜகுமாரனோட நாட்டுக்கு."

"போயி?"

"போயி, ராஜகுமாரன் ராஜகுமாரியைக் கல்யாணம் பண்ணிக்குவாரு."

"பிறகு..?"

"பிறகு... பிறகு அவங்க நிம்மதியாக வாழ்வாங்க."

"அப்புறம்...?"

இதற்கு என்ன பதிலைச் சொல்வதென்று தெரியாமல் அவன் அமைதியாக இருந்தான். அம்மிணி வாய்விட்டுச் சிரித்தாள். அவனுக்கும் சிரிப்பு வந்தது. சிரித்துவிட்டு உடனே நிறுத்திக் கொண்டான். அப்புண்ணியின் தோளை அமுக்கியபடியே அவள் மெல்ல எழுந்தாள். மீண்டும் முல்லைப்பூக்களின் சுகந்தம்.

"அப்புண்ணிக்கு இந்தக் கதைகள் எல்லாமே தெரியும், இல்லையா?"

"இதெல்லாமே பாடத்தில உள்ள கதைகள்."

"ஆனாலும் எங்கிட்ட சொல்லமாட்டே?"

இதைக்கேட்டதும் அவளொரு சிறு குழந்தை என்பதுபோன்ற எண்ணம் அவனுக்குள் உருவானது. இருந்தபோதும் அவன் பதில் சொல்லவில்லை.

"ஏன் அப்புண்ணி எதுவும் பேசமாட்டேங்கிறே?"

இதற்கும் அவன் பதில் சொல்லவில்லை.

"அப்புண்ணிக்கு என்மேல என்ன கோபம்?"

"எனக்கொண்ணும் கோபமில்லை."

ஏதோ யோசித்து நின்றுவிட்டு, அவள் மெல்ல வடக்கு மனையை நோக்கி நடந்தாள்.

வீட்டில் பெரிய மாமாவுக்கும் குட்டன் மாமாவுக்கு மிடையிலான சர்ச்சைகள் வழக்கமான நிகழ்வுகளாக மாறி விட்டிருந்தன. சொத்துக்களைப் பாகம் வைப்பதில் பெரிய மாமாவுக்கு விருப்பமில்லை. சரிவர செலவுக்கான நெல்லையும் அளப்பதில்லை. பெரியம்மாவின் குரல் உச்சத்தில் கேட்க ஆரம்பித்திருந்தது.

ஆண்டுத் தேர்வின் முடிவைப் பள்ளிக்கூடம் திறப்பதற்கு முன்பே அவன் அறிந்திருந்தான். அப்புண்ணி பாஸாகி விட்டான். மார்க் எவ்வளவு என்று தெரியவில்லை. முதல் மாணவனாக வர வாய்ப்பில்லை. இருந்தாலும் நிச்சயம் இரண்டாவதாக வந்துவிட முடியும். கிருஷ்ணன் குட்டி வாரியர்தான் முதலாவதாக வருவான்.

பாஸான தகவலுடன் வந்தபோது அம்மிணி கேட்டாள்:

"பாஸாயிட்டியா அப்புண்ணி?"

"பாஸாயிட்டேன்."

"ஹை . . . எத்தனாவது?"

"அது, தெரியலை."

"அப்புண்ணிதான் முதல்ல வருவே."

நல்லது. அப்படி வந்தால் இன்னொரு விருது கிடைக்கும். கடந்த ஆண்டு விழாவின்போது புரொஃபிஷியன்சி விருது கிடைத்தது. நோட்டீஸ் போர்டில் பெயரைப் பார்த்துதான் அறிந்துகொண்டான்.

அரங்கம் நிரம்பி வழிந்தது. விருது வழங்கும் நிகழ்வை எதிர்பார்த்திருந்தான். ஒலி பெருக்கியில் தனது பெயரைச் சொன்னபோது அவன் மெய் மறந்துவிட்டான். வி. அப்புண்ணி. அவ்வோசை உலகம் முழுவதும் எதிரொலிப்பதுபோல் தோன்றியது. ஆட்களினூடே நடந்து சென்று விருதினைப் பெற்றுக்கொண்டான். கனத்த அட்டையும், தாடி வைத்த ஒருவரின் படமுமுள்ள ஒரு ஆங்கிலப் புத்தகம்.

"அப்புண்ணி பெரிய திறமைசாலியா வருவே?"

அம்மிணி கேலி செய்கிறாளா? இல்லை, உண்மையாகவே வாழ்த்துகிறாள் என்று அவன் நினைத்துக்கொண்டான்.

"படிச்சுப் பாஸாகி பெரிய ஆபீசராக வரும்போது ..."

மீதியை அவள் சொல்லவில்லை. அவளது கண்கள் தன்முகத்தில் பதிந்திருக்கின்றன என்பதைத் தலையை உயர்த்தாமலேயே புரிந்துகொண்டான்.

கர்க்கடகம்* மாதத்தின் ஒரு இருண்ட இரவு. தெற்கு மனை விளக்கு எண்ணெய் இல்லாமல் அணைந்துபோயிருந்தது. இனி மீனாட்சிப் பெரியம்மாவின் வேலைகள் எல்லாம் முடிந்த பிறகுதான் அவளுடைய சிமினி விளக்கை வாங்க முடியும். இரவுச் சாப்பாட்டை முடித்துவிட்டு தனக்கு மிகவும் விருப்பமான கிழக்குத் திண்ணையில் வந்து உட்கார்ந்தான்.

பெரிய மாமா அன்று ஊரில் இல்லை. குருவாயூர் கோயிலுக்குச் சாமி கும்பிடப் போயிருக்கிறார். மறுநாள்தான் வருவார். மாதமொரு முறை தவறாமல் அவர் குருவாயூருக்குச் சென்றுவிடுவார். பத்தாயப்புரையில் வெளிச்சமில்லை.

பாட்டி இருட்டியதுமே ஏதாவது சாப்பிட்டுவிட்டுப் படுத்துத் தூங்கிவிடுவார். மழைக்காலம் தொடங்கிவிட்டால் பாட்டிக்கு வாதக்கோளாறுகள் வந்துவிடும். குஞ்ஞிக்குட்டிப்

---

* ஆடி.

பெரியம்மாவும் பிள்ளைகளும் மாடியில் இருக்கிறார்கள். மீனாட்சிப் பெரியம்மாவும் மாளுவும் சமையல் கட்டில் ஏதாவது செய்துகொண்டிருப்பார்கள்.

வயல் வெளியிலிருந்து ஈரக்காற்று வீசிக்கொண்டிருந்தது. அப்புண்ணி இருட்டையே பார்த்தபடி எதையோ யோசித்துக் கொண்டிருந்தான்.

அப்போது அம்மிணி பக்கத்தில் வந்தாள்.

"அப்புண்ணி உட்கார்ந்தே தூங்குறியா?"

அவன் திடுக்கிட்டான். அவள் வந்ததை அவன் கவனிக்க வில்லை. குரல்தான் கேட்டது.

"விளக்குக் கிடைக்கலையா?"

"இல்லை."

"அப்பா இல்லை. பத்தாயப்புரையில விளக்கு வச்சித் தரேன்."

"வேண்டாம்."

அந்தப் பத்தாயப்புரையில் அவன் ஏறியதே இல்லை. ஏற விரும்பவுமில்லை.

"ஏன் வேண்டாம்? படிச்சு முடிச்சுட்டியா?"

வெறுமனே அவன் சொல்லி வைத்தான்:

"ஆமா."

"அப்படின்னா தூங்க வேண்டியதுதானே?"

"தூங்குற நேரமாகலை."

"புஸ்தகத்தில உள்ள கதைகள்லாம் சொல்றேன்னியே, ஏன் சொல்லலை?"

"அதுல கதைகள் எதுவுமில்லை."

அம்மிணி அருகில் உட்கார்ந்தாள்.

"பொய் சொல்றே. பறக்குற குதிரையில ராஜகுமாரனும் ராஜகுமாரியும் வர்றது கதைதானே?

"அ... அது மட்டும்தான் இருக்கு."

"பறக்குற குதிரை இருந்தா எவ்வளவு நல்லாயிருக்கும், இல்லையா அப்புண்ணி? பெருவெள்ளம் வந்தப்பவே அது தேவையாக இருந்தது."

எம்.டி. வாசுதேவன் நாயர்

அப்புண்ணிக்கு வேடிக்கையாக இருந்தது. அம்மிணிக்கு பத்துப் பதினெட்டு வயதிருக்கும். ஆனால், சின்னக் குழந்தைபோல் பேசுகிறாள்.

"அதெல்லாம் வெறும் கதைகள்தானே?"

அப்புண்ணி அலட்சியமாகக் கேட்டான்.

"எனக்கு உண்ணியோட கதை தெரியுமே. அப்புண்ணிக்குத் தெரியுமா?"

"எந்த உண்ணி?"

வடக்கன் பாட்டில் வரும் உண்ணியின் கதை அம்மிணிக்குத் தெரியும். இடுப்பளவு நீரில் தலை முடியை அவிழ்த்துப்போட்டு அதற்குள் ஒரு ஆண்மகனை மறைத்து வைத்த கதை. (அம்மிணிக்கும் நீண்ட தலை முடி. அவள் நினைத்தாலும் யாரையாவது மறைத்து வைக்க முடியும்.) இரவு நேரத்தில் உண்ணியின் உடன்பிறந்தவர்கள் தூங்கிய பிறகு, அவளது அறைக்குச் சென்ற அவன், காலையில் பாணனின் வேடத்தில் வெளியேறினான்.

கதை அவனுக்குப் பிடித்திருந்தது. அதில் ஒரு பகுதி மலையாளம் புத்தகத்தில் கவிதைப் பகுதியில் இருக்கிறது.

வயலிலிருந்து வரும் ஈரக்காற்று மீண்டுமொரு முறை வீசியபோது உடம்புக்குள் குளிர் நுழைந்தேறியது.

"எவ்வளவு குளிரா இருக்கு? சட்டை போடாம இருக்குறியே குளிராதா?"

"உம் ... உம்."

"இந்தக் குளிர்ல அய்யப்பன் எப்படித்தான் தொழுவம் வராந்தாவில கிடக்கிறானோ?"

அப்புண்ணியின் தோளில் அம்மிணியின் உடல் தொட்டு உரசியது. அவளது கையில் சூடு தெரிந்தது.

"ஜன்னலை மூடிட்டுப் படுத்தா, ஏணிப்படி அறைக்குள்ள குளிரே தெரியாது. அப்புண்ணிக்கு நல்ல சுகமா இருக்கும்."

அவன் கேலி செய்வதுபோல் சொன்னான்:

"அப்படின்னா மழைக்காலம் முடியற வரைக்கும் மாடியில கூட்டறையில படுத்துக்குங்க."

மாடியில் ஜன்னல்கள் இல்லாத இருளடைந்த ஒரு கூட்டறை இருந்தது. உடைந்த பாத்திரங்கள், பிரம்புகள், பஞ்சு பிரிந்த ஜமுக்காளம் போன்றவற்றை போட்டு வைக்கும் அறை.

நாலுகெட்டு

வருடத்துக்கு ஒருமுறை காரணவர்களுக்கு பூஜை செய்வதும் அதில்தான்.

அம்மிணி மெதுவான குரலில் சிரித்தாள்.

"உனக்குப் பயமாக இல்லையா?"

"எதுக்குப் பயப்படணும்?"

"பொறேம்மானும் நாராயணம்மானும் எல்லாம் வருவாங்க."

பொறேம்மான், நாராயணம்மான். கூடவே வேறு சிலருமுண்டு. இவர்கள் எல்லாம் இறந்து போனவர்கள். இவர்களைப் பற்றி நிறைய கதைகளுமுண்டு. நாராயணம்மானை நினைக்கும்போது பயங்கரமான வெறுப்பும் அருவருப்பும் ஏற்படும். ஒரு மருமகளை அவர் மிதித்தே கொன்றாராம். இது, ரொம்பப் பழைய காலத்தில் நடந்த சம்பவம். அந்த மருமகளின் ஆவி – அதை நினைக்கும்போது, தன்னை தைரியசாலியென்று நினைத்துக்கொள்ளும் அப்புண்ணிக்குப் பயமாக இருக்கும். ஒரே மிதியில் வாயிலிருந்தும் மூக்கிலிருந்தும் இரத்தம் வடிந்தது. பதினாறு வயதான ஒரு குமரிப்பெண்.

அவள் செய்த தவறு என்னவென்று தெரியவில்லை. ரொம்ப காலத்துக்கு முன்பு நடந்த சம்பவம். இதற்குச் சொல்லப் படுகிற காரணம் – அதை நம்ப முடியாது. சோற்றில் தலை முடி கிடந்ததற்காக ஒரு பெண்ணை யாராவது மிதித்துக் கொல்வார்களா? அப்படி நடந்திருக்கவே வாய்ப்பில்லை. வேறு ஏதேனும் பெரிய தவறுகள் நடந்திருக்கலாம்.

"ஏணி அறையில படுக்கப் பயமாயில்லையா?"

அம்மிணி கேட்கிறாள்.

"எனக்கு ஒண்ணும் பயமில்லை."

"தைரியசாலிதான். ராத்திரி பொறேம்மானோட ஆவி வந்து கழுத்தைப் பிடிக்கும் பாத்துக்க."

அப்புண்ணி அலட்சியமாகச் சொன்னான்.

"பிடிக்கும்போது பாத்துக்கலாம்."

"அவ்வளவு தைரியமா? ராத்திரி உன்னைப் பயமுறுத்தி அலற வைக்கிறேனா இல்லையா, பாத்துக்க."

அப்புண்ணியின் கழுத்தினூடே அம்மிணி கை வைத்தபோது ஒருவிதக் கூச்சம் உருவானது. அவளுடைய ஆடைகளில் நல்ல சோப்பு மணம்.

முழங்கையால் அவனது கழுத்தை இலேசாக நெரித்த அம்மிணி,

"பயமா இருக்கா? பயமா இருக்கா?" என்று கேட்டாள்.

அப்புண்ணியின் உடல் சிலிர்த்தது.

தெற்கு மனையில் வெளிச்சம் தெரிந்தது. மாளு.

"அம்மிணியக்கா, எங்க இருக்கீங்க அம்மிணியக்கா?"

பின்னால் மீனாட்சிப் பெரியம்மாவும் வந்தாள்.

அவனது கழுத்திலிருந்து அவசரமாக கையை எடுத்த அம்மிணி எழுந்து நின்று, "இப்ப வந்துடறேன். நீ பத்தாயப்புரை வாசலை அடைச்சுக் கீழ்த்தாப்பாள் போட்டுக்க." என்றாள்.

அப்புண்ணியைக் கண்டதும் மீனாட்சிப் பெரியம்மா கேட்டாள்: "இன்னும் நீ படுக்கலையா?"

இன்று இனிமேல் படிக்க வேண்டாமென்று முடிவு செய்தான் அப்புண்ணி.

"படுக்கத்தான் போறேன்."

"சீக்கிரமாப் படு. கதவெல்லாம் அடைச்சுட்டு, ஓரமாப் படுத்துக்க."

ஏணியறைக்குள் சென்ற அப்புண்ணி பாயைத் தடவி எடுத்தான். அங்கே வெளிச்சமில்லை. தினமும் இருட்டில்தான் பாய் விரிப்பான். பாய் மட்டும்தான் இருந்தது. போர்த்துவதற்கு எதுவுமில்லை.

சிறு குத்து விளக்குடன் அம்மிணி ஏணிப்படியில் ஏறுவதற்காக வந்தாள். கூடவே மாளுவும். இப்போது அவளுக்குத் துணையாகப் படுப்பவள் மாளுதான்.

"மாடி ஓவறையில தண்ணியிருக்கா மாளு?"

"ஆமா."

"ஒரு தவலை தண்ணி எடுத்துக்க."

மாளு தண்ணீர் எடுப்பதற்காகச் சென்றாள். அருகில் இடமிருந்தும் அவனைக் கடந்து ஏணிப்படியைப் பிடித்திருந்தாள் அம்மிணி. குத்து விளக்கின் வெளிச்சத்தில் அவளது முகம் மட்டும் தெரிந்தது. இருட்டில் கீழே படுத்திருக்கும் அப்புண்ணி தூங்கிவிட்டானா என்று கூர்ந்து பார்த்தாள்.

அப்புண்ணி கண்களை மூடிக்கொண்டான்.

“கள்ளத் தூக்கமா?”

அவன் அசையவில்லை.

“ராத்திரி பயம் காட்ட வருவேன், பாத்துக்க.”

மாளூ தண்ணீருடன் வந்தாள். அவள் படியேறிச் சென்றாள்.

நேர் மாடியில் காலியான அறையில்தான் அவர்கள் படுப்பார்கள். வீட்டில் பெரிய மாமி இருக்கும்போது மட்டும்தான் அம்மிணி பத்தாயப்புரை மாடியில் வந்து படுப்பாள். மாடியில் காலடிச்சத்தமும் கழிப்பறை வாசலைத் திறக்கும் சத்தமும் கேட்டது. சிறிது நேரத்திற்குப் பிறகு திரும்பவும் கட்டில் சத்தம் கேட்டது. மாடி மிகவும் தாழ்வாக இருப்பதால் ஒவ்வொரு அசைவும் கீழே கேட்கும்.

மீண்டும் கட்டில் சத்தம் கேட்டது. அம்மிணி கட்டிலில் படுக்கிறாளாக இருக்கும். கீழே மாளூவும்.

அப்புண்ணிக்குத் தூக்கம் வரவில்லை. திறந்த ஜன்னல் வழியாக குளிர்ந்த காற்று அப்போதும் வீசிக்கொண்டிருந்தது. தொலைவில் எங்கோ மழை பெய்துகொண்டிருக்கிறது. ஜன்னல் அழிகளினூடே பார்க்கும்போது தொழுவமும் அதன் பின்னால் அயினி மரக் கிளைகளும் இருளில் நிழல்போல் தெரிந்தன. குளிர் அதிகரித்தது. அவன் எழுந்து சென்று ஜன்னல் கதவை அழுத்தி மூடினான்.

அடர்ந்த இருட்டாக இருந்தும் பயம் தோன்றவில்லை. அருகிலுள்ள மாடியில் அம்மிணியும் மாளூவும் படுத்திருக்கிறார்கள். அதன் எதிர்ப்புறம் இடைவழியின் பின்னாலுள்ள அறைகளில் பெரியம்மாவும் பிள்ளைகளும். கீழே வடக்கு மனையைத் தொட்டிருக்கும் அறையிலிருந்து குறட்டை சத்தம் வந்தது.

அப்புண்ணி கண்களை மூடியபடி படுத்திருந்தான். இருட்டும் குளிரும் அதிகமாக இருக்கும்போது இப்படிப் படுத்திருப்பது தனி சுகம். போர்த்திக்கொள்ள எதுவுமில்லை. இலேசாக சாரல் மழை வீசத் தொடங்கினாலே அம்மா போர்த்தி விடுவாள். முன்பெல்லாம் குளிர் அதிகமாக இருந்தால் இறுகக் கட்டிக்கொள்வாள்.

ரொம்ப வருடங்களுக்கு முன்பு நடந்ததுபோன்ற நினைவு.

அம்மாவைப் பற்றிய நினைவு எதிர்பாராமல் வந்துவிட்டது.

மனதுக்குள் வருத்தம் உருவானது. கடந்த காலங்களை நினைத்துப் பார்க்கக் கூடாது . . . கண்களை இறுக்கமாக மூடிக் கொண்டான்.

தூக்கம் கண்களைத் தழுவத் தொடங்கியது.

மேகக்கூட்டங்களின்கீழ் உயர்ந்து நிற்கும் மாளிகையைக்கண்ட ராஜகுமாரன் குதிரையின் இடது காதைத் திருகினான். அது மாளிகையின் மொட்டை மாடியில் இறங்கியது. ராஜகுமாரி பட்டு மெத்தையில் வீணை மீட்டியபடி அமர்ந்திருக்கிறாள்.

நெஞ்சில் யாரோ கைவைப்பது போலிருந்தது. திடுக்கிட்டு விழித்துக்கொண்டான். ஆனால், கண்களைத் திறக்கவில்லை. நெஞ்சின்மீது ஒரு கை. அலற நினைத்தபோது மோதிரம் அணிந்த விரல்கள் முகத்தில் பதிந்தன.

"நான்தான் அப்புண்ணி."

ஒரு கணம்தான். புரிந்துவிட்டது. பயப்படுவதற்கில்லை. கண்ணாடி வளையலின் ஓசை... நெஞ்சில் பதிந்த கை சூடாக இருந்தது.

கண்கள் தாமாகவே அடைந்துகொண்டன. உள்ளுணரும் தூக்கம்தான். சூடான மூச்சுக்காற்று முகத்தில்பட்டது. மென்மை யான, மிக மென்மையான ஒரு குரல்: "பயமாயிருக்கா?"

குளிர்ந்த உடலில் சூடு படர்வதைப்போலிருந்தது. வெதுவெதுப்பான மிருதுக் கரங்கள் உடலெங்கும் சஞ்சரித்தன. வாசனை சோப்பின் மெல்லிய நறுமணம்... உடல் முழுவதும் கனலாகித் தெறிப்பதுபோலிருந்தது...

கண்களைத் திறக்க வேண்டும்.

ராஜகுமாரனும் ராஜகுமாரியும் பறக்கும் குதிரையில் பயணித்துக்கொண்டிருந்தனர். மேகக்கூட்டங்களினூடே! பூத்துக்குலுங்கும் காட்டு மல்லியின் கிளைகளும் கொடிகளும் மேகங்களைத் தொட்டு உரசிச் செல்கின்றன.

இளஞ்சூடான மலரிதழ்கள் கன்னங்களை வருடிச் செல்கின்றன.

காட்டு மல்லிகை படர்ந்த மரக்குடில்களினூடே குதிரை பாய்ந்துகொண்டிருந்தது. ராஜகுமாரியின் கரங்கள் பயத்துடன் ராஜகுமாரனைச் சுற்றிப் படர்ந்திருந்தன. அப்புண்ணிக்கு மூச்சடைக்கிறதா?

பறந்து, மார்பில் வந்தமர்ந்த மாடப்புறாக்கள் குர்குர் ஓசையுடன் அலகுகளை உரசுகின்றன. அப்புண்ணி எங்கே? பறக்கும் குதிரையில் ராஜகுமாரி வந்திருக்கிறாள். பட்டாடையும் துகின்முடியும் தரித்த ராஜகுமாரன் நானா? மரக்கூட்டங்களின் உச்சாணிக் கொம்புகளினூடே அவன் வளைந்து நெளிந்து

நகர்ந்துகொண்டிருந்தான். ராஜகுமாரனின் செம்பட்டாடைக் காற்றில் நழுவுகிறது . . . கொடிமுட்கள் உடலை வருத்துகின்றன.

ராஜகுமாரனையும் ராஜகுமாரியையும் தாங்கிய மாயக்குதிரை உயர, உயரப் பறந்துகொண்டிருந்தது . . .

"அப்புண்ணியண்ணா, அப்புண்ணியண்ணா."

மாளுவின் சத்தம் கேட்டு அவனது தூக்கம் கலைந்தது.

"மணி எத்தனை ஆகுதுன்னு தெரியுமா?"

அப்புண்ணி திடுக்கிட்டு எழுந்து உட்கார்ந்து, கண்களைக் கசக்கி விட்டுக்கொண்டான். வேட்டியை ஒழுங்குப் படுத்திக் கொண்டான். மூடிக்கிடந்த ஜன்னலைத் திறந்தபோது காலை வெயில் உள்ளே பாய்ந்தது. நேரமாகிவிட்டது. திடீரென்று அவனுக்கு எதுவோ நினைவு வந்தது. இரவு முழுக்கக் கனவு கண்டதுபோல் தோன்றியது. பனிபடர்ந்த புலர்காலைப்பொழுதின் தொலைதூரக் காட்சிகள்போல் அனைத்துமே தெளிவற்று தெரிந்தன. மூலையில் சாய்த்து வைக்க பாயை மடித்தபோது எதுவோ கீழே விழுந்தது.

சிவப்புக் கண்ணாடி வளையல் துண்டுகள். உள்ளே தங்கச் சரடு இழைத்ததுபோல் மின்னும் மஞ்சள் நிற கோடுகள்கொண்ட சிவப்பு வளையல் துண்டுகள்.

மாளு நிற்கிறாளா என்றுதான் முதலில் கவனித்தான். அவள் போய்விட்டாள்.

வளையல் துண்டுகளைப் பொறுக்கியெடுத்துக்கொண்டு நேராக தோட்டத்தை நோக்கி நடந்தான். குளம் நிரம்பியிருந்தது. குளப்புரையின் தூணில் கட்டி வைத்தப் பாளையில் இருந்து ஒரு பிடி உமிக்கரியை அள்ளிவிட்டு, துவைத்து வைக்கும் கல்லில் சென்றமர்ந்தான்.

உடைந்த வளையல் துண்டுகளை ஒவ்வொன்றாகக் குளத்தின் நடுவே எறிந்தான். ஓணத்தும்பிகள்போல் அவை பறந்து சென்று கலங்கிய நீரில் துடிப்புடன் விழுவதைப் பார்த்தபடியே அவன் யோசனையில் மூழ்கினான் . . .

இளவெயில் கரையும் மஞ்சள் நீரினூடே சிவப்பு வளையல் துண்டுகள் தாழ்ந்துகொண்டிருப்பதை சிறிது ஆழம்வரைப் பார்க்க முடிந்தது.

வெறுப்பும் வருத்தமும் தோன்றியது. இடையே இரகசியமான ஒரு இன்னுணர்வும். பளபளக்கும் வர்ணக்கல்போல் அதை அவன் மனதுக்குள் பத்திரப்படுத்திக்கொண்டான்.

தனிமையில் இருக்கும்போது யாருமறியாமல் வெளியே எடுத்துச் சீராட்டி மகிழும் ஒன்றாக அது இருந்தது.

○○○

மத்தியஸ்தர்கள் பலரும் வந்து பேசிப்பார்த்தார்கள். எந்த முடிவுக்கும் வர இயலவில்லை.

திண்ணையில் சமசரப் பேச்சுவார்த்தை தொடங்கினால், வீட்டுக்குள் இருப்புக்கொள்ளாமலாவது பாட்டிக்குத்தான். அறுபத்தாறு ஆண்டுகளாக அவள் வாழ்ந்துகொண்டிருக்கும் வீடு இது. இதில் கிடந்துதான் சாக வேண்டும் என்பது அவளுடைய அபிலாசை. தினமும் ஒரு பத்து முறையாவது அவள் இதைச் சொல்லவும் செய்வாள்.

குட்டன் மாமாவைப் பார்க்கும்போதெல்லாம் சொல்வாள்:

"ஏண்டா, இந்த சட்டியையும் பானையையும் என்னோட காலத்துக்குப் பிறகு பங்குப் போட்டா போதாதா?"

குட்டன் மாமா எந்தப் பதிலும் சொல்ல மாட்டார். பெரியம்மாவுக்கு தோணித்துறை யின் அருகிலுள்ள மூன்றுபோகம் விளைகிற பூமி தன்னுடைய பங்காகக் கிடைக்க வேண்டும். அவளுக்கும் சொல்வதற்குக் குறைகள் இருந்தன:

"நானும் என் பிள்ளைங்களும் கஷ்டத்திலாயிடுவமே, எங்களுக்காக பேச இங்க யாரிருக்கா?"

வக்கீல் குமாரன் நாயரும் கோருக்குட்டிப்பணிக்கரும் வராத நாட்களே கிடையாது. அவ்வளவு எளிதாக ஒன்றும் பாகம் பிரித்துவிட முடியாது என்றார் பணிக்கர்.

“நிலபுலன்கள் எல்லாம் பல இடங்களில் கிடக்கு. எல்லாத்தையும் முதல்ல அளந்துத் திட்டப்படுத்தணும். அப்புறம், விலையைத் தீர்மானிக்கணும். சில இடங்கள்பேர்ல கடன் இருக்கு. தாய் வழிகளைப் பிரிக்கணும். இதையெல்லாம் செய்யறதுக்கு முன்னாடி, யார் யாருக்கு எவ்வளவு எவ்வளவுன்னு பாகம் பிரிக்கணும்.”

தனக்கு இரண்டு பங்கு வேண்டும் என்றார் பெரிய மாமா. பல வருடங்களாக, குடும்ப நிர்வாகத்தைக் கவனித்துக் கொண்டிருப்பவன் நான். மட்டுமல்ல, காரணவர்களுக்கு இரண்டு பங்குக் கொடுப்பது என்பது பழைய காலம் முதல் நடைமுறையிலுள்ள வழக்கம்தான். குடும்பத்தில் ஏற்பட்டுள்ள பல்வேறு அபிவிருத்திகளுக்கும் காரணம் நான்தான்.

குட்டன் மாமாவிடம் குமாரன் நாயர் இதைச் சொன்னபோது அவர் காறித் துப்பினாராம்.

“அபிவிருத்தி . . . அபிவிருத்தி எதுவும் இங்க வரலை. அதெல்லாமே பூந்தோட்டம் வீட்டுல.”

பெரிய மாமாவும் குட்டன் மாமாவும் பரஸ்பரம் நேரடியாகப் பார்ப்பதில்லை. பணிக்கரும் குமாரன் நாயரும்தான் பேசிக் கொள்வார்கள். பெரிய மாமா முடிவாகவே சொல்லிவிட்டார். மொத்த சொத்தில் இரண்டு பங்கு தருவதாகவும் வடக்கு வயல் தனிப்பட்ட சொத்து என்று ஒப்புக்கொள்வதாகவும் இருந்தால் மேற்கொண்டு பேசலாம். இல்லை என்றால் . . .

“அவன் எப்படி பாகம் வாங்குறான்னு நானும்தான் பாக்குறனே!”

அப்போதுதான் மத்தியஸ்தம் பேசுவதற்கென்று அதிகாரி களத்தில் நம்பியார் வந்தார்.

அன்று அப்புண்ணிக்கு விடுமுறை நாள். இறுதியாண்டு அரசுத் தேர்வு. நிறைய படிக்க வேண்டியதிருந்தது. பேச்சு வார்த்தை இன்று முடிவுக்கு வருவதாக அவன் ஏற்கனவே அறிந்திருந்தான். வக்கீல் குமாரன் நாயரும் கோருப்பணிக்கரும் வந்தபோது அவன் தெற்கு மனையின் சாய்வுப் படியருகில் நின்றுகொண்டான்.

அதிகாரி பிறகுதான் வந்தார். களத்தில் நம்பியார் ஊர்ப் பிரமுகர். அவர் படியேறுவதைக் கண்டதும் பத்தாயப்புரை

மாடியில் கிடந்த சாய்வு நாற்காலி திண்ணைக்கு வந்தது. வெற்றிலைச் செல்லம் கொண்டு வரச் சொல்லி வீட்டுக்குள் உத்தரவு சென்றது.

அதிகாரியை அப்புண்ணி அன்றுதான் முதன் முறையாகப் பார்க்கிறான். அவர் படியேறி வருவதை அவனும் கவனித்தான். கறுத்துத் தடித்த, உயரம் குறைந்த, உடல் முழுவதும் ரோமம் அடர்ந்த ஒரு வழுக்கைத் தலை மனிதர்.

"பாத்து எத்தனை வருசமாகுது ... உட்காரலாமே ..." என்று பெரிய மாமா சொன்னதும் அவர் உரத்தக் குரலில் வாய் பிளந்து சிரித்தார். ஊர் முழுவதும் கேட்பது போன்ற சிரிப்பு.

"வயசான காலமில்லையா? கை எட்டுற அளவுக்குக் கால் எட்ட மாட்டேங்குது." வக்கீல் குமாரன் நாயரும் பணிக்கரும் மரியாதையைத் தெரிவிக்கும் விதமாக நின்றுகொண்டிருந்தார்கள். அதிகாரியின் கண்களில் படாமல் கிழக்கு வராந்தாவில் குட்டன்

மாமா குந்தியபடி, நகத்தால் தரையைக் கிழித்துக்கொண்டும் கோடு வரைந்துகொண்டும் இருந்தார்.

தெற்கு மனையில் கட்டில் திண்டின் அருகில் பெரியம்மாவும் பிள்ளைகளும் இடம் பிடித்திருந்தார்கள்.

பெரிய மாமாவும் அதிகாரியும் பேச்சைத் தொடங்கினார்கள். வாழாவில் கோயில் மடைப்பள்ளியைப் புனரமைக்க வேண்டியதைப் பற்றி பேசிக்கொண்டிருந்தார்கள். பாகம் பிரிப்பது குறித்த பிரச்சினைக்குள் அவர்கள் வராததில் வக்கீல் குமாரன் நாயர் இருப்புக்கொள்ளாமல் தவிக்கிறார் என்பது அவரது நடவடிக்கையைப் பார்க்கும்போது தெரிந்தது.

"அது சரி, குஞ்ஞிக்கிருஷ்ணன் நாயரே, குடும்பச் சொத்தைப் பாகம் பிரிக்கணும்னு மருமகன் வந்து சொன்னாரே? வெளியேவும் பேசிக்கிறாங்க."

அப்படியாக அதிகாரியே நேரடியாக விஷயத்துக்கு வந்தார்.

பெரிய மாமா முற்றத்தில் இறங்கி, ஒரு ஓரமாகச் சென்று வாழை மரத்தடியில் சத்தமாகத் துப்பிவிட்டுத் திரும்ப வந்து சொன்னார்:

"பிரிச்சுக்கட்டும்."

அதிகாரி மீண்டும் சத்தமாகச் சிரித்துவிட்டு, "அப்படிச் சொன்னா மட்டும் போதாது இல்லையா?"

"பாகம் பிரிக்கிறதுல எனக்கென்ன வந்தது? என் தலையில இருந்த ஒரு பெருஞ் சுமை கீழே இறங்குது அவ்வளவுதான். ஆனா, ஒரு விஷயம் அதிகாரி . . ?"

"சொல்லுங்க குஞ்ஞிக்கிருஷ்ணன் நாயரே."

"இந்தக் குடும்பம் – நாஞ்சொல்லித்தான் அதிகாரிக்குத் தெரியணும்னு இல்லை – அச்சும்மான் உயிரோடிருந்த காலத்துல, இந்தக் குடும்பம்போலொரு குடும்பம் நாயர் சமுதாயத்திலேயே கிடையாது."

"எனக்கும் தெரியும், எனக்கும் தெரியும்."

"ஆங் . . . அதுதான் சொன்னேன். அதிகாரி உங்களுக்குத் தெரியும். இப்பவுள்ள இளந்தாரிப் பசங்களுக்கு என்ன தெரியும்? இதை முன்னொரு காலத்தில பாகம் பிரிக்கும்போது அறுபத்து நாலு ஆட்களிருந்தாங்க. கொத்திப் பிரிஞ்சுப் போகும்போது முக்காப் பங்கு ஐசுவரியமும் கூடவே போயிடுச்சு. இருந்தாலுமே இது பகவதி கொலுவிருக்குற ஒரு இல்லம். அதிகாரிக்கும் தெரியும்தானே?"

அதிகாரி தெரியும், தெரியும் என்ற பாவனையுடன் தலையை ஆட்டினார்.

"இன்னொரு விஷயமும் கூட அதிகாரி தெரிஞ்சுக்கணும். பழைய பேரும், இடிஞ்சு விழுற நிலைமையில இருக்குற இந்த நாலுகெட்டும்தான் இப்ப இருக்கு. காரணவனாக இருந்து கடுகு மணி வித்தியாசம் இல்லாம எல்லாத்தையும் நடத்திட்டு வர்றேன். பின்ன நான் எதுக்கு இருக்கேன்? என்னால நடத்த முடியும் அப்படீங்குறது அல்ல அதுக்கு அர்த்தம். எப்படியாவது நடத்திக்கொண்டுபோக வேண்டியது என்னோட பொறுப்பு. இந்த நிலைமையில தங்களுக்குள்ள அடிச்சுக்கிட்டு சட்டியையும் பானையையும் பாகம் பிரிக்கணும்னா . . ?"

பெரிய மாமா சிறிது இடைவெளி விட்டு, சற்று கௌரவம் கலந்த தொனியில், கை சைகைகளுடன் மீண்டும் சொன்னார்: "வெளித்தோட்டத்தில எள்ளு விதைக்க வேண்டிய நாளும் நெருங்கிடுச்சு."

அப்போது மெதுவான ஆனால், கனத்தக் குரலில் ஒரு சத்தம் வந்தது:

"அதெல்லாம் முறைப்படி நடக்கும்."

அதிகாரி பார்த்தார். குட்டன் மாமா முன்னால் வந்தார். குட்டன் மாமாவைப் பார்த்ததுபோல் காட்டிக்கொள்ளாமல் பெரிய மாமா தொடர்ந்தார்:

"நான் கண்ணை மூடுற வரைக்கும் எல்லாமே பழையதுபோல நடக்கணும்னு ஆசைப்படுறேன். அதுக்காக மட்டும்தான் சொல்றேன்."

அதிகாரி இரண்டு பேரையும் பார்த்தார்.

"குஞ்ஞிக்கிருஷ்ணன் நாயர் சொல்றதும் ஒரு வகையில ஞாயம்தான். ஆனா, குட்டன் நாயருக்குப் பாகம் பிரிக்கணும்னு பிடிவாதம். அப்படின்னா . . . என்ன குட்டன் நாயரே?"

குட்டன் மாமா முற்றத்தில் இறங்கி கைகளைக் கட்டிக்கொண்டு நின்றார்.

"குட்டன் நாயரே, நான் ஒண்ணு சொல்றேன். இங்கே நீங்க மாமாவும் மருமகனும் மட்டும்தான் இருக்கீங்க. இதையெல்லாம் உங்களுக்குள்ள பேசி தீத்துக்கலாமே?"

"அதிகாரி என்ன சொல்ல நினைக்கிறாருன்னு புரியலை?" என்று அதிகாரியின் முகத்தைப் பார்க்காமல் சொல்லிவிட்டு

முற்றத்தில் இரண்டு எட்டு அங்குமிங்கும் நடந்தார் குட்டன் மாமா.

அதிகாரி உரக்கச் சிரித்தார்.

"குட்டன் நாயருக்கு வருஷத்துக்கு இவ்வளவுன்னு ஒரு கணக்கு வெச்சிக் கிடைக்கிறாப்ல செய்தாப் போதாதா? எதுக்காகப் பாகம் பிரிக்கணும்?"

குட்டன் மாமா இதற்கு உடனடியாகப் பதில் சொல்லவில்லை. வக்கீல் குமாரன் நாயர் முட்டாள்தனமாகச் சிரித்துவிட்டு, நிறுத்தி நிறுத்திச் சொன்னார்:

"குட்டன் நாயரோட விருப்பம், ஐயா சொல்றதுபோல இல்லை."

"புரியுது, புரியுது." என்று வக்கீல் சொல்ல வந்ததை இடைமறித்த அதிகாரி, "நீங்க பதற்றப்படுறதைப் பாத்தா, பாகம் ஏதோ உங்களுக்கு கிடைக்கிறதுபோல தோணுதே?"

வக்கீல் குமாரன் நாயர் மீண்டும் முட்டாள்போல் சிரித்தார்.

"என்ன குட்டன் நாயரே?"

"அதெல்லாம் கொஞ்ச காலத்துக்கு முன்பே செய்திருக்கணும்."

முற்றத்திலிருந்து திண்ணையிலேறிய குட்டன் மாமா, அதிகாரி அமர்ந்திருக்கும் செயரின் கைப்பிடியைப் பிடித்தபடி சொன்னார்: "என் தரப்பு ஞாயத்தையும் அதிகாரி கொஞ்சம் கேட்கணும். எனக்கும் வயசாகுது. பத்துப் பதினாலு வயசுள்ள ஒரு பெண்ணுக்குத் தகப்பன் நான். கோவணம் கட்டிட்டு நடந்த காலத்தில வேலை பாக்க ஆரம்பிச்சவன். இவ்வளவு காலமும் வேலை செய்த எனக்கு இதுவரைக்கும் என்ன கிடைச்சிருக்கு? வருசம் தோறும் நாலு வேட்டியும் அஞ்சு பறை நெல்லும். அதிகாரி சொல்லுங்க. அடுத்தவன் வீட்டு சமையல் கட்டுல அடுப்பூதப் போயிருந்தா இதைவிட அதிகமாகக் கிடைச்சிருக்குமா, கிடைச்சிருக்காதா?"

அதிகாரி வெற்றிலையை மென்றபடி அமைதியாக இருந்து குட்டன் நாயர் சொல்வதைக் கேட்டார்.

குட்டன் மாமாவின் முறையீடு அத்துடன் நிற்கவில்லை.

"குடும்பப் பாரங்களை சுமக்குறதைப் பற்றி இங்க பேசுனதைக் கேட்டேன். மருமக்க நல்லா இருக்கட்டும்னு எல்லாத்தையும் இங்க கொண்டு வந்து கொட்டுனது போல. பாகம் பிரிக்கிறது மட்டுமில்லை என் நோக்கம். குடும்பமே அழிஞ்சிட்டிருக்கு."

பெரிய மாமா வெடித்துக் கிளம்புவார் என்ற எதிர்பார்ப்புக்கு மாறாக, அவர் அசையாமல் உட்கார்ந்திருந்தார். பெரிய மாமாவால் இப்படி அசையாமல் உட்கார்ந்து கேட்க முடியுமா? அப்புண்ணிக்கு வியப்பாக இருந்தது.

குட்டன் மாமாவின் குரல் மேலும் உயர்ந்தது: "அதிகாரி இதையும் கொஞ்சம் கேட்டுக்குங்க. வடக்குப்பாட்டு குடும்பம் எப்படிப் போனாலும் காரணவருக்குக் கவலை கிடையாது. பூந்தோட்டக்காரங்க நல்லாயிருக்காங்களா, அதை மட்டும் கவனிச்சா போதும்."

பெரிய மாமா இருந்த இடத்தை விட்டு அசையாமல் குட்டன் மாமாவைப் பார்த்து கனத்தக் குரலில் சொன்னார்:

"அடேய்."

"தகுதியான ஆளுட்டதான் பேசுறேன். இனியும் மறைச்சு வைக்கிறதுல அர்த்தமில்லை."

பெரிய மாமாவின் உடலில் நடுக்கம் தொற்றிக்கொண்டது.

"நன்றி கெட்டவனே, நீ இதையும் சொல்லுவே; இதுக்கு மேலயும் சொல்லுவே. உங்க அப்பனோட சம்பாத்தியத்தை ஒண்ணும் நான் அங்க கொண்டுபோய் கொடுக்கலை. உங்க அப்பனோட . . ."

"எனக்குச் சொல்றதுக்கு வேறொண்ணுமில்லை. வெச்ச அடி தப்பாம பூந்தோட்டக் குடும்பம் எப்படி மேல வந்திச்சு? அங்கிருந்து யாராவது வந்தா, என் கூடப்பிறந்தவங்க சோறும் கூட்டுக்கறியும் வெச்சிப் பத்தாயப்புரைக்கு ஏத்தணும். பூந்தோட்டக்காரங்களோட வேலைக்காரிகளும் தாசிகளுமா இங்கே உள்ளவங்க? கால் காசுக்கும் பெறாத கூட்டம் அது."

குட்டன் நாயரின் குரல் தெற்கு மனை வரைக்கும் கேட்டது. பாட்டி வந்து உரத்தக் குரலில் சொன்னாள்:

"குட்டா, பிறத்தியாருக்கும் பயப்படணும், மனசுல வெச்சிக்க என்ன?"

"குட்டன் நாயரே."

அதிகாரி அழைத்தார். குட்டன் மாமா கலி பிடித்தவர்போல் மீண்டும் பேசினார்:

"செறுமனைப்போல வேலை செய்தேன். இருந்தும் சொறி நாய்க்குச் சமம். நான் தனியாக இருந்தா, என்னுடைய உழைப்புக்கான பலன்னு ஏதாவது கிடைக்கும்தானே?

"எல்லாத்துக்குமே நாம ஒரு வழியைக் கண்டு பிடிக்கலாம்."

பெரிய மாமா மிதியடிக் காலுடன் முற்றத்தில் அங்குமிங்குமாக நடந்தார். சொல்ல வேண்டிய எல்லா வற்றையுமே சொல்லட்டும் என்ற முகபாவத்துடன். பிறகு, குட்டன் மாமா எதுவும் பேசவில்லை என்பதைப் புரிந்துகொண்ட பிறகு அதிகாரியின் முன்னால் வந்து நின்று சொன்னார்:

"அதிகாரி, என்னைப் பாத்து இப்ப ஊளையிட் டானே ஒருத்தன், அவனெல் லாம் ... அவனெல்லாம்..." பெரிய மாமாவுக்கு மூச்சுத் திணறியதுபோலிருந்தது. "இவன் தகப்பன் சாகும்போது செரட்டையிலயும் இல்லாத பலா இலையிலயும் இல்லாத வயசு இவனுக்கு. இவனை நான் பாதுகாத்தேன். ஆனா, இப்ப என் தலைமேல ஏற நிக்கிறான். இங்க இதுக்கு முன்னால இப்படியெல்லாம் நடந்ததே கிடையாது."

பிறகு சிறிது நேரம் யாரும் பேசவே இல்லை. பெரிய மாமாதான் பேசினார்:

"இனியும் இதையெல்லாம் சேத்து வெச்சிருக்க முடியாது. பாகம் பிரிச்சிடுவோம். அதுக்குண்டானதையும் அதிகாரியே செய்துடுங்க ..."

வீட்டுக்குள்ளிருந்த பாட்டி போர்த்தியிருந்த துண்டால் கண்களைத் துடைத்துக்கொண்டாள்.

"இந்தப் பெருஞ்சுமடு பாட்டன் வழியாக எனக்கு வந்தது. அதனாலதான் சொல்றேன். எனக்கு ரெண்டு பங்கு வேணும். அதுபோக மிச்சமிருக்குறதில சல்லிக்காசு எனக்கு அதிகமா

வேண்டாம். குடும்பக் காரணவங்குற முறையில பண்டைய காலம் முதல் கொண்டு இதுதான் வழமுறையும்கூட."

"நடக்காது." குட்டன் மாமாவின் குரல் மீண்டும் உயர்ந்தது.

அதிகாரி குட்டன் மாமாவுக்கு அறிவுரை சொன்னார்:

"அப்படிச் சொல்லாதீங்க குட்டன் நாயரே, ஊர் வழமுறை அதுதானே?"

"அந்தக் காலமெல்லாம் மலையேறிப் போயிடுச்சு."

பிறகு நடந்தவற்றை அப்புண்ணியால் கேட்க முடியவில்லை. மீனாட்சிப் பெரியம்மா வந்து அழைத்தாள், அட்டத்திலிருந்து கொஞ்சம் விறகு எடுத்துத் தரக் கேட்டு. அப்புண்ணியின் உதவி தேவைப்படுகிற ஒரு சில வேலைகளில் இதுவுமொன்று. மீனாட்சிப் பெரியம்மா ஏணியைப் பிடித்துக்கொள்வாள். அவன் ஏறி கொஞ்சம் விறகுகளை எடுத்துக்கீழே போடுவான்.

திண்ணையில் என்ன நடக்கிறதோ, என்னென்ன பேசுகிறார்களோ?

அவனுக்கு அதில் தனிப்பட்ட ஆர்வமொன்றுமில்லை. நாடகம் பார்ப்பதுபோன்ற ஒரு வேடிக்கை உணர்வு மட்டும்தான் இருந்தது. சபையில் மாமாக்கள் மோதுவதைப் பார்க்கும்போது சுவாரஸ்யமாக இருக்கிறது.

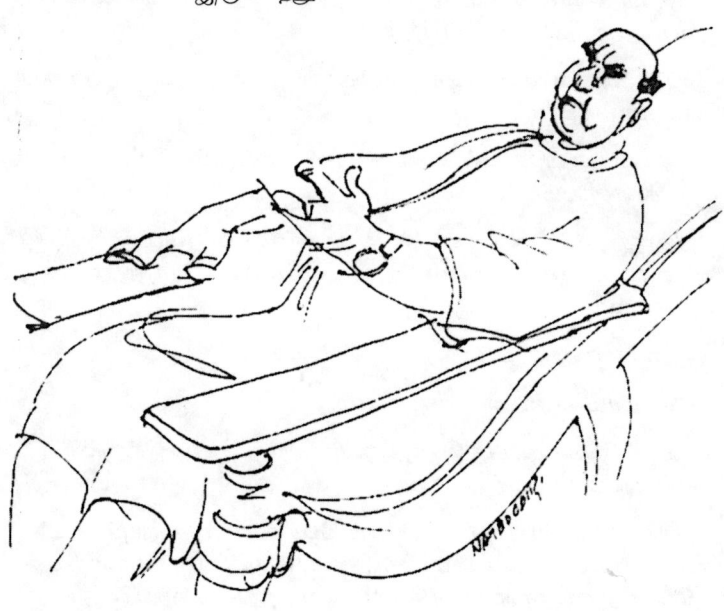

அதிகாரி நம்பியார் சாயங்காலம்தான் திரும்பிச் சென்றார். வக்கீல் குமாரன் நாயர் நிராசையுடன் உள்ளே வந்தபோது பெரியம்மா கேட்டாள்:

"என்ன ஏதாவது முடிவுக்கு வந்தீங்களா?"

"காரணவர் பிடிவாதமா நிக்கிறாரு. வடக்குப்பாட்டு இல்லம் தனக்கு வேணும்னு. கூடவே, ரெண்டு பங்கும் வேணுமாம்."

"குட்டன் என்ன சொல்றான்?"

"அவர் ஏத்துக்க மாட்டாராம். கோர்ட்டுல வழக்குப் போடணும். அப்பதான் பாடம் படிப்பாங்க. நான் எத்தனைப் பாகம் பிரிக்கிறதைப் பாத்திருக்கேன். இதுபோல ஒரு வழவழா கேசை என் ஆயுசுல பாத்ததில்லை. மனுசன் அழிஞ்சி போயிட்டிருக்கான்."

வக்கீல் குமாரன் நாயர் வீட்டுக்குள்ளும் வேண்டப்பட்ட ஒரு ஆள்தான். விடை பெறுவதற்காக சென்றபோது பாட்டி சொன்னாள்:

"குமாரா நீ எனக்கொரு உதவி செய்யணும்."

"சொல்லுங்க குஞ்ஞிக்காளியம்மக்கா."

"இனி எனக்கு சொத்தோ பத்தோ எதுவும் வேண்டாம். ஒரு மாமரம் மட்டும் வேணும்."

பாட்டி என்ன சொல்கிறாள் என்று வக்கீலுக்குப் புரியவில்லை.

"நான் என்ன பண்ணணும்னு மட்டும் சொல்லுங்க குஞ்ஞிக்காளியம்மக்கா . . ?"

"இந்த வீட்டுக்குள்ள கிடந்து கண்ணை மூடணுங்கிறது என்னோட ஆசை. ஆனா, நீங்களெல்லாம் சேந்து அதுக்கு விடமாட்டீங்கபோல தெரியுது."

"நான் என்ன பண்றது?"

"எதுவும் பண்ண வேண்டாம்."

வக்கீல் தலையைச் சொறிந்தபடி சிறிது நேரம் நின்றுவிட்டு, மெல்ல புறப்பட்டார்.

பிறகு சில நாட்களாக எந்தப் பேச்சு வார்த்தையும் நடக்க வில்லை. எல்லாமே அமைதியாகி விட்டதுபோல் தோன்றியது. திடீரென்று ஒருநாள் பிரச்சினை வெடித்துக் கிளம்பியது.

பெரிய மாமாவுக்கு ஒரு ரெஜிஸ்தர் தபால் வந்தது. பிராதுக் கொடுத்தவர் குட்டன் மாமா. மற்ற அனைவரும் பிரதிவாதிகள்.

அன்று பகல் முழுவதும், இரவு படுப்பதுவரைக்கும் பெரிய மாமா முற்றத்தில்தான் நின்றிருந்தார். அதுவரைக்கும் வீட்டுக்குள்ளிருப்பவர்களுக்கு ஏச்சும் பேச்சும்தான். அவ்வப்போது பத்தாயப்புரையில் ஏறுவார். இறங்கி வரும்போது முகம் இன்னும் அதிகமாகச் சிவந்திருக்கும்.

இதனிடையே அம்மிணியை அழைத்தார்.

"அம்மிணி எங்கடீ?"

அம்மிணி பத்தாயப்புரையில் இருந்து இறங்கி வந்தாள்.

"நாளைக்கே நீ உன் வீட்டுக்குக் கிளம்பிடணும். இது இனிமேல் உன் அப்பா வீடு கிடையாது . . ."

அம்மிணி பேசாமல் நின்றிருந்தாள்.

"உனக்குன்னு வீடும் ஆட்களும் இருக்கும்போது நீ இங்க இருக்க வேண்டிய தேவை எதுவும் கிடையாது."

அம்மிணி மெல்ல பத்தாயப்புரையை நோக்கி நடந்தாள்.

அன்றிரவு ஏணிப்படி அறைக்குள் அப்புண்ணி கண்களை மூடியபடி படுத்திருந்தான். எல்லோரும் தூங்கிவிட்டார்கள். கடந்த ஒரு நாளிரவின் நினைவுகள் அதிகாலைக் கனவுபோல் அவனது மனதுக்குள் மங்கிக் கிடந்தன.

அம்மிணி போனால் இனி வரவே மாட்டாளா? முன்பெல்லாம் அம்மிணியைப் பார்க்கும்போது பதற்றம் தொற்றிக்கொள்ளும். இப்போது வெட்கம் வந்துவிடுகிறது. அம்மிணி தலைமுடியைக் கலைத்துப்போட்டு இழை பிரித்துக்கொண்டிருப்பதைப் பார்க்க வேண்டும் போலிருக்கும். கருக்கலின் மங்கிய வெளிச்சத்தில் அவள் முற்றத்தில் நிற்பதை அவளுக்குத் தெரியாமல் அவன் அழிக்கதவினூடே பார்த்துக்கொண்டு நிற்பான்.

சத்தமோ அசைவுகளோ இல்லை. அவன் காதுகளைக் கூர்மையாக்கியபடி படுத்திருந்தான். அம்மிணி படுத்திருப்பாள். இருந்தாலும் சந்தேகம். அம்மிணி வருவாளா? வெறுமனே தோன்றியது. ஏணிப்படியில் சத்தம் வருகிறதா?

ஏணிப்படியில் சத்தம் கேட்பதுபோலிருந்தது. ஆமாம். சத்தம் கேட்கிறது. நெஞ்சு வேகமாக அடித்துக்கொண்டது. ஆடைகள் சலசலக்கும் ஓசை. உடல்மீதுபட்ட கையை அவன் பற்றிக்கொண்டான்.

அவன் எதுவும் பேசாமல் எழுந்து பாயில் அமர்ந்தான். அம்மிணி அவனது பக்கத்தில் அமர்ந்து பின்கழுத்தினூடே கையைச் சுற்றிவளைத்து அவனை அணைத்தபடி வெறுமனே உட்கார்ந்திருந்தாள். எவ்வளவு நேரம் அப்படியே அமர்ந்திருந்தோம் என்று தெரியவில்லை.

அவள் மெதுவான குரலில் அழைத்தாள்: "அப்புண்ணி..." அவளது விரல்கள் இப்போது அப்புண்ணியின் முதுகில் நகர்ந்துகொண்டிருந்தன.

"நாளைக்கு நான் போகப் போறேன் அப்புண்ணி."

அப்புண்ணிக்கு அவளது முகத்தைப் பார்க்க வேண்டும் போலிருந்தது. இருட்டு. எதுவும் தெரியவில்லை. இனி எப்போது வருவீர்கள் என்று அவன் கேட்கவில்லை. ஆனால், அந்தக் கேள்வி மனதுக்குள் நிரம்பியிருந்தது. முதுகினூடே முன்புறம் கிடந்த கண்ணாடி வளையல்களை அவன் திருகிக்கொண்டிருந்தான்.

"அப்புண்ணி அங்க வருவியா?"

"மாட்டேன். எப்படி வர முடியும்?"

"நான் இனி இங்க வரமாட்டேன்."

அந்திப்பொழுதின் மங்கிய ஒளியில் அவள் தலைமுடியை கலைத்துப்போட்டு இழை பிரித்துக்கொண்டிருப்பதை இனி பார்க்க முடியாது.

"ஏன் பேச மாட்டேங்கிறே, கோபமா?"

"ம்ஹூம்..."

"அப்புண்ணி பெரிய ஆளா வருவே, அப்ப இந்த அம்மிணியை மறந்துடக் கூடாது. மறந்துடுவியா?"

இல்லை. மறக்கவே முடியாது. குத்து விளக்கின் ஒளி நெளியும் நிர்வாண மார்பும், குலைந்துலையும் கூந்தல் பாரமும், கையில் பூக்குலையுமேந்தி இழைந்தாடும் நாகக் கன்னிகையின் சித்திரம் மனதை விட்டு ஒருபோதும் அகலாது.

"மாட்டேன்" என்று மட்டும் சொன்னான்.

சிறிது நேரம் அப்படியே அமர்ந்திருந்தார்கள். அகத்துடிப்பு அப்போதும் மாறவில்லை.

"நான் போய்ப் படுக்குறேன். அப்புண்ணி தூங்கு."

எழுந்திருப்பதற்கு முன் அப்புண்ணியின் காதில் உதடுகளைப் பதித்த அம்மிணி சிரிப்பும் அழுகையும் கலந்த தொனியில் சொன்னாள்:

"உன்னைப் பயமுறுத்துறதுக்கு அம்மிணி இனி வரமாட்டா."

ஏணிப்படிகளில் மீண்டும் சத்தம் கேட்டது. கண்களைத் திறந்தபடி தனியாகப் படுத்திருக்கும்போது மனதுக்கு மிகவும் கஷ்டமாக இருந்தது.

மறுநாள் காலையில் அம்மிணி புறப்பட்டாள். பெரிய மாமா ஈர்க்கிலைக் கரையுள்ள வேட்டியை விரித்து உடலில் சுற்றிக்கொண்டு முற்றத்தில் இறங்கி நின்றார்.

அம்மிணி எல்லோரிடமும் தனித்தனியாக விடைபெறும்போது அப்புண்ணி மேற்கு முற்றத்தில் வைக்கோல் மூட்டைக்குப் பின்னால் பாசிப்படிந்த மதில் சுவரில் படம் வரைந்துகொண்டு நின்றான்.

அவள் புறப்படும்போது அப்புண்ணி பார்க்கவில்லை. அவன் திண்ணைக்கு வரும் போது தோட்டப்படியையும் கடந்து தூரத்துத் தோட்டத்தின் எல்லையில் நீலப்பட்டு ஜாக்கெட் மறைந்துகொண்டிருந்தது.

○○○

வழக்கத்துக்கு மாறாக அன்று பள்ளிக்கூடத்துக்குத் தாமதமாகப் புறப்பட்டான் அப்புண்ணி. காலையில் கஞ்சி கிடைப்பதற்குத் தாமதமாயிற்று. கொஞ்ச நாட்களாகவே வேளாவேளைக்கு உணவு கிடைப்பதில்லை. விதை நெல் முழுவதும் காலியாகி விட்டது. பத்தாய நெல்லை பெரிய மாமா வண்டிக்காரனுக்கு விற்றுவிட்டார். நெல் கேட்டுப் போகிறவர்களுக்கு பெரிய மாமாவிடமிருந்து அசிங்கமான கெட்ட வார்த்தைகள்தான் கிடைத்தன.

ஒரு சில நாட்கள் மட்டும்தான் பெரிய மாமா வீட்டில் இருப்பார். பூந்தோட்டத்துக்குப் போய்விட்டு எட்டோ பத்தோ நாட்களுக்குப் பிறகு திரும்பி வந்து, பாக்கும் தேங்காயும் பறித்து முடித்ததும் திரும்பவும் போய்விடுவார். வீட்டுச் செலவுகளைக் கவனிக்கும் பொறுப்பு தன்னுடையதில்லை என்ற எண்ணம்.

வீட்டிலுள்ளவர்களின் சாப்பாட்டு விஷயங்களைக் கவனிப்பதில் குட்டன் மாமாவுக்கும் அக்கறையில்லை. வேளாவேளைக்குச் சாப்பாடு கிடைக்கவில்லை என்றால் மீனாட்சிப் பெரியம்மாவைத் திட்டுவார்.

அக்கம்பக்க வீடுகளிலிருந்து அரிசியைக் கடனாக வாங்குவதும் மீனாட்சிப் பெரியம்மாதான். இடையிடையே, "எல்லாமே என் தலையெழுத்து" என்பாள்.

குத்தகைக்காரர்களிடம் பெரிய மாமா தாக்கீது செய்திருக்கிறார். குட்டன் மாமாவுக்குப் பணம் கடன் கொடுக்கக்கூடாது என்று.

குட்டன் மாமா வேறொரு வழியைக் கையாண்டார். நாகக்காவை அடுத்துள்ள பெரிய மாமரத்தை வெட்டி குட்டி ஹசனுக்கு விற்றார். அதில், ஒரு மூட்டை நெல் வாங்கி வீட்டுக்குக் கொடுத்தார். மிச்சப் பணத்துக்கானக் கணக்கைக் கேட்ட குஞ்ஞிக்குட்டிப் பெரியம்மாவிடம், "*குஞ்ஞாப்போள் பேசாம அங்க இருந்துக்குங்க சொல்லிட்டேன்" என்றார்.

மரத்தை வெட்டுவதற்குக் கயிறும் கோடாரியுமாக முற்றம் வழியாக வந்த வெட்டுக்காரர்களில் ஒருவன் தண்ணீர் கேட்டு வடக்குப் புறத்துக்கு வந்த பிறகுதான் பாட்டி இதை அறிந்து கொண்டாள்.

அன்று பகல் முழுவதும் பாட்டி அழுதுகொண்டிருந்தாள்.

வெளிப்புற வளவு முழுவதும் மூன்றே மாதத்தில் வெட்ட வெளியானது. வெட்டிப் போட்ட மரங்களைக் குட்டி ஹசன் ஹாஜியின் வேலையாட்கள் செதுக்கிப் பலகைகளாக மாற்றினார்கள்.

நாலுகெட்டின் ஒவ்வொரு நிமிடமும் அவனை மூச்சடைக்க வைத்தது. அழுதுகொண்டிருக்கும் பாட்டி, எதையேனும் முணுமுணுத்தபடி அங்கலாய்ப்புடன் நடக்கும் பெரியம்மா. கம்பளியால் காலை மூடிக்கட்டிக்கொண்டு சுவரில் சாய்ந்தமர்ந்தபடி, மனித வாழ்க்கையைப் பற்றி தனக்குத்தானே பேசிக்கொள்ளும் சித்தப்பா. ஏதாவது ஆர்ப்பாட்டங்களுடன் அவ்வப்போது சூறாவளிபோல் வந்தேறும் குட்டன் மாமா. இந்தக் கூட்டமே இப்படித்தான் போலிருக்கிறது.

வெறுப்பு. மனதை ஆக்கிரமித்திருப்பது வெறுப்பு மட்டும்தான். மீனாட்சிப் பெரியம்மாவைக் காணும்போது மனது மிகவும் வேதனைப்பட்டது. வடக்கு வீட்டிலிருந்து கூடையில் நெல்லைச் சுமந்தபடி, யாரும் பார்த்துவிடாமல் கமுகந்தோப்பு வழியாக வருகிற பெரியம்மாவைப் பார்த்த அப்புண்ணியின் கண்களில் கண்ணீர் வந்துவிட்டது.

---

* சகோதரி.

மனிதனுக்குக் கடவுளால் விதிக்கப்பட்டவைதான் மகிழ்ச்சியும் சோகமும். ஆனால், மீனாட்சிப் பெரியம்மாவுக்குக் கடவுள் ஏன் சோகத்தை மட்டுமே கொடுத்திருக்கிறார்.

நடந்துகொண்டிருக்கும்போது இப்படியான பல எண்ணங் களும் அப்புண்ணிக்குள் உருவாயின. நண்பர்கள் அனைவரும் சீக்கிரமாகவே போய்விட்டார்கள். செம்மண் பாதையில் வண்டிச் சக்கரங்கள் உருண்டோடிய தடம் அப்போதும் பதிந்து கிடந்தது.

பாஸ்கரன் கடந்த ஆண்டு தோற்றுவிட்டான். இப்போது பத்தாம் வகுப்புப் படிக்கிறான் . . . வீட்டில் எவ்வளவுதான் பிரச்சினைகள் இருந்தாலும் பாஸ்கரனுக்கும் கிருஷ்ணன் குட்டிக்கும் எந்தக் குறையுமில்லை. சொத்து பத்துள்ள மனையில் நம்பூதிரிக்கு மகனாக பிறந்தால் இப்படித்தான்.

அத்தாணியின் அருகில் யாரோ ஒருவர் நிற்கிறார். யாரென்று அப்புண்ணி முதலில் கவனிக்கவில்லை. அருகில் சென்றதும் நிமிர்ந்துப் பார்த்த அப்புண்ணிக்குத் தீயை மிதித்து விட்டதுபோலிருந்தது. சங்கரன் நாயர்!

“அப்புண்ணி” என்றழைத்தபடியே அவர் பக்கத்தில் வந்தார்.

அப்புண்ணி முகத்தைத் திருப்பிக்கொண்டு நடந்தான்.

“அப்புண்ணி.”

அவன் திரும்பியே பார்க்கவில்லை. கால்களை நீட்டி வைத்து வேகமாக நடந்தான். கொஞ்ச தூரம் சென்ற பிறகு திரும்பிப் பார்த்தான். இல்லை, அவர் பின்னால் வரவில்லை. வழியில் வைத்து பஞ்சாயத்துப் பேசி உறவைப் புதிப்பித்துக்கொள்ள வந்திருக்கிறார். இதையெல்லாம் அவன் நிறைய பார்த்ததும் பொறுத்ததும்தான். நடந்ததை எல்லாம் பெரு வெள்ளம் முடிந்த உடனேயே அவன் அறிந்துகொண்டான். அம்மா வசிப்பிடத்தை மாற்றிவிட்டாள். இதையறிந்த பெரியம்மா சொன்னது நினைவுக்கு வந்தது. அவளது வார்த்தையைக் கேட்டபோது உடம்பில் தோலுரிவது போலிருந்தது. அவன் முற்றத்துக்கு ஓடிவிட்டான். “தென்னம்பொற்றை சங்கரன் நாயர்கூட அவள் . . .”

இதையறிந்தபோது பிணைத்து வைத்திருந்த சங்கிலியிலிருந்து விடுபட்ட ஒரு ஆறுதல் உணர்வுதான் அவனுக்குள் உருவானது.

உறவுகொண்டாட வந்திருக்கிறார். தென்னம்பொற்றை சங்கரன் நாயருக்கும் எனக்கும் என்ன உறவு இருக்கிறது?

பள்ளிக்கூடத்துக்கு வந்து சேரும்போது மணியடித்து பத்து நிமிடம் கழிந்திருந்தது. சங்கர நாராயணய்யரின் வகுப்பு. அன்று

அவர் வரவில்லை. பதிலுக்கு டிராயிங் மாஸ்டர் வந்திருக்கிறார். மாணவர்களுக்கு அவர்மீது பயம் கிடையாது என்பதால் வகுப்பறை சத்தக் கோலாகலத்துடன் இருந்தது.

இரண்டாவது பீரியடில் மெமோ வாசிக்கப்பட்டது.

அரசுத் தேர்வுக்கான கட்டணத்தை பத்தாம் தேதிக்குள் கட்ட வேண்டும். பதினைந்து ரூபாய்.

பத்தாம் தேதிக்கு இன்னும் ஆறு நாட்கள்தானிருந்தன.

பதினைந்து ரூபாய்க்கு என்ன செய்வது? எங்கிருந்து கிடைக்கும்? தன்னுடைய ரூபாய் பாட்டியிடம் இருக்கிறது என்ற விஷயம் திடீரென்று நினைவுக்கு வந்தது. குட்டன் மாமா கடன் வாங்கிய ரூபாய். அது திருப்பிக் கிடைத்தாலே போதும்.

சாயங்காலம் வீட்டுக்கு வந்ததும் பாட்டியிடம் சொன்னான்:

"பரீட்சைக்குப் பணம் கட்டணும் பாட்டி. பதினஞ்சு ரூபா வேணும்."

"நீ போய் குட்டன் மாமாகிட்ட கேளு. நானும் சொல்றேன்."

குட்டன் மாமாவிடம் கேட்பதாக அவன் முடிவு செய்தான். அவரிடம் இதுவரை அவன் நேரடியாகப் பேசியதில்லை. பேசுவதற்குப் பயமெதுவும் இல்லை. அப்புண்ணியின் மனதுக்குள் அவர்மீது சிறிதளவு மரியாதை இருந்தது.

பெரிய மாமா அடித்த அன்றைய நிகழ்ச்சி நினைவுக்கு வந்தது.

குட்டன் மாமாதான் அதைத் தடுத்தார். இதுவரை அவரிடம் எதுவும் பேசியதில்லை. பெரிய மாமா என்னும் பயங்கரமான ஆளுடன் மோதுகிற அளவுக்குத் தைரியமுள்ளவர். ஆகவே, அவனது பார்வையில் குட்டன் மாமா ஒரு வீரர்.

குட்டன் மாமா எப்போதாவதுதான் வருவார். சில நாட்கள் இரவிலும்கூட வரமாட்டார். வக்கீல் குமாரன் நாயருடன் இருப்பார். அவரைப் பற்றிய வேறு சில தகவல்களும் வந்துகொண்டிருந்தன.

மறுநாள் சாயங்காலம் குளித்துவிட்டு வரும்போது மாளுதான் சொன்னாள்:

"அப்பா வந்திருக்காங்க."

திண்ணையில் சாய்வுப்படியில் உட்கார்ந்து பீடி குடித்துக் கொண்டிருந்தார் குட்டன் மாமா. அவரது முகபாவனை

அவனுக்கு வருத்தமாக இருந்தது. கொஞ்ச நாட்களாகவே குட்டன் மாமா இப்படித்தான் இருக்கிறார்.

அவன் பக்கத்தில் சென்றான்.

அவர் அவனைப் பார்த்ததுபோலவே காட்டிக்கொள்ளவில்லை. அவன் அங்கேயே நின்றுகொண்டிருப்பதைக் கண்டதும் கேட்டார்:

"உம்?"

"பத்தாம் தேதிக்குள்ள பரீட்சைக்குப் பணம் கட்டணும்."

"அதுக்கு?"

"குட்டன் மாமா . . ."

"கடன் வசூல் பண்ண வந்திருக்கயாடா?"

"நான் என்ன செய்ய . . . பணம் கட்டலேன்னா . . ."

"பணத்தைக் கையில வெச்சிட்டா, உன் நாலுநொட்டைக் கடன் வாங்கினேன்? எங்கையில இப்ப பணமுமில்லை. பண்ணிக்குட்டியுமில்லை."

அவனுக்கு அழுகையாக வந்தது. ஆனால், அழவில்லை. மனவேதனைகளின்போது அழாமலிருக்கவும் அவன் கற்றிருந்தான்.

திரும்பி வீட்டுக்குள் போகும்போது குட்டன் மாமா சொன்னார்:

"ஆமா, நீ இப்ப படிச்சு துக்கிடித் துரையாயிட மாட்டே?"

அந்த வார்த்தைகளை அப்புண்ணி அசைபோட்டுப் பார்த்தான். தெற்கு மனைக்குச் சென்றபோது மாளு கேட்டாள்:

"ரூபா கிடைச்சுதா அப்புண்ணியண்ணா?"

கேட்க வந்துட்டா. அவளைக் கோபத்துடன் பார்த்த அப்புண்ணி சொன்னான்:

"போடீ, இங்கிருந்து . . ."

மாளுவின் முகத்தைப் பார்க்காமல் இருட்டில் மூழ்கிக்கிடந்த ஏணிப்படி மூலைக்கு நடந்தான்.

பாட்டி வருத்தப்பட்டாள்.

"பாட்டியோட கையில ஏதாவது இருந்திருந்தா உனக்கு இந்தப் பிரச்சினையே வந்திருக்காதுப்பா."

யார் கையிலும் எதுவும் இருக்காது. அவன் மனதுக்குள் சொல்லிக்கொண்டான். அப்புண்ணிக்கு யாருமே இல்லை.

நாளைக்குள் பணம் கட்டியாக வேண்டும். வகுப்பில் பணமுள்ள மாணவர்கள் இருக்கிறார்கள். வாசுதேவன் நம்பூதிரி. அவனிடம் பணமிருக்கும். வசதி படைத்த வீட்டிலுள்ளவன். அவனுடைய அப்பாவுக்கு மனநிலை சரியில்லை என்பதால் எல்லாவற்றையும் அவன்தான் கவனித்துக்கொள்கிறான்.

அவனிடம் தங்க வாட்சும் மோதிரமும் தங்கப் பித்தான்களும் இருக்கின்றவாம். பாக்கெட்டில் எப்போதும் பத்து ரூபாய் நோட்டுகளாக வைத்திருப்பான்.

எப்படி அவனிடம் கேட்பது? கடனாக வாங்கினால் திருப்பிக் கொடுப்பது எப்படி?

ஆனால், படிப்பு சம்பந்தமான விஷயம். இன்னும் மூன்றே மாதங்கள்தான். இந்தச் சிக்கலில் இருந்து விடுபடுவதற்கு. பிறகு…

அவனுக்கும் சில எதிர்பார்ப்புகள் இருந்தன.

மிகுந்த தயக்கத்துடன் அவன் நம்பூதிரியிடம் கேட்டான்.

அவன் சொன்னான்: “பணமிருக்குதான். ஆனா, அவசரமாக திருச்சூர் வரை போறதுக்கான பணம். ஒரு ஆர்மோனியம் வாங்கணும்.”

அவன் ஆர்மோனியமே வாங்கட்டும். அவனும் யசோதாவும் சேர்ந்து பாட்டு பாடட்டும். “என்னென்ன கதைகளெல்லாம் விடுறானுங்க பையனுங்க.”

பிரச்சினைகள் எல்லாமே முகம்மதுக்குத் தெரியும். பணம் ஏற்பாடு செய்வதற்கான பொறுப்பை அவன் ஏற்றுக்கொண்டான். இரகசியமாக, வகுப்பிலுள்ள பல மாணவர்களிடமும் கேட்டுப் பார்த்தான். கிடைக்கவில்லை.

“அப்புண்ணி நீ ஒண்ணு செய்யலாமே?”

“என்ன?”

“பாஸ்கரனோட அம்மாகிட்ட கேளேன்?”

“நான் கேட்க மாட்டேன்.”

“உன்னோட பெரியம்மான்னு சொன்னே?”

“ஆமா, நான் கேட்க மாட்டேன்.”

"அதையெல்லாம் பாத்துட்டிருந்தா . . ? நாளைக்குள்ள பணம் கட்டணும்டா . . ."

"என்னால அசிங்கப்பட முடியாது முகம்மது."

முகம்மது பிறகு வற்புறுத்தவில்லை.

பணம் வைத்திருப்பவர்கள் இருக்கிறார்கள். பெரியம்மா, பெரிய மாமா. ஆனால், அதையெல்லாம் நினைத்துப் பார்க்கவும் முடியாது.

இரவு முழுவதும் அவன் தூங்காமல் படுத்திருந்தான். எவ்வளவு கஷ்டப்பட்டு இந்த இடம்வரைக்கும் வந்திருக்கிறோம். இப்போது அது தகர்ந்து விழப்போகிறது . . .

நாளை நான்கு மணிக்குள் தேர்வுக்கட்டணத்தைச் செலுத்தியாக வேண்டும்.

உம்மாவிடம் சொல்லி அக்கம்பக்க வீடுகளில் முயற்சி செய்து பார்க்கிறேன் என்று முகம்மது சொல்லியிருக்கிறான். மத்தியானத்துக்குள் நான் பள்ளிக்கூடத்துக்கு வரவில்லை என்றால் பணம் கிடைக்கவில்லை என்று அர்த்தம் என்றும் சொல்லியிருந்தான்.

தேர்வெழுதினால் நிச்சயம் பாஸாகி விடுவோம் என்ற நம்பிக்கை இருந்தது. பாஸானால் எங்காவது வேலை கிடைக்கும். பிறகுதான் . . . அன்று யாருடைய உதவியும் இல்லாமல் தலை நிமிர்ந்து நிற்க முடியும்.

அனைத்துக்குமே இன்று பணப்பிரச்சினை தடையாக நிற்கிறது. பதினைந்து ரூபாய்.

பணம் கிடைக்காது. தேர்வுக் கட்டணம் செலுத்த முடியாது. தான் நினைப்பதுபோல் எதுவுமே நடக்காது.

பொழுது விடிவதற்குள் அவன் எழுந்துவிட்டான். குளத்தில் போய் பல் விளக்கிவிட்டு வரும்போது மாளு கிணற்றங்கரையில் நின்றிருந்தாள். அவளைக் கவனிக்காமல் கடந்துபோக முயற்சிக்கும் போது மாளு கேட்டாள்:

"அப்புண்ணியண்ணா இன்னைக்கு ஏன் சீக்கிரமா எழும்பிட்டே?"

அவன் பதில் சொல்லாமல் நடந்தான்.

எல்லோருமே எனக்கெதிராக இருக்கிறார்கள். நான் அழிந்து போவதைப் பார்க்க ஆசைப்படுகிறார்கள். அதிகாலையின் மெல்லிய பனிப்போர்வையால் மூடப்பட்டிருந்த அந்த

நாலுகெட்டையும் அதிலுள்ள மனிதர்களையும் அவன் வெறுத்தான்.

முதல் நாள் கழற்றிப்போட்ட சட்டையை அணிந்து கொண்டான். துவைத்துப் போட்ட வேட்டி இன்னமும் காயவில்லை. அழுக்கு வேட்டியை மாற்றிவிட்டு அதை உடுத்திக் கொண்டான். ரப்பர் நாடா கட்டிய புத்தகக் கட்டுடன் புறப்படும்போது மாளூ மீண்டும் எதிரில் நின்றாள்.

"இவ்வளவு சீக்கிரமா எங்க போறே?"

"எங்கயாவது . . ."

திண்ணையில் மீண்டும் தயக்கத்துடன் நின்றிருந்தான். மதில்கூட வாசலைத் திறந்து வயற்காட்டுக்கு வந்தபோதுதான் யோசித்தான். எங்கே போவது?

இன்று நான்கு மணிக்குள் பணம் கட்டவேண்டும்.

யாரைப் பார்ப்பது? யாரிடம் போய்க் கேட்பது?

கால் போன போக்கில் நடந்த அப்புண்ணி, வயலிலிருந்துப் பொதுப்பாதைக்கு வந்தான்.

பள்ளிக்கூடத்துக்குச் செல்ல தெற்குப் பக்கமாக நடக்க வேண்டும். அவன் வடக்கு நோக்கி நடந்துகொண்டிருந்தான். ஆற்றங்கரைப் பாதையிலுள்ள சாயாக்கடையில் காலை நேரத்துப் பரபரப்பு.

பாதையிலிருந்து விலகி மீண்டும் வயலில் இறங்கினான். அங்கிருந்து இடை வழியாக ஏறி கொஞ்ச தூரம் நடந்தால் குன்றின் சரிவு. எங்கே போகிறோம் என்றெல்லாம் அவன் யோசிக்கவில்லை. கடைசியில் நரிவாளன் குன்றின் அடிவாரத்துக்கு வந்து சேர்ந்தான். அப்போது அவனுக்கு நினைவு வந்தது. வீட்டிலிருந்து இறங்கிய அந்த அதிகாலையிலும் இங்கேதான் வந்து சேர்ந்தோம். இங்கே வைத்துதான் செய்தாலிக்குட்டியைச் சந்தித்தோம்.

குன்றின்மீது காய்ந்துலர்ந்த புல் படர்ப்பு மட்டும் தெரிந்தது. இளம் வெயில் படரத் தொடங்கியது.

துருத்தியபடி நிற்கும் அந்தப் பாறை முன்போலவே இருந்தது. அவன் அதிலேறி உட்கார்ந்துகொண்டான். இரண்டாண்டுகளுக்கு முந்தைய அந்த அதிகாலை நிகழ்வுகள் மனதில் தெளிவாக நின்றிருந்தன. பாறைமீது உட்கார்ந்தது; பாறையில் அன்று நிறைய காட்டுக்குறிஞ்சிகள் வளர்ந்திருந்தன.

இரண்டாண்டுகள் கடந்து போய்விட்டன. இந்தக் குறுகிய கால வாழ்க்கை நெடுங்காலம் வாழ்ந்ததுபோலிருந்தது.

கூர்மையாக நிற்கும் அந்தப் பாறையும் வளர்ந்திருக்கிறதா? வளர்ந்திருக்கும். வகுப்பில் அறிவியல் ஆசிரியர் சொன்னார்:

"வளர்ச்சி என்பது இரு வகைப்படும். கற்பாறைகள், சுண்ணாம்புக் கற்கள் போன்றவை வெளித்தோற்றம் சார்ந்தும் உயிர்கள் உள்ளுக்குள்ளும் வளர்கின்றன."

பாறைகள் புறத்தோற்றத்தில் வளர்ந்துகொண்டிருக்கும்.

மனிதர்களும் பிற உயிரினங்களும் உள்ளுக்குள்ளும் வளர்கின்றன.

இரண்டு வருடத்தில் நான் எவ்வளவு வளர்ந்திருக்கிறேன். கண்ணாடியில் பார்க்கும்போதெல்லாம் பெரிதாக வளர்ந்ததுபோல்தான் தெரிகிறது. முன்பு, நிக்கரும் சட்டையும் அணிந்து நடந்த அப்புண்ணி என்னும் சிறுவன் அல்ல இப்போது நான். அந்த அப்புண்ணி இல்லத்தில் நெல் குத்துகிறவளின் மகன். ஏராளம் மக்களைக்கொண்ட இவ்வுலகில் தனித்து வாழ்கிற ஒருவன் நான். சொந்தம் என்று சொல்லிக்கொள்ள யாருமில்லை. தேவையுமில்லை. யாருக்கும் பயப்பட வேண்டியதில்லை . . .

வெயிலின் சூடு அதிகரித்தபோதுதான் பள்ளிக்கூடத்தைப் பற்றிய நினைவு வந்தது. பள்ளிக்கூடத்துக்குப் போக வேண்டும். சரி, பதினைந்து ரூபாய் . . ?

அன்று காலையில் இல்லத்திலிருந்துப் புறப்படும்போது மாடியின் முன் நின்று சாமி கும்பிடவில்லை. அந்த வழக்கத்தை அவன் மறப்பதில்லை. அதில் கொலுவிருப்பவள், ஏதோ ஒரு காலத்தில் பசியால் வாடிய குழந்தைகளுக்கு ஆற்றைக் கடந்து வந்து சோறு கொடுத்த தாய்.

அந்தத் தாய் தனது பிரார்த்தனைக்கு ஏன் செவி மடுக்கவில்லை?

காய்ந்த புல் படர்ப்பில் அப்புண்ணியின் நிழல் நீண்டு கிடந்தது. அவன் எழுந்தான். பள்ளிக்கூடத்துக்குப் போய்விட வேண்டியதுதான். வகுப்பாசிரியர் கேட்பார். அல்லது தலைமையாசிரியர் வரவழைத்துக் கேட்பார்:

"என்ன ஃபீஸ் கட்டலையா?"

"இல்லை சார், கட்டலை" என்று சொல்ல வேண்டும்.

"இன்னைக்குத்தான் கடைசி நாள். தெரியுமில்லே?"

"தெரியும் சார்."

"ஒரு வருஷம் பாழாகப்போயிடும்."

"போகட்டும் சார்."

"பணம் கட்டக் கூடாதுன்னே முடிவு பண்ணிட்டியா?"

"எங்கிட்ட பணமில்லை சார்."

"வீட்டுல?"

"எனக்கு வீடே இல்லை சார். எனக்கு யாருமில்லை; நான் அனாதை."

"அய்யோ பாவம்!"

அதை மட்டும் யாரும் சொல்லிவிடக்கூடாது. யாரும் எனக்காக வருத்தப்பட வேண்டிய அவசியமில்லை. அப்படியாக அந்தக் காட்சி முடிவடையும்.

பள்ளிக்கூடத்தை அடையும்போது அவன் மிகவும் தளர்ந்து போயிருந்தான். இரு புறமும் பார்க்காமல் கேட்டைத் திறந்து நேராக பெரிய கட்டடத்தின் கடைசி அறை வாசலில் போய் நின்றான்.

பச்சைக்கோட்டும் நீளப்பொட்டும் வைத்த பூகோள வாத்தியார். பாடமெடுப்பதாகச் சொல்லி, தனது வட இந்தியப் பயணத்தையும் ஏதோ திவானின் மகளுக்கு டியூஷன் எடுத்த கதையையும் சொல்பவர், இப்போது உல்லாசப் படகைப் பற்றி சொல்லிக்கொண்டிருக்கிறார்.

தலை நிமிர்ந்து பார்க்கவும் தைரியம் வரவில்லை. இரண்டாவது பீரியட் நடந்துகொண்டிருந்தது.

வகுப்பறையிலுள்ள நாற்பத்தைந்து ஜோடி கண்களும் தன்மீது பதிந்திருக்கின்றன. வாத்தியார் கேட்டார்: "கெட் இன். என்ன இப்பதான் பொழுது விடிஞ்சுதாமா?"

அப்புண்ணி பதில் சொல்லவில்லை. பரிதாபமாக நின்று அவரைப் பார்க்க மட்டும் செய்துவிட்டு முன்வரிசையில் இடது ஓரத்தில் சென்று அமர்ந்தான். முகம்மது வந்திருக்கிறானா என்று பார்க்க வேண்டுமே? இந்த பீரியட் முடியட்டும்.

மணியடித்தது. வாத்தியார் மேப்பை மடித்ததும் அவன் திரும்பி, பின் பெஞ்சைப் பார்த்தான். முகம்மது வரவில்லை.

மணி ஒன்று. மணியடித்ததும் வெளியே வந்து பார்த்தான். வேர்வையில் மூழ்கியபடி முகம்மது வந்து கேட்டில் நிற்கிறான். அப்போதுதான் வந்திருக்கிறான். கிடைத்ததா என்று கேட்க நாவு எழவில்லை. உதட்டிலும் கண்களிலும் அந்தக் கேள்வி வெளிவரத் துடித்து நின்றது.

முகம்மது கண்களைச் சிமிட்டிச் சிரித்தபடி தோளில் கை போட்டுச் சொன்னான்:

"கிடைச்சுடுச்சு . . ."

கிடைச்சுடுச்சா? – மிகவும் அழுக்கடைந்து கசங்கிய பதினைந்து ஒரு ரூபாய் நோட்டுகளை முகம்மது பாக்கெட்டிலிருந்து எடுத்துத் தந்தபோது அவனைக் கட்டிக்கொள்ளத் தோன்றியது அப்புண்ணிக்கு.

"எங்கிருந்து . . . எங்கிருந்து கிடைச்சுச்சு?"

"அதெல்லாம் உனக்கெதுக்கு? முதல்ல ஃபீஸைக் கட்டு."

"எப்ப திருப்பிக் கொடுக்கணும்?"

"எப்ப கிடைக்குமோ அப்ப கொடுத்தா போதும்."

அதிகமாக ஒன்றும் விசாரிக்கவில்லை. அவன் வேகமாக அலுவலகத்துக்கு ஓடினான். எழுத்தர் குறுப்பு சாப்பிடப் போகவில்லை. உடனடியாக அவன் தேர்வுக் கட்டணத்தைச் செலுத்தினான்.

சாயங்காலம் பள்ளிக்கூடம் விட்டுப் போகும்போது முகம்மதுவிடம் சொன்னான்:

"பணம் கிடைக்கவே கிடைக்காதுன்னு நான் முடிவே பண்ணிட்டேண்டா."

"நிறைய பேருட்ட நானும் கேட்டுப் பாத்தேன். உம்மாவை அனுப்பியும் கேட்டுப் பாத்தேன்."

"அப்புறம், எங்கிருந்து கிடைச்சுச்சு?"

"உம்மாவும் நிறைய இடத்தில கேட்டு எங்குமே கிடைக்கலை. திரும்பி வீட்டுக்கு வந்த பிறகு, இதைக் கேள்விப்பட்ட ஒருத்தர் பணம் கொண்டு வந்திருக்கார்."

"அது யார் முகம்மது?"

"அது யாராக வேணும்னாலும் இருக்கட்டும்."

"யார்னு சொல்லு நீ."

“சொன்னா உனக்குப் பிடிக்காது.”

“சொன்ன பிறகுதானே எனக்கு .. ?” அப்புண்ணி எதுவோ யோசித்தான்.

“யாராக இருந்தா என்னடா ?”

“அது தெரியணும். எனக்கு உதவி பண்ணது யாருன்னு தெரிஞ்சே ஆகணும்.”

“உங்கம்மாவாம்.”

அம்மா . . . அப்புண்ணி ஸ்தம்பித்து நின்றான். அது தேவையில்லையே? முகம்மதுவின் தோளைப் பலமாக அமுக்கிப் பிடித்த அப்புண்ணி கோபத்துடன் கேட்டான்:

“இதை நீ ஏண்டா முதல்ல சொல்லலை?”

அப்புண்ணியின் கோபத்தை முகத்தில் சிறிதளவுகூட பிரதிபலிக்காத முகம்மது சிரித்தபடியே கேட்டான்:

“அதுக்கு என்னடா இப்ப? அந்த ஒரு ரூபாய்க்கும் பதினாறணாதான். அது கிடைக்கலேன்னா நீ ஃபீஸ் கட்டியிருக்க முடியாது. பேசாம இரு.”

தனியாக ஆனதும் மனம் விம்மிப் புடைத்தது.

இரவில் படிப்பதற்கு ஒரு விளக்குக் கிடைக்க நீண்ட நேரம் காத்திருக்க வேண்டும். சிவப்பு மண்ணெண்ணெய் ஊற்றிய அந்த சிமினி விளக்கிலிருந்து பயங்கரமாகப் புகை எழும். அந்தப் பித்தளை சிமினி விளக்கின் சேட்டைகளைப் பார்த்தால் அதற்கு உயிர் இருக்கிறதோ என்றுகூட தோன்றிவிடும். எந்தத் திசையில் மாற்றி வைத்தாலும் அதன் புகை மட்டும் முகத்தையே குறி வைத்து வந்துகொண்டிருக்கும்.

பின்னால் மாளு வந்து நிற்பதை அவன் கவனிக்கவில்லை. விரலை நெட்டி முறிக்கும் சத்தம் கேட்டு திரும்பிப் பார்த்தான். மாளு கேட்டாள்:

“ஃபீஸ் அடச்சியா அப்புண்ணியண்ணா ?”

“ம் . . .” என்று முனகி வைத்தான்.

“எங்கிருந்து ?”

“எங்கிருந்தாவது கிடைச்சுச்சு.”

இவளுக்கு எதையெல்லாம்தான் தெரிஞ்சுக்கணும்? தூணில் கன்னத்தை அழுத்தியபடி கண்களைச் சாய்த்துப்

பார்த்துக்கொண்டிருக்கும் மாளுவை சிமினி விளக்கின் மங்கிய ஒளியில் அவன் பார்த்தான். ஈரம் காயாதத் தலை முடியின் அருவருப்பான நெடி மூக்கில் பட்டது. மெலிந்த கழுத்தில் கிடந்த சரடில் கோர்த்த தாயத்துபோல் அவளது கண்களும் மின்னின.

பேசுவதற்காக அவள் அருகில் வரும்போது வெறுப்புதான் உருவாகிறது. தொலைவில் வைத்துப் பார்க்கும்போது பாவமாக இருக்கும். கடவுள் அவளுக்கென்று எதையுமே கொடுக்கவில்லை. பார்வைக்கு அழகான ஒரு முகத்தைக்கூட !

புத்தக வரிகளில் கண்கள் வெறுமனே சஞ்சரித்தன. கவனத்தைப் புத்தகத்தின்மீது திருப்புவதற்கு அவன் முயற்சி செய்தான்.

Oh, swallow swallow if I could follow and light

Upon her lattice, I would pipe and frill

And chirp and twitter twenty milliion loves

ஆங்கில ஆசிரியர் சொல்லித்தந்த விளக்கத்தை நினைவுக்குக் கொண்டு வர முயற்சி செய்தான். கவிஞன் ஒருவன் தென்தேசத்தில் வசிக்கும் ஒரு பெண்ணுக்குச் செய்தி அனுப்புகிறான். அவளைக் காதலிக்கும் அந்தக் கவிஞன் பறவையிடம் சொல்கிறான்:

Oh, were thou that she might take me in

And lay me on her Bosom and her heart

Would rock the snowy cradle till I died

நான் நீயாக இருந்தால் அவள் என்னை தழுவிக்கொள்வாள்.

கவனம் மீண்டும் சிதறியது. எழுத்துக்கள் கண்களை விட்டகன்றன. பளபளக்கும் நீலப்பட்டு ரவிக்கை. பாதி மூடிய மைவிழிகள், இதம் தரும் நறுமணம்.

'அய்யய்யோ . . . எதையெல்லாமோ யோசனை பண்ணிட்டிருக்கோமே ?'

'பரீட்சைக்கு இன்னும் மூன்றே மாதங்கள்தான்.' மீண்டும் அவன் கவனத்தைப் புத்தகத்தை நோக்கி இழுத்து வந்தான்.

Why lingereth she to clothe her heart with love

Delaying as the tender Hearts

To clothe herself when all the woods are green

திடீரென்று யோசனை ஓடியது: 'அம்மிணி இப்ப என்ன பண்ணிட்டிருப்பா?'

தூங்கியிருப்பாள். இதமான பஞ்சணையில் ஒரு புறம் சாய்ந்து, சிவப்புக் கண்ணாடி வளைக்கரங்களால் தலையணையைச் சுற்றி வளைத்திருப்பாள்.

முன்பு, ஏதோ பாடப்புத்தகத்தில் பார்த்த, தூங்கும் ராஜகுமாரியின் சித்திரம் நினைவுக்கு வந்தது.

தூங்கும் ராஜகுமாரி.

அந்தக் கதை ஒன்பதாம் வகுப்பில் படித்தது தானே?

நெடுங்காலமாகத் தூங்கிக்கொண்டிருக்கும் ராஜகுமாரியின் அறைக்குள் நுழைகிறான் ராஜகுமாரன். மெல்லிய திரை நீக்கி, கட்டிலினருகே காலூன்றி நின்ற அவன், ராஜகுமாரியின் பட்டுக் கன்னத்தில் முத்தம் பதிக்கிறான்.

ஈர உதடுகள் கன்னத்தில் . . .

வெட்கமாக இருந்தது. அதை நினைக்கும்போது கூச்சமும் உள்ளூரக் கிளர்ச்சியும்.

"இப்ப நீ எனக்கு முத்தம் தா."

"தரமாட்டியா?"

"ஒண்ணே ஒண்ணு. நான் எத்தனை வாட்டி தந்தேன்?"

உதடுகள் மெல்ல மெல்ல கன்னத்தைத் தொடுகின்றன. பதிலுக்கு . . ? கழுத்திலும் கன்னங்களிலும் சரம்போல் முத்தங்கள். உயர்ந்தும் தாழ்ந்தும்கொண்டிருந்த மார்பின்மீது முகம் புதைத்துப்படுத்திருக்கும்போது உடல் முழுவதும் கூச்சம்.

அன்று வரை அறிந்திராத, கற்பனை உலகை நோக்கிக் கைப்பிடித்துச் சென்றவள் அம்மிணி.

சிமினிப் புகையால் புத்தகத்தில் கருத்துகள்கள் படிந்தன. விளக்கை இன்னும் கொஞ்சம் அகற்றி வைத்துவிட்டு மீண்டும் வாசிக்கத் தொடங்கினான்.

Why lingereth she to

"இன்னும் தூங்குறதுக்கான நேரம் வரலையா?"

எதற்காகவோ கீழே இறங்கி வந்த பெரியம்மா கேட்டாள்.

"படிக்க வேண்டியதிருக்கு."

“ராத்திரி முழுக்க விளக்கை எரிய விடுறதுக்கு நீ டப்பா கணக்கில இங்க மண்ணெண்ணெ வாங்கி வெச்சிருக்கிறியா?”

உடனடியாக விளக்கை ஊதியணைத்த அப்புண்ணி, இருட்டினூடே தப்பித் தடுமாறி ஏணியறைக்கு நடந்தான்.

○○○

பெரிய மாமா பூந்தோட்டத்துக்குச் சென்று ஒரு மாதமாகிறது.

குட்டன் மாமா விற்றுவிடாமலிருக்க, தேங்காய் முழுவதையும் கொப்பரைக்காரன் குஞ்ஞாலுவுக்குக் குத்தகைக்கு விட்டுப் பணம் வாங்கிவிட்டார் பெரிய மாமா. குஞ்ஞாலு சொன்ன பிறகுதான் இது தெரிய வந்தது. சமையல் கட்டு முற்றத்தில் நிற்கும் தென்னையில் மட்டும் வீட்டுத் தேவைக்கான தேங்காயைப் பறித்துக்கொள்ளலாம். மற்ற இடங்களிலுள்ள தேங்காய்கள் குஞ்ஞாலுவுக்குச் சொந்தம்.

குஞ்ஞாலு தாக்கீது செய்திருக்கிறான்:

“இது, நான் பணம் கொடுத்து வாங்கிய என்னோட முதல். என் ஆளுங்க இல்லாமல் வேற யாராவது தேங்காப் பறிச்சா குஞ்ஞாலுவோட குணம் மாறும்.”

எல்லோரும் இதைக் கேட்டுக்கொண்டார்கள்.

குஞ்ஞாலுவின் உம்மா, வடக்குப்பாட்டு இல்லத்திலிருந்து கொண்டுபோகிற நாழியிலும் *உரியிலும் உயிர் வாழ்ந்தவளாம். அந்த குஞ்ஞாலுதான் இதைச் சொல்கிறான்.

**மகர அறுவடை தொடங்க இருக்கிறது. பெரிய மாமாவின் அனுமதியின்றி தோணித்துறை வயல் அறுவடையானது. நெற்கற்றைகள் தெற்குக் களத்தில் குவிந்தன. வீட்டிலுள்ளவர்கள் நிம்மதிப் பெருமூச்சு விட்டனர். இன்னும் கொஞ்ச நாளுக்கான நெல் தேவை பூர்த்தியாகிவிட்டது.

இந்த முறை விளைச்சல் அமோகமாக இருந்தது. வெள்ளப் பெருக்கில் வண்டல் படிந்த மிகச் சில வயல்களில் தோணித்துறை வயலும் ஒன்று. பெரும்பாலான விவசாய நிலங்களிலும் வெறும் மண்தான் படிந்தது. பதினைந்து மேனிக்குப் பக்கத்தில் வருமென்பது செறுமக்களின் அபிப்பிராயம். ***பதம் அளந்து, சேறு நீக்கி, புது நெல்லைக் கையாலைக்குள் கூட்டி

---

* உரி = அரைநாழி.

** தை மாதம்.

*** பத்திலொரு பகுதி, கூலி நெல்.

வைத்தார்கள். கையாலையைப் பூட்டி சாவியை குட்டன் மாமா வைத்துக்கொண்டார்.

மறுநாள் காலையில் கூலிக்காரர்கள் வந்தபோது வீட்டிலுள்ளவர்கள் திகைத்துப்போய் நின்றுவிட்டார்கள். குட்டன் மாமா நெல்லை விற்கப் போகிறாராம்.

குஞ்ஞிக்குட்டிப் பெரியம்மா திண்ணையில் வந்து நின்று கூப்பிட்டாள்:

"குட்டா, இந்தப் புது நெல்லை விலைக்குக் கொடுக்கவா போறே?"

. . .

"இங்குள்ள பிள்ளைங்களுக்குப் புட்டோ பலகாரமோ செய்து கொடுக்க வேண்டாமா?"

"கொஞ்சம் இங்கேயும் போட்டுருக்கேன். அறுவடைதான் இன்னும் முடியலையே?"

"உன்னோட விருப்பம்போல நடக்க ஆரம்பிச்சேன்னா கஷ்டம்தான் குட்டா."

"குஞ்ஞாப்போள், கிருஷி செய்றவன் நான். களையெடுக்கவும், பதர் நீக்கவும் எல்லாம் செலவானது உங்க கைக்காசு ஒண்ணு மில்லை. எனக்கும் தெரியும்."

பெரியம்மா கோபப்பட்டாள்:

"விருப்பம்போல செய்யுறதுக்கு உன்னோட தனிப்பட்ட சொத்தாக இருக்கணும்."

"வடக்கு வயலை அறுத்து, வடக்குக்களத்தில போட்டு அடிச்சுத் தூத்து, கிடைக்கிற நெல்லை மட்டும் பூந்தோட்டத்துக்கு ஏத்தியனுப்பும்போது பேசாம இருந்தீங்களே? அப்ப மட்டும் நாக்கு என்ன தொண்டைக்குள்ள போயிடுச்சா?"

பெரியம்மா கோபத்துடன் வீட்டுக்குள் உலாத்திக்கொண் டிருந்தாள். எதுவோ கேட்ட பாட்டியின்மீது எகிறி விழுந்தாள். தின்று தீர்க்கவென்றே வந்து சேர்ந்திருக்கும் மாளுவையும் அப்புண்ணியையும் வைதாள். இடையே சித்தப்பாவின் உரிமையின்மை பற்றியும் பேசினாள்.

சுமட்டுக்காரர்கள் மூட்டைகளுடன் படியிறங்கினார்கள்.

வடக்கு வயலை அறுவடை செய்து குட்டன் மாமா கொண்டுபோனதை அறிந்த பெரிய மாமா, பாஸ்கரனை

அனுப்பி காரியஸ்தன் குத்தன் நாயரை வரவழைத்துப் பராதி சொன்னார்.

வடக்கு வயல் அவரது தனிப்பட்ட சொத்தாம்.

வழக்குச் செலவுக்காக வீட்டு வளவிலுள்ள மரங்களையும் குட்டன் மாமா வெட்டி விற்க ஆரம்பித்தார்.

பெரியம்மாவின் அங்கலாய்ப்பு அதிகரித்தது: "குடும்பம் தரைமட்டமாகப் போகுதே! நானும் எம்பிள்ளைங்களும் கஷ்டத்திலாயிடுவமே."

இதையே மீண்டும் மீண்டும் கேட்டபோது பாட்டி சொன்னாள்:

"தரைமட்டமானா உனக்கு என்ன ஆயிடப்போகுது? உனக்குன்னு தனியா இருப்பிடமும் கை முதலும் எல்லாம் இருக்கே?"

பாட்டி இப்படிச் சொன்னது பெரியம்மாவுக்குப் பிடிக்க வில்லை.

"இருக்குங்குறதுக்காக நாங்க போயிடுவமா? எங்களுக்குண்டானதை வாங்கிட்டுதான் நாங்க போவோம்."

பாட்டி அமைதியான குரலில் சொன்னாள்:

"நான் அதைச் சொல்லலை குஞ்ஞிக்குட்டி, கஷ்டம் எங்க சிலருக்குத்தானேன்னு சொல்ல வந்தேன்."

வீட்டில் யார் எதைப் பேசினாலும் அது சச்சரவின் ஒரு தொடக்கமாக மாறியிருந்தது. யாருக்கும் யார்மீதும் நம்பிக்கை யில்லை.

எல்லாப் பிரச்சினைகளில் இருந்தும் அப்புண்ணி விலகி நின்றான். பேச்சு வார்த்தைகள் எதிலும் தன்னுடைய பெயர் அடிபட்டு விடக்கூடாது என்பதுதான் அவனது விருப்பமாக இருந்தது. ஒரே ஒரு ஆசைதான் அவனுக்கு. 'இந்தப் புகைச்சலுக்குள் இருந்து வெளியேறியாக வேண்டும்.'

பள்ளிக்கூடம் விட்டு வந்ததும் படிக்க ஆரம்பித்துவிடுவான். கருக்கல் ஆரம்பித்து இருட்டில் எழுத்துக்கள் தெரியாமல் போகும்வரை படிப்பான். பிறகு, சாப்பிடுவது வரைக்கும் வெளிச்சம் வராத ஏதாவது மூலையில் போய் உட்கார்ந்து கொள்வான். சாப்பிட்டு முடித்த பிறகு, விளக்கு கிடைக்கும்வரை காத்திருப்பான். விளக்கை ரொம்ப நேரம் எரியவிடவும்கூடாது. மண்ணெண்ணெய் விலை அதிகமாம்.

இலையிலிருந்து ஒரு பருக்கை கீழே விழவோ தரையில் தண்ணீர் சிந்தினாலோ சண்டை ஆரம்பித்து விடுகிறது.

காலையில் அவன் சீக்கிரமாகவே எழுந்து விடுவான். பெரும்பாலும் கிணற்றடியின் கப்பிச் சத்தம் கேட்டுத்தான் விழிப்பான். மீனாட்சிப் பெரியம்மாதான் காகம் கரைவதற்குள் எழுந்துவிடுவாளே! பனியும் குளிருமுள்ள அதிகாலைகளில் திண்ணையின் மங்கிய வெளிச்சத்தில் உட்கார்ந்து படிப்பான்.

எதிர்பார்த்திருந்த மார்ச் பதினைந்தாம் தேதி வந்துவிட்டது.

இறுதித் தேர்வு அன்றுதான் ஆரம்பிக்கிறது.

மனம் முழுக்க பிரார்த்தனை. எதுவும் பிழையாகி விடக்கூடாதே... ஒவ்வொரு தாள் எழுதி முடிந்ததும் மனதுக்குப் பெரும் ஆறுதலாக இருந்தது. வெள்ளிக்கிழமை அன்று கடைசி நாள் தேர்வும் முடிந்தது. திரும்பி வரும்போது மிகப்பெரிய சுமை ஒன்றை இறக்கி வைத்ததுபோல் மகிழ்ச்சியாக இருந்தது.

ஆனால், வீட்டை அடைந்ததும் மகிழ்ச்சி அப்படியே சோர்ந்துவிட்டது. வீட்டில் பெரிய மாமாவுக்கும் குட்டன் மாமாவுக்கும் சண்டை.

பரீட்சை முடிந்துவிட்டதா, நன்றாக எழுதியிருக்கிறாயா என்றெல்லாம் யாருமே கேட்கவில்லை. அவன் வெற்றி பெற்றாலும் சரி, தோற்றாலும் சரி, யாருக்கும் எதுவுமில்லை. பாட்டி ஒருவேளை ஆசிர்வதிக்கக்கூடும்.

"அவனுக்கொரு வழி கிடைக்கட்டும்."

விடுமுறைக் காலமென்பது எப்போதுமே தாங்க முடியாத ஒன்றுதான். ஆனால், இனிமேல் விடுமுறை மட்டும்தான். குறைந்தது, தேர்வு முடிவுகள் தெரிவது வரைக்குமாவது. பிறகு? பிறகென்ன, வருவதுபோல் வரட்டும்.

எதிர்பாராமல் ஒருநாள் ராமகிருஷ்ணன் சாரை மதில் கல்படியில் வைத்துப் பார்த்தான். கல்படித் தோட்டத்தில் வெறுமனே நின்றுகொண் டிருக்கும்போது சார் அந்த வழியாக வந்தார். அப்புண்ணி அவரது அருகில் சென்றான்.

"என்ன அப்புண்ணி?"

"ஒண்ணுமில்லை சார்."

"உன் வீடு இங்க பக்கத்திலதானா?"

"ஆமாங்க சார், இந்த வீடுதான்."

அவன் வடக்குப்பாட்டு வீட்டைக் காட்டினான்.

"ரிசல்ட் வர நாளாகலை இல்லையா? இப்ப என்ன பண்றே?"

"ஒண்ணும் பண்ணலை சார். ஏதாவது வாசிக்கலாம்னா இங்க பக்கத்தில எல்லாம் எதுவுமே கிடைக்கறதில்லை."

"என் வீட்டுக்கு வா. புஸ்தகம் கிடைக்கலேன்னு வாசிக்காம இருக்க வேண்டாம்."

அப்புண்ணிக்கு மிகுந்த மகிழ்ச்சி.

பள்ளிக்கூடத்திலிருந்து சிறிது தூரத்தில்தான் ராமகிருஷ்ணன் சாரின் வீடிருந்தது. சார் நிறைய புத்தகங்கள் வாசிப்பவர். கவிதை எழுதுவார் என்றும் கேள்விப்பட்டிருந்தான்.

தினமும் சாயங்காலம் ராமகிருஷ்ணன் சாரின் வீட்டுக்குச் செல்வதை வழக்கமாக்கினான். சாரின் வீட்டுக்கு மூன்று நாழிகை தூரம் நடக்க வேண்டும். அஞ்சல் அலுவலகத்தின் பக்கத்தில்தான் சாரின் வீடு. அங்கே போய், பத்திரிகைகளைப் புரட்டுவான். சார் ஏதாவதொரு புத்தகத்தை எடுத்துக்கொடுப்பார்.

நிறைய பேசுகிற வழக்கமுள்ளவர் அவர். சார் சொல்வதை எல்லாம் கேட்டுக்கொண்டிருப்பது அப்புண்ணிக்கும் பிடிக்கும்.

ஒருநாள் சாயங்காலம் சாரைப் பார்த்துவிட்டுத் திரும்பி வரும்போது பெரிய மாமாவின் இரண்டாவது மகன் கோபி வீட்டுக்கு வந்திருப்பதைப் பார்த்தான். அப்புண்ணியை விடவும் கோபி வயதில் மூத்தவன். சித்தப்பா முறை. ஆகவே, கோபியண்ணா என்றாவது சொல்ல வேண்டும். கோபியை அதற்கு முன் அப்புண்ணி பார்த்ததில்லை. பாட்டியுடனும் பெரியம்மாவுடனும் கோபி பேசிக்கொண்டிருந்தான்.

தன்னுடைய கடன் முறையைத் தீர்ப்பதற்காக கோபியைப் பார்த்துச் சிரித்துவிட்டுக் கடந்து போனான் அப்புண்ணி.

பாட்டி சொன்னாள்: "நல்லதாப்போச்சு. அவளுக்கொரு நல்ல வாழ்க்கை கிடைக்கட்டும். பிறந்த வீட்டில என்னதான் கொட்டிக் கிடந்தாலும் பெண்ணாப் பிறந்தவளுக்கு புருஷனோடதுபோல வருமா."

"மாதவன் நாயர் இனி கொளும்புக்குப் போக மாட்டாரா?" என்று கேட்டாள் குஞ்ஞிக்குட்டிப் பெரியம்மா.

"போகலைன்னுதான் கேள்விப்பட்டேன்."

"கையில சம்பாத்தியம் நிறைய இருக்காமா?"

"அதைப் பற்றி எனக்குத் தெரியலை."

பாட்டி சொன்னாள்: "பத்திருபது வருசம் அன்னிய தேசத்தில இருந்தவன் இல்லையா? இல்லாம இருக்காது."

"எதுவுமில்லேன்னா உங்கப்பா இதில எல்லாம் இறங்க மாட்டார்."

"சரி, நான் போறேன். எல்லாரும் சீக்கிரமாக வந்துடுங்க."

"இருந்தாலும் உங்கப்பா இப்படியொரு ஆலோசனை இருக்குன்னு சொல்லவாவது செய்திருக்கலாம். எல்லாமே அவனோட விருப்பம்தான். எனக்கு என் பிள்ளைங்க நீங்க நல்லாயிருந்தாப் போதும்."

"எங்க நல்லா இருக்க?"

கோபி போன பிறகு அப்புண்ணி அந்தப் பக்கம் சென்றான்.

பாட்டி கேட்டாள்:

"எல்லாரையும் கூப்பிட்டிருக்கான். அப்புண்ணி போறியா?"

"எங்கே?"

“பூந்தோட்டத்துக்கு. இருபத்தொண்ணாம் தேதி சின்னவளுக்குக் கல்யாணமில்லையா?”

“யாருக்கு?”

“அம்மிணிக்கு.”

“உம்.”

அதற்கு மேல் அவன் எதையும் கேட்கவில்லை. பாட்டி சொல்லிக்கொண்டே இருந்தாள்: “வரன், தெக்கன் கண்டம் மாதவன் நாயர். தெக்கன் கண்டத்துக்காரங்க பழைய குடும்பக்காரங்க. மாதவன் நாயர் ரொம்ப காலத்துக்கு முன்னால வீட்டைவிட்டு ஓடிப் போனவன். இவ்வளவு காலமும் சிலோன்ல இருந்துட்டு இப்பதான் வந்திருக்கான். கையில நல்ல காசிருக்கும்.”

அவளோட வாழ்க்கை நல்லாயிருக்கும்.

‘நல்லாயிருக்கட்டும்’ அப்புண்ணியும் மனதார வாழ்த்தினான். அம்மிணியோட வாழ்க்கை நல்லா அமையட்டும்.

இருந்தாலும் மனதுக்குள் என்னவோ ஒரு வருத்தம் உருவானது. அம்மிணியை எப்போதாவது இனி சந்திக்க நேர்ந்தால் . . . மாதவன் நாயரின் மனைவியாக இருப்பாள். பார்க்க வாய்ப்பில்லை. பார்த்தால்கூட . . .

ஏணியறையின் இருளடைந்த சில குளிர் இரவுகள் நினைவுக்கு வந்தன. தான் ஐந்தாறு வருடங்களுக்கு முன்பே பிறந்திருந்தால் இப்போது பெரிய ஆளாக இருப்போம். என்றால் . . .

மனது நிம்மதியிழந்தது.

ஊரில் யாருக்காவது திருமணம் என்று கேள்விப்பட்டால் போதும், பாட்டி பிறகு அதைப் பற்றி மட்டுமே பேசிக் கொண்டிருப்பாள்.

ஒவ்வொரு நாள் விடிந்ததும் விரலால் கணக்குக் கூட்டிச் சொல்வாள்:

“இன்னும் பதினஞ்சு நாள்தான் இருக்கு.”

“இன்னும் பத்தே நாள்தான்.”

பந்தல் கட்ட வேண்டிய நாள் நெருங்கிவிட்டது.

தங்குவைப் பார்க்கும்போது பாட்டி சொல்வாள்:

“இனி என் தங்குக்குட்டிக்கு ஒருத்தன் வர்றதையும் பாட்டி பாக்கணும். அதுக்கான யோகம் எனக்குக் கிடைக்குமோ என்னமோ?”

தங்கு, தலை தாழ்த்திச் சிறிது வெட்கம் நடித்தபடி நிற்பாள்.

பெரியம்மா சொன்னாள்:

"அம்மா இன்னும் இருப்பீங்க, ஒரு பத்து வருசம். அந்தப் பயமெல்லாம் வேண்டாம்."

அப்புண்ணியைவிட தங்கு ஒரு வயது மூத்தவள். அப்படி யென்றால் தங்குவின் வயது பத்தொன்பது. பெரியம்மா அவளுக்கென்று ஒரு அறையை ஒதுக்கி வைத்து பல வருடங்களா கின்றன.

இருபத்தொன்றாம் தேதி விடிந்ததும் அதுதான் நினைவுக்கு வந்தது. அம்மிணிக்கு இன்று கல்யாணம்.

பெரியம்மாவும் பிள்ளைகளும் நேற்றே போய்விட்டார்கள். மாளுவும் அவர்களுடன் போயிருக்கிறாள்.

மீனாட்சிப் பெரியம்மாவுக்கும் போக ஆசைதான். ஆனால், பாட்டி சொன்னாள்: "எல்லாருமே போயிட்டா, அப்புறம் நான் இங்க காற்றையா சாப்பிடுறது?"

"எனக்கு இந்த சமையல் கட்டுல கிடந்து சாகத்தான் விதி" என்று முணுமுணுத்தபடி மீனாட்சிப் பெரியம்மா அகன்ற பிறகுதான் அவள் கல்யாணத்துக்குப் போக மாட்டாள் என்பது உறுதியாகத் தெரிந்தது.

அப்புண்ணி, ராமகிருஷ்ணன் சாரின் வீட்டிலிருந்து கொண்டு வந்த புத்தகத்துடன் வராந்தாவின் தெற்குப் பக்கத்தில் தரையில் உட்கார்ந்துகொண்டான். புத்தகத்திலுள்ள கதையில் கவனம் பதியவில்லை. வீட்டுக்குள் உட்கார்ந்தால் பாட்டியின் தொண தொணப்பு. ஒவ்வொரு நிமிடமும், இப்போது கல்யாண வீட்டில் என்ன நடந்துகொண்டிருக்கும் என்பதுதான் பாட்டியின் சிந்தனை.

இரவில் சாப்பிட உட்கார்ந்திருக்கும்போது பாட்டி வாசலில் வந்து நின்றாள்.

"மணி என்ன இருக்கும் அப்புண்ணி?"

"எட்டோ ஒன்பதோ இருக்கும்."

"அங்க எல்லாருக்கும் சாப்பிட இலை போட்டிருப்பாங்க."

பிறகு அப்புண்ணியிடம் கேட்டாள்: "நீயும் போயிருக்க லாமேடா? சின்னவளோட ஒரு விருந்து கிடைச்சிருக்குமே?"

பதிலெதுவும் சொல்லாமல் அவன் சோற்றை அள்ளித் தின்றான். தேங்காய் சேர்த்த, புளியும் மிளகுமில்லாத ஒரு கூட்டு மட்டும் இருந்தது. வேறெதுவும் இல்லை. ஒரு ருசியுமில்லை.

தூங்குவதற்காகப் படுத்திருக்கும்போதும் பாட்டி சொல்வது கேட்டது: "விருந்தெல்லாம் முடிஞ்சிருக்கும்."

பாட்டியின் மனம் முழுவதும் கல்யாண வீட்டில்தான். ஒவ்வொரு நிமிடமும் அங்கே என்ன நடக்கிறது என்று யூகித்துச் சொல்வதைவிடவும் பேசாமல் அவள் அங்கேயே போயிருக்கலாமே?

ஏணிப்படியின் கீழ் படுத்திருந்த அப்புண்ணியின் மனதும் மெல்ல மெல்ல தான் ஒருபோதும் பார்த்திராத அந்த வீட்டுக்குச் சென்றது.

...பந்தல் நிறைய ஆட்களிருப்பார்கள். வீட்டுக்குள் பெண் களும் குழந்தைகளும் இருப்பார்கள். கூட்டமும் ஆரவாரமுமாக இருக்கும்.

...இப்போது ஆட்கள் தூங்க ஆரம்பித்திருப்பார்கள். அம்மிணியும் படுத்திருப்பாள். தனியாக இல்லை, அந்த மனிதனுடன். இருபது வருடங்களை சிலோனில் கழித்த அந்த மனிதனுடன் ...

... இருபது வருடங்களுக்குப் பிறகு அவர் எதற்காக இங்கே வந்தார்?

கட்டை விளக்குமாறுபோல் துருத்தி நிற்கும் மீசையும் பச்சைக் குத்திய கைகளும் எலும்பு உந்தி நிற்கும் முகமும்கொண்ட கறுத்த மனிதனை அவன் மனக்கண்களால் வரைந்து பார்த்தான். யார் அந்த மனிதன்? யாராக இருந்தாலும் அப்புண்ணி அவரை வெறுத்தான். காரணம் எதுவுமில்லைதான். இருந்தாலும் அம்மனிதனை அவனால் வெறுப்புடன் மட்டும்தான் கற்பனை செய்ய இயன்றது.

...இதமான பஞ்சணையில் அந்தக் கரிய மனிதனுடன் அம்மிணி சயனித்திருக்கிறாள் ... வெளுத்து, சுருள் விரியும் வாழைக்குருத்துபோன்ற அழகான அம்மிணியத்தை.

ஏன்தான் இதையெல்லாம் யோசிக்கிறோமோ? ...

அப்புண்ணி எழுந்து ஜன்னலை முழுவதுமாகத் திறந்து வைத்தான் ... வெளியே நிலா வெளிச்சமிருந்தது. ஆனால், பயங்கர வெக்கை.

தொழுவத்தின் பின்னால் வாழைக்கூட்டங்களில் தெரியும் நிலா வெளிச்சம் பயங்கரமான தோற்றத்துடன் இருந்தது. காய்ந்த அயினி மரத்தின் நிழல், ஐந்து தலைகொண்ட ஏதோ பிசாசுபோல் அசையாமல் நிற்கிறது. நிழலும் நிலவொளியும் கட்டிப்புணர்ந்த இயற்கை பயமுறுத்தும் அழகுடனிருந்தது.

நிலவு வெளிறும் வரைக்கும் அவன் கண்களைத் திறந்தபடி அப்படியே படுத்திருந்தான். அதிகாலைக் குளிர் ஜன்னலினூடே அறைக்குள் நுழைந்தபோதுதான் தூக்கம் கண்ணிமைகளை வருடத் தொடங்கியது.

○○○

தேர்வு முடிவுகள் வெளிவந்தன. அப்புண்ணி பாஸாகிவிட்டான். ஜூன் மாதம்தான் வெளிவரும் என்று நினைத்திருந்தான். ஆகவே, சிறிதுகூட பதற்றமில்லாமல் இருந்தான். ஒருநாள் ராமகிருஷ்ணன் சாரின் வீட்டுக்குச் சென்றபோது பத்திரிகையை முன்னால் எடுத்துப்போட்ட சார் சொன்னார்:

"சாயா எங்கே அப்புண்ணி?"

"ஏன் சார்?"

"நீ பாஸாயிருக்கே. இதில உன்னோட நம்பர் இருக்கு."

எண்களின் சமுத்திரம். அதில் தன்னுடைய வெற்றியை அறிவிக்கும் எண்ணைக் கண்டுபிடிப்பதில் சிரமம் ஏற்படவில்லை. சார் அடையாளப்படுத்தி வைத்திருந்தார்.

பார்த்துப் பார்த்து அவனுக்குத் தீரவில்லை. ஆரம்ப உற்சாகம் சற்றுத் தணிந்தபோது முகம்மதுவின் எண்ணைப் பார்த்தான். இல்லை, முகம்மது பாஸாகவில்லை. மற்றவர்களின் எண்கள் அவனுக்குத் தெரியாது.

இருபுறமும் ஈட்டிகளைத் தாங்கி நிற்கும் வாயிற்காவலர்கள் போல், தாழைப் புதர்கள் மண்டிக்கிடந்த செம்மண் பாதையினூடே வீட்டுக்கு வரும்போது உலகை நோக்கி உரக்கச் சொல்லத் தோன்றியது. "அப்புண்ணி பாஸாகிவிட்டான்." அவன் தலையை உயர்த்திப் பிடித்தவாறு நடந்துகொண்டிருந்தான்.

அறிந்துகொள்வதில் அவர்கள் ஆர்வம் கிடையாது. இருந்தாலும் வீட்டுக்குச் சென்றதும் எல்லோரிடமும் சொல்லிவிட வேண்டும் என்ற எண்ணத்துடன்தான் அவன் கல்படியைக் கடந்து உள்ளே வந்தான். ஓரப்படியில் ஏறும்போதே பெரிய மாமாவின் குரல் கேட்டது. நீண்ட நாட்களுக்குப் பிறகு வந்திருக்கிறார்.

ஆர்வமெல்லாம் பொசுங்கிப்போய்விட்டது.

எதுவுமே நடக்காததுபோல் அவன் வீட்டுக்குள் ஏறினான்.

சட்டையைக் கழற்றிப் போட்டு விட்டு, பிழிந்து பிழிந்து கறுப்படைந்த துண்டை எடுத்துத் தோளிலிட்டுக்கொண்டு வெளியே இறங்கினான். குளித்துவிடலாம். இந்த ஓலங்களில் இருந்து கொஞ்ச நேரம் விலகியிருக்க வேண்டும் என்பதுதான் முக்கியம். தலை முடி சவுரிபோல் வறண்டிருந்தது. எண்ணெய் தேய்த்து மாதங்களாகின்றன.

ஆற்றுப் பாலத்தின்கீழ் நிறைய வெள்ளமிருக்கும். ஆனந்தமாக ஒரு குளியல்.

குருதிப்பரம்பிலிருந்து ஆற்றில் இறங்கினான். ஆறு வறண்டுக் கிடந்தது. கண்ணுக்கெட்டிய தொலைவு வரைக்கும் பரந்து கிடக்கும் மணல் பரப்பின் ஒரு ஓரத்தில் ஒடுங்கிய ஆறு, நீரோடைபோல் நகர்ந்துகொண்டிருந்தது. முன்பு ஊரையே வெள்ளத்தில் மூழ்கடித்த ஆறு என்பதை நினைத்துப் பார்க்கும்போது வேடிக்கையாக இருந்தது. ஆங்காங்கே ஊற்றுகள் தோண்டி ஆட்கள் குளித்துக்கொண்டிருந்தார்கள். அழுக்குப்படிந்த ஆடைகளும் கறுத்த உடலுமுள்ள ஆட்கள். கொஞ்சம் தொலைவில் நிறங்களும் வெண்மையும் தெரிந்தன. அதிகாரியின் இல்லத்திலுள்ள இளவயதுப் பெண்கள். மணலில் ஓடி விளையாடிக்கொண்டிருந்த, சுருக்கு வைத்த வெள்ளாடை அணிந்த ஒரு சிறுமி, தேவதையின் தோற்றத்தை நினைவூட்டினாள்.

அவன் மணல் திட்டின் வழியாக நடந்துகொண்டிருந்தான். ஆற்றுப்பாலத்துக்கு இன்னும் நான்கைந்து பர்லாங் தூரம் நடக்க வேண்டும்.

பாலத்திற்குச் சற்று மேற்புறம் வைத்து பாரதப்புழைக்கு ஒரு தோழி கிடைக்கிறாள். ஆகவே, வேனல் காலத்திலும் ஆற்றுப்பாலத்தில் தண்ணீர் இருக்கும். மேலே பெரிய புகை வண்டிப் பாலம். சற்றுக் கீழே இரண்டு குயவர் பெண்கள் குளித்துக்கொண்டிருந்தார்கள்.

கரைப்பக்கம் சிறு பாறைகளிருந்தன. அவன் தண்ணீரில் இறங்காமல் கொஞ்ச நேரம் பாலத்தில் உட்கார்ந்திருந்தான். தலைக்கு மேல் ஒரு பாசஞ்சர் வண்டி இரைந்தபடி கடந்துபோனது. பாலமும் தரையும் கிடுகிடுவென்று நடுங்குவதுபோலிருந்தன. வாசலிலும் ஜன்னலிலும் நிறைய ஆட்கள் தென்பட்டார்கள். முன்பின் அறியாதவர்கள். பல தரப்பட்ட மக்கள் அதில் இருக்கக் கூடும். எங்கிருந்தோ வருகிறார்கள்; எங்கோ செல்கிறார்கள்.

இந்த வண்டி, மதராசுக்கோ கோயம்புத்தூருக்கோ போகிற வண்டியாக இருக்கும். அப்புண்ணி நினைத்துக்கொண்டான்:

இதுவரை அவன் புகைவண்டியில் ஏறியதில்லை. கிராமத்தைச் சுற்றியும் பள்ளிக் கூடத்தையும் தவிர வேறெதையும் அவன் பார்த்ததில்லை. பெரிய நகரங்கள் எப்படியிருக்கும் என்றுகூட அவனுக்குத் தெரியாது.

கறுத்த இரும்புப் பாலத்தின் பெரிய கால்களில் ஒன்றைக் குறி வைத்து அவன் எறிந்த கல் அதில் பட்டது. உலோகம் ஓசை முழக்கியது. அந்த இரும்புக் கால்களைப் பார்த்தால் மனதுக்குள் பயம் உருவாகிறது. அதன் ஏதோ ஒரு காலின்கீழ் மனிதன் புதைந்து கிடக்கிறான். ஊரில் சொல்லிக் கேட்ட கதை இது.

பாலத்தைக் கட்டும்போது அதன் கால்கள் உறுதியாக நிற்கவில்லையாம். வெள்ளைக்கார எஞ்சினியர் எல்லா முயற்சி களைச் செய்து பார்த்த பிறகும் கால்கள் உறுதிப்படவில்லை. கடைசியில், கால்கள் பதிய வேண்டுமானால் இரத்தப் பலி கொடுத்தாக வேண்டுமென்று ஒப்பந்தக்காரர் சகுனம் பார்த்துச் சொன்னார். தலையில் மணல் கூடையுடன் இறங்கிய கூலிக்காரன்மீது கருங்கல் துண்டுகள் சொரிந்தன. . . அவன் வெளியே வரவில்லை. பாலம் உறுதியடைந்தது. கதை உண்மையாக இருந்தால் அம் மனிதன் மூச்சடைத்து இறந்திருக்க வேண்டும். அந்த உலோகத்தினுள் ஒரு மனித ஆன்மா சிறைப்பட்டுக் கிடக்கிறது. . .

மேலே, இள நீல நிறத்தில் தெளிவான ஆகாயம். பொழுதடைந்த நேரம். தொடு சிவப்பும் கறுப்பும் கலந்த மேகத்திரள்கள் அடைந்து நிற்கின்றன. ஆற்று நீரை விட்டு மெல்லிய சூரியக்கதிர்கள் இன்னும் கரையேறவில்லை.

அவன் குளிப்பதற்காக இறங்கினான்.

நன்றாக இருட்டிய பிறகுதான் கரையேறினான். இரும்புப் பாலம் ஒரு கோர மிருகம் போல் நிற்கிறது. அதன் கால்களைச் சுற்றிச் சுழலும் தண்ணீரின் ஓசை மட்டுமே கேட்டுக்கொண்டிருந்தது. தொலைவில் தெரியும் ரெயில்வே சிக்னலின் ஒளி, இருட்டின் உளவுக் கண்கள்போல். ஏகாந்தமான அந்தச் சூழலை விட்டகல அப்புண்ணிக்கு மனம் வரவில்லை.

இருட்டைப் பிளந்தபடி அவன் நடந்துகொண்டிருந்தான்.

மறுநாள், சீக்கிரமாகவே ராமகிருஷ்ணன் சாரின் வீட்டுக்குச் சென்றான். அவர், காகிதத்தில் எதையோ எழுதியபடி ஏதோ ஒரு பாடலை முணுமுணுத்துக்கொண்டிருந்தார்.

அப்புண்ணியைக் கண்டதும் காகிதத்தையும் பேனாவையும் நீக்கி வைத்தார்.

"என்ன அப்புண்ணி?" வழக்கம்போல் கேட்டார். அவனும் வழக்கம்போல் பதில் சொன்னான்: "ஒண்ணுமில்லை சார்."

"சரி, அடுத்த பிளான் என்ன? ஹையர் ஸ்டடிக்குப் போகலையா?"

"இல்லை."

அப்புண்ணியின் சூழ்நிலை ஏறக்குறைய ராமகிருஷ்ணன் சாருக்குத் தெரியும். இருந்தாலும் கேட்டுப் பார்த்தார்.

"பிறகு . . . என்ன பண்றதா உத்தேசம்?"

"எனக்கொரு வேலை கிடைக்கணும் சார்."

"முயற்சி பண்ணுவோம். அவ்வளவு சீக்கிரம் கிடைச்சுடும்னு சொல்றதுக்கில்லை."

"வேலை கிடக்கலேன்னா . . ."

அப்புண்ணி எதையோ யோசித்தபடி நிறுத்தினான்.

"கிடைக்கலேன்னா . . ?"

"செத்துடுறதுதான் சார் நல்லது. இப்படி வாழ்றதை விடவும்..."

அவனால் தொடர முடியவில்லை. தூண் மறைவில் முகத்தைத் திருப்பிக்கொண்டுதான் இதைச் சொன்னான்.

"இங்க இங்கிலீஸ் பேப்பர் வருது. பாக்குற எல்லா விளம்பரங்களுக்கும் அப்ளை பண்ணு."

"பண்ணணும்."

"வெளியே எங்கேயாவது யாராவது இருக்காங்களா?"

"யாருமில்லை சார்."

இது போதாது என்பதுபோல் அவன் மேலும் அழுத்தமாகச் சொன்னான்: "எனக்கு யாருமே இல்லை சார்."

"சர்டிஃபிகேட் வரட்டும். பிறகு பாத்துக்கலாம்."

ஒரு வாரத்துக்குள் சான்றிதழ் வந்தது. நீல நிற அட்டையுள்ள ஒரு புத்தகம். அரசுத் தேர்வுக்கான மதிப்பெண்கள் சிவப்பு மையால் எழுதப்பட்டிருந்தன. ஆறு பாடங்களுக்கும் சேர்த்து நானூற்றி இருபது மதிப்பெண்கள்.

ராமகிருஷ்ணன் சார் ஆச்சரியப்பட்டார்.

"ஆங்கிலத்தில எழுபத்தொண்ணு. கணக்குல தொண்ணூற்றேழு. அப்புண்ணி மேற் படிப்புக்குப் போக வேண்டியவன்."

அப்புண்ணி வேதனையுடன் சிரித்தபடி முனகி வைத்தான்.

ஆங்கிலப் பத்திரிகை விளம்பரங்களைப் பார்ப்பதற்காக தினமும் ராமகிருஷ்ணன் சாரின் வீட்டுக்குச் சென்றான் அப்புண்ணி.

விண்ணப்பம் செய்வதற்கான விளம்பரத்தை ஒரு மாதத்துக்குப் பிறகுதான் பார்த்தான். கிளார்க் வேலைக்கு ரெயில்வேயில் ஆள் எடுக்கிறார்கள். சார் சொன்னார்:

"அப்புண்ணி அப்ளை பண்ணு. நல்ல மார்க் இருக்கு, நிச்சயம் கிடைக்கும்."

விண்ணப்பப் படிவம் ஒரு ரூபாய். பதிவுத் தபால் எட்டணா. மொத்தம் ஒண்ணரை ரூபாய். எங்கே போவது?

பதினைந்தாம் தேதி வரைக்கும் விண்ணப்பிக்கலாம். இருபது நாட்கள் உள்ளன. ஆனால், நாட்கள் இருக்கிறதே என்பதற்காக ஆறுதல் பட்டுக்கொள்ள முடியாது. ஒன்றரை ரூபாய் குறித்து யோசிக்க ஆரம்பித்து இரண்டு மூன்று நாட்களாகின்றன. தெய்வமே, எவ்வளவு பெரிய தொகை?

ஆற்றுப் பாலத்தில் குளித்துவிட்டு, வெண்மணலில் கண்களைப் பதித்தபடி நடந்து, ரோட்டில் ஏறிய அப்புண்ணியின் பின்னால் ஓடிவந்த ஒரு சிறுவன் சொன்னான்:

"உங்களைக் கூப்பிடறாங்க."

"யாரு?"

"செய்தாலிக்குட்டியண்ணன். குருதிப் பரம்பில அத்தாணிப் பக்கம் நிக்கிறாரு."

அப்புண்ணி நெற்றியில் விழுந்து கிடந்த முடியைத் தட்டி மேல்பக்கம் விட்டு விட்டு அத்தாணியை நோக்கி நடந்தான். அங்கே செய்தாலிக்குட்டி பீடி புகைத்தபடி சிவந்த கண்களில் சிரிப்புடன் நிற்கிறான். அப்புண்ணி பக்கத்தில் வந்ததும் அவன் கேட்டான்:

"நாயர் பிள்ளை, யாரோ தூக்கி நிறுத்தியதுபோல வளந்தாச்சே?"

எம்.டி. வாசுதேவன் நாயர்

அப்புண்ணி சிரித்தான்.

"குடும்பச் சாப்பாடு நல்ல சத்துபோல தோணுது?"

அப்புண்ணி அதைக் கவனிக்காததுபோல் கேட்டான்:

"செய்தாலிக்குட்டி எப்ப வந்தீங்க?"

"நேற்று கருக்கல் நேரம்."

"இப்ப எந்த ஊர்?"

"வயநாட்டுலதான். வேற எங்க போக? அப்புறம், நாயர் பிள்ளையோட சேதிகளைச் சொல்லணும்?"

"அப்படிப் போகுது செய்தாலிக்குட்டி."

"இப்ப எத்தனாவது வகுப்பு?"

"படிச்சு முடிச்சுப் பாஸாயிட்டேன்."

"பத்தாங்கிளாஸ் பாஸாயாச்சா?"

"பாஸாயிட்டேன்."

"அடுத்தது?"

"அடுத்தது ... அடுத்தது ஒரு வேலை கிடைக்கணும். இனிமேலும் இப்படிக் கிடந்து வதைபடுறதை விடவும் ..."

"வேலைக்கு ஏதாவது முயற்சி நடக்குதா?"

"பாக்கணும். அதுக்கு ..."

ஒன்றரை ரூபாய் பிரச்சினை மேலெழுந்தது. சொல்லி விடுவோமா? கௌரவம் இடம் கொடுக்கவில்லை.

"பேஜாராகாம இருக்கணும் நாயர் பிள்ளை. உத்தியோகமெல்லாம் கிடைக்கும் ..."

"அதுவாகக் கிடைக்கணும்னா ஆளுதவி வேணும். செலவு செய்றதுக்குப் பணமும் இருக்கணும். எங்கிட்ட இது ரெண்டுமே இல்லை ... யாருக்குமே வேண்டாதவன் நான்."

செய்தாலிக்குட்டி பீடியை அழுத்திப் புகைத்தபடி அப்புண்ணி பேசுவதை அமைதியாக உட்கார்ந்து கேட்டான். பிறகு, எதையோ யோசித்துவிட்டு விஷயத்தை மாற்றும் நோக்கத்துடன் கேட்டான்: "குடும்பத்தில வழக்கும் வக்காலத்தும் எல்லாம் எதுவரைக்கும் வந்திருக்கு?"

அப்புண்ணி அலட்சியமாகச் சொன்னான்:

"அதெல்லாம் பேசுறதுக்கே லாயக்கில்லாத விஷயங்கள். வேற போக்கிடம் இல்லாமல் அங்க இருக்கேன், அவ்வளவுதான்."

"படச்சவனுக்குப் பொறுக்காத எதையும் பேச வேண்டாம் நாயர் பிள்ளை. மனசைப் போட்டுக் குழப்பிக்காம இருக்கணும். எல்லாத்துக்குமே படச்சவன் ஒரு வழி வெச்சிருப்பான்..."

அப்புண்ணி வெறுமனே முனகி வைத்தான்.

"நாயர் பிள்ளை கிளம்பணும். நான் ரெண்டு நாள் கழிச்சிப் போயிடுவேன். சந்தர்ப்பம் கிடைச்சா சந்திப்போம்."

அப்புண்ணி ஈரத்துண்டால் கழுத்தையும் முகத்தையும் அழுத்தித் துடைத்துவிட்டு, இரண்டடி எடுத்து வைத்திருப்பான். பின்னாலிருந்து செய்தாலிக்குட்டி சொன்னான்:

"இதையும்கூட கேட்கணும் நாயர் பிள்ளை, ஆக்கப் பொறுத்தாப் போதாது; ஆறவும் பொறுக்கணும். எல்லாத்துக்குமே படச்சவன் ஒரு வழி வெச்சிருப்பான்."

ரோட்டிலிருந்து மண் பாதையில் இறங்கும்போது அப்புண்ணி கேலியாக நினைத்துக்கொண்டான். படைத்தவன் அப்படியொரு வழியை ஏற்படுத்தி வைத்திருந்தால் ஒன்றரை ரூபாய் காசுக்காக மனதைப்போட்டு இப்படிப் புண்ணாக்க வேண்டிய தேவையில்லையே?

○○○

படைத்தவனின் வழிகள் விசித்திரமானவைதான் என்று அப்புண்ணிக்குத் தோன்றியது. இதுவரையிலும் யாரும் அவனுக்கு கடிதம் எழுதியதில்லை. பென்சிலால் மலையாளத்தில் முகவரி எழுதிய அந்தக் கடிதத்தை அவன் சந்தேகத்துடன்தான் பிரித்தான். கடிதத்தின் மேல் பக்கத்தின் மோசமான கையெழுத்தில் 'பி' என்று எழுதப்பட்டிருந்தது. கீழே,

அன்புள்ள அப்புண்ணி நாயர் அறிய,
(அப்புண்ணிக்கு நாயர் வால் முளைத்திருக்கிறது.)

அன்புள்ள அப்புண்ணி நாயர் அறிய, தங்கள் செய்தாலிக்குட்டி எழுதும் கடிதம் என்னவென்றால், உங்களுடைய வேலை விசயமாக எஸ்டேட் மேனேஜரிடம் பேசினேன். ஏற்பாடு செய்துவிடலாம் என்று சொல்லியிருக்கிறார். உடனடியாக இங்கே வரவேண்டிய தேவை இருக்கிறது. வரும்போது சர்டிஃபிகேட் உட்பட தயாராக வரவும். கோழிக்கோட்டில் இருந்து மானந்தவாடி பஸ்சில் வந்து...இல் இறங்கவும். கடை வீதியில் கேட்டால் என்னுடைய வீட்டைக் காட்டுவார்கள்.

எம்.டி. வாசுதேவன் நாயர்

வருகிற நாளைக் குறிப்பிட்டு ஒரு அஞ்சலட்டை எழுதினால், பஸ் வருவதை எதிர்பார்த்து நானோ பையனோ வந்து நிற்போம். படைத்தவனின் உதவியுடன்,

தங்கள்
செய்தாலிக்குட்டி

செய்தாலிக்குட்டிதான் படைத்தவனோ என்றுதான் அப்புண்ணிக்கு முதலில் தோன்றியது. இருளடர்ந்த ஏணியறைக்குள்ளிருந்துத் தப்பித்துவிடலாம் என்ற மகிழ்ச்சிதான் முதலில் உருவானது. செய்தாலிக்குட்டி எழுதியிருப்பது நடக்குமா?

உதவிக்கு யாருமில்லை என்று நினைத்திருக்கும்போது எதிர்பாராத ஆட்களிடமிருந்து உதவிக்கரம் நீள்கிறது.

மற்ற எல்லாவற்றையும் தற்போதைக்கு மறந்துவிடுவோம். சீக்கிரமாக வய நாட்டுக்குப் போய்ச் சேரவேண்டும். அதற்குக் கொஞ்சம் பணம் தேவைப்படுகிறது. பள்ளிப்புறத்திலிருந்து கோழிக்கோட்டுக்கும் அங்கிருந்தும் செல்ல பஸ்சுக்குப் பணம் வேண்டும். வழியில் ஏதாவது சாப்பிடவும் வேண்டும். யாரிடம் போய்க் கேட்பது?

நேராக ராமகிருஷ்ணன் சாரின் வீட்டுக்குச் சென்றான். அவர் தோட்ட வேலைகளைக் கண்காணித்தபடி நின்றிருந்தார். எதிலுமே நம்பிக்கைத் துலங்குகிற வேளை அது. தயக்கமில்லாமல், கூச்சப்படாமல் அவரிடம் விஷயத்தைச் சொன்னான்.

“அதுக்கேன் இவ்வளவு வருத்தப்படுறே?”

ராமகிருஷ்ணன் சாருக்கும் மகிழ்ச்சிதான்.

“அப்புண்ணி உட்கார், இப்ப வந்துடறேன்.”

சார் சட்டையை எடுத்து அணிந்துகொண்டு வெளியே சென்றார். திரும்பி வருவதற்குச் சற்று நேரமானது. வந்ததுமே சார் சிரித்தபடியே சொன்னார்: “அப்புண்ணிக்கு அதிர்ஷ்டம் இருக்கு. இந்தா.” பத்து ரூபாய் நோட்டு ஒன்று.

நன்றியுணர்வால் அப்புண்ணியின் கண்களில் நீர் நிரம்பியது. வார்த்தைகள் தொண்டைக்குள் அடைபட்டு நின்றன.

மிகுந்த சிரமத்துடன்தான் விடைபெற்றான்:

“வரட்டுமா சார்.”

“போயிட்டு வா அப்புண்ணி. விஷ் யூ குட் லக்.”

தான் கரைந்து கரைந்து சூழலுடன் லயித்துப்போவதுபோல் தோன்றியது அப்புண்ணிக்கு.

புயல் வேகத்தில் நடந்தான்.

விஷ் யூ குட் லக்

உனக்கு நன்மைகள் விழைய வாழ்த்துகிறேன் ...

நாளை வெள்ளிக்கிழமை. முகம்மதுவைப் பார்த்து விடைபெற்றுவிட்டு மறுநாள் புறப்பட வேண்டும். இனி ஊருக்குத் திரும்பி வராமல் பார்த்துக்கொள்ள வேண்டும்.

இனி ஒருபோதும் அந்த ஏணியறைக்குள் படுக்க நேராமலிருக்கட்டும். விடைபெற வேண்டியது முகம்மதுவிடம் மட்டும்தானா? வேண்டாம். அதெல்லாம் மாய்ந்துபோய் விட்டது. இனி அவை வெறும் நினைவுகளாக மட்டும் ...

இரவில் யாரிடமும் சொல்லவில்லை. இப்போது யாரும் அறிய வேண்டாம்.

காலையில் முகம்மதுவின் வீட்டுக்குச் சென்றான். உம்மா மட்டும்தான் வீட்டிலிருந்தாள். முகம்மதுவும் அவனது தம்பியும் பொன்னானிக்குப் பக்கத்தில், சகோதரியைத் திருமணம் செய்து கொடுத்த ஊருக்குப் போயிருக்கிறார்கள்.

“உம்மா, முகம்மது வந்தா நான் வந்துட்டுப் போனதாகச் சொல்லிடுங்க.”

“நீங்க யாரு?”

“உங்கூட படிச்ச ஒரு பையன் வந்தான்னு சொன்னா போதும். என் பேரு அப்புண்ணி.”

“பாருக்குட்டியம்மாவோட மகன் அப்புண்ணியாரா? வந்து பாக்குறதுக்கு அவன் கிட்ட சொல்லிடுறேன்.”

“நான் நாளைக்குப் புறப்படுறேன்.”

“எங்க போறீங்க பிள்ளை?”

“ஊரை விட்டே போறேன். ஒரு வேலைக்கு முயற்சி பண்றதுக்காக. முகம்மதுகிட்ட சொல்லிடுங்க.”

“சொல்றேன் பிள்ளை.”

அவன் திரும்பி நடக்கும்போது உம்மா சொன்னாள்:

“பாருக்குட்டியம்மாவோட பிள்ளை நீண்டாயுசா இருக்கட்டும்.”

புறப்படுவதற்குப் பெரிய அளவிலான ஏற்பாடுகள் ஒன்றும் செய்வதற்கில்லை. பயணத்தின்போது போட்டுக்கொள்வதற்கான சட்டையையும் வேட்டியையும் எடுத்துத் தனியாக வைத்தான். வேறு இரண்டு சட்டையையும் வேட்டியையும் பைக்குள் வைத்தான். அதற்குள், அழுக்கடைந்த டவலும் சர்டிஃபிகேட் புத்தகமும் தலைமையாசிரியர் எழுதிக் கொடுத்த நற்சான்றிதழும் இருந்தன. பள்ளிப்புறத்திலிருந்து காலை ஒன்பதரை மணிக்கு ஒரு பஸ் புறப்படுகிறதாம்.

பையை எடுத்துக்கொண்டு அவன் பாட்டியின் அறைக்குச் சென்றான்.

"என்னடா அப்புண்ணி?"

"நான் போறேன் பாட்டி."

"எங்க போறே?"

"எனக்கொரு உத்தியோகம் கிடைக்க இருக்கு."

"அப்படியா? என் குழந்தே, நீ நல்லா வரணும்..."

பாட்டி எழுந்து உட்கார்ந்தாள்.

"எந்த ஊர்ல?"

"வயநாட்டில, இடத்தோட பேரு..."

"உன் கஷ்ட காலம் தீந்துடுச்சு."

இன்னொரு முறை ஏணியறைக்குள் போய் நின்றான்.

ஏதாவது மறந்துவிட்டோமா? மறப்பதற்கு எதுவுமில்லை. இருந்தாலும் ஒரு சந்தேகம். திண்ணைக்கு வரும்போது, பின்னால் தெற்கு மனையில் நின்று குஞ்ஞிக்குட்டிப் பெரியம்மா கூப்பிட்டாள்:

"நில்லு அப்புண்ணி."

"எதுவும் சொல்லாம கிளம்பிட்டே?"

பெரியம்மாவின் குரலில் பரிவிருந்தது.

"கஞ்சி குடிச்சிட்டுப்போ."

அவன் மெதுவான குரலில் சொன்னான்:

"வேண்டாம்."

“வழிச் செலவுக்கு ஏதாவது . . .”

பெரியம்மாவின் கருணையுள்ளம் அவனை வியப்பில் ஆழ்த்தவில்லை. இது ஒரு தொடக்கம் மட்டும்தான் . . . திரும்பிப் பார்க்காமல் முற்றத்தில் இறங்குவதினிடையே சொன்னான்:

“வேண்டாம்.”

முற்றத்திலிருந்து கல்படியில் இறங்கும்போது திரும்பி, திண்ணையைப் பார்த்தான். திண்ணை வாசலில் ஒரு கறுத்த முகம் தென்பட்டது. மாளூ நிற்கிறாள்.

அவளிடம் ஒரு வார்த்தை சொல்லியிருக்கலாம்.

மூடிக்கிடந்த மதில்கூட வாசலைத் திறந்து வெளியே வரும்போது எதிரில் வந்துகொண்டிருந்த குட்டன் மாமா, முகத்தைப் பார்க்காமல் ஒரு ஓரமாக விலகிக்கொண்டார்.

வயலின் முதுகெலும்புபோன்ற நடுவரப்பினூடே அப்புண்ணி வேகமாக நடந்தான்.

பஸ் மலையேறிக்கொண்டிருந்தது. செங்குத்தான மலையடுக்குகள் ஒரு புறம், காடுகள் அடர்ந்த பள்ளத்தாக்குகள் இன்னொரு புறம். கொண்டை ஊசி வளைவுகளை ஒவ்வொன்றாகக் கடந்த பஸ் மூச்சு வாங்க மலையேறிக்கொண்டிருந்தது. அப்புண்ணி வெளியே பார்த்தான். தொலைவில், மதிய வெயிலில் பளபளக்கும் இலைப்படர்ப்புகள் நிரம்பிய வனாந்திரங்கள். அருகில், காட்டு வாழைகள் பற்றிப் படர்ந்துகிடக்கும் பாறைக் கூட்டங்கள்.

பள்ளிப்புறத்திலிருந்து ஏறியது முதல், தான் முற்றிலும் வேறொரு ஆளாக மாறிவிட்டதுபோல் தோன்றியது அப்புண்ணிக்கு. நான் இப்போது பழைய அப்புண்ணியல்ல! முற்றிலும் புதிய, ஒரு பெரிய ஆள்.

பஸ்சில் ஓரளவு கூட்டம் இருந்தது. மத்தியான வெயிலிலும் கழுத்தில் உல்லன் மப்ளர் சுற்றிக்கட்டி, காதில் பெரிய தோட்டுக் கடுக்கன் அணிந்த பெரியவர் ஒருவர் அப்புண்ணியின் அருகில் அமர்ந்திருந்தார். முன்புறமிருந்த இரண்டு இருக்கைகளில் பெண்களும் குழந்தைகளும். அதில் ஒருத்தி தலையை வெளியே நீட்டி, தொடர்ந்து வாந்தியெடுத்துக்கொண்டிருந்தாள். பஸ் மலையுச்சியை அடைந்தபோது அப்புண்ணி தலையை நீட்டி வெளியே பார்த்தான். கீழே, மலையின் உடலைச் சுற்றி வரும் கறுத்த கோடுகள் போல் பாதைகள் வளைந்து நெளிந்து தெரிந்தன. மலையேறுகிற வெற்று லாரிகள் கட்டெறும்புகள் போல் நகர்ந்துகொண்டிருந்தன. எவ்வளவு உயரத்தில் இருக்கிறோம் என்பது கீழே பார்க்கும்போதுதான் தெரிகிறது. இப்போது வலது புறம் முட்படர்ப்புகளும், உலர்ந்த சருகுகளும், தரையை மூடிப்படர்ந்திருக்கும் புதர்க்காடுகளும். அதற்கும் அப்பால் வெட்டித் திருத்திய காலியிடங்கள். காய்ந்த மரக்கட்டைகள்

ஆங்காங்கே கிடந்தன. செம்மண் நிறத்தில் காணப்படுகிற பரந்து விரிந்த அந்தப் பகுதியைப் பார்த்து தோட்டுக் கடுக்கன் அணிந்த பெரியவர், இன்னொரு புறமிருந்த ஒருவரைத் தொட்டு எதுவோ கேட்டார்.

“இந்த இடம் முழுவதையுமே நம்ம கோயாக்குட்டி ஹாஜியின் பையங்கதான் எடுத்திருக்காங்க. ரப்பர் தோட்டம் வெக்கிறதுக்காக . . .”

பாரமேற்றிக்கொண்டு வந்த லாரி ஒன்று பழுதாகி வழியில் ஓரமாக நின்றுகொண்டிருந்தது. டிரைவர் பஸ்ஸை நிறுத்திவிட்டு இறங்கிச்சென்று என்ன பிரச்சினை என்று விசாரித்தார். தளர்ந்த நிலையில் பானட்டில் அமர்ந்து பழுது பார்த்துக்கொண்டிருந்த தலைப்பாகை அணிந்த கறுத்த மனிதர் தமிழில் எதையோ சொன்னார். டிரைவர் மீண்டும் பஸ்ஸை எடுத்தார்.

வெயில் தணிந்தது. சுகமான இளம் குளிர்காற்று பஸ்சுக்குள் சீழ்க்கை ஒலியுடன் வீசத் தொடங்கியது. அப்புண்ணியின் அருகிலிருந்த பெரியவர் கழுத்திலிருந்த மப்ளரை அவிழ்த்து, காதுகளையும் சேர்த்துக் கட்டிக்கொண்டார். யாரும் ஆச்சரியப்பட கூடாது என்பதற்காகவோ என்னவோ பொதுவாகச் சொன்னார்: “நமக்கு ஆஸ்துமா தொந்தரவிருக்கு.”

இறங்க வேண்டிய இடத்தை அப்புண்ணி முதலிலேயே கண்டக்டரிடம் சொல்லியிருந்தான்.

ஒரு வரிசை கடைகளிருக்கும் இடத்தை அடைந்தபோது கண்டக்டர் ‘ஸ்டாப்’ என்றார். பஸ் நின்றது.

அப்புண்ணியைப் பார்த்து, “இதுதான் இடம்” என்றார்.

“வந்துடுச்சா?” அப்புண்ணி மீண்டுமொரு உறுதி செய்து கொண்டான். கண்டக்டர் “ம்” என்றதும் பையுடன் கீழே இறங்கினான்.

வெற்று மணல் குன்றுகளிடையே ஓலை வேய்ந்த சில கடைகள். இரண்டு ஓடு வேய்ந்த கடைகளும் இருந்தன. மனித சஞ்சாரமற்ற இம்மலையோரத்தில் மனிதர்களால் உருவாக்கப்பட்ட ஒரு கடை வீதி. தான் வருகிற விவரத்தை செய்தாலிக்குட்டிக்கு அவன் எழுதவில்லை. தன்னை இறக்கிவிட்ட பஸ் கடந்து போகும்போது அப்புண்ணிக்கு இனம் புரியாத ஒரு பயம் உருவானது. முதலில் தென்பட்ட கடையிலேறி கேட்டான்:

“செய்தாலிக்குட்டியோட கடை எது?”

பொருட்களை எடுத்துக்கொடுக்கும் பையனுக்குத் தெரியவில்லை. அப்புண்ணி அங்கிருந்து இறங்கி இன்னொரு

கடையில் விசாரித்தான். நரை விழுந்த ஆட்டுக்கடா மீசையும் மார்பில் தொங்கும் பெரிய இரும்புச் சிலுவையுமாக அமர்ந்திருந்தார் கடைக்காரர்.

அவர் சுட்டிக்காட்டினார்: "அதோ அந்த ஓடுபோட்ட கடைக்கு அடுத்த கடைதான்."

அப்புண்ணிக்கு நிம்மதிப் பெரு மூச்சு வெளிவந்தது.

ஓலை கட்டிய ஒரு சாய்வுதான் கடை. பின்னால் கல்சுவரிலான சிறு வீடு. கடையில் பொருள் வாங்க வந்தவர்கள் யாருமில்லை.

ஒன்பதோ பத்தோ வயதுள்ள ஒரு சிறுவன் மரப்பெட்டியின் முன் உட்கார்ந்திருந்தான். 'இந்தக் கடைதானா?' என்று அப்புண்ணி தயக்கத்துடன் நிற்பதைப் பார்த்த சிறுவனும் 'என்ன நான் போதாதா?' என்பதுபோல் சிறு கௌரவத்துடன் அப்புண்ணியைப் பார்த்தான்.

"செய்தாலிக்குட்டியோட கடை?"

"இதுதான். என்ன வேணும்?"

அவன் தன்னை அங்கீகரிக்கவில்லை என்பதில் சிறுவனுக்குச் சற்று மனத்தாங்கல் உருவானதுபோல் தோன்றியது.

"என்ன வேணும்னு சொல்லுங்க?"

"செய்தாலிக்குட்டியைப் பாக்கணும்."

சிறுவன் தலையைத் திருப்பாமலேயே சொன்னான்: "வாப்பா யாரோ கூப்பிடுறாங்க."

"யாருடா?"

அப்பாடா! செய்தாலிக்குட்டியின் குரல்தான்.

"யார்னு தெரியலை."

கடையின் பின்பக்கம், வாசலில் தொங்க விடப்பட்டிருந்த கோணித்திரை உயர்ந்து வெளியே வந்த செய்தாலிக்குட்டி

இடுப்பில் கை வைத்து ஆச்சரியமாகப் பார்த்துவிட்டுச் சொன்னான்:

"அல்லா, இது யாரு நாயர் பிள்ளையா?"

அப்புண்ணி சிரித்தான்.

"இதில ஏறி இருங்க நாயர் பிள்ளை. டேய், அந்தப் படியை எடுத்துப்போடு."

அப்புண்ணி நெற்றி வேர்வையை விரல்களால் சுண்டி விட்டு கடைக்குள் ஏறினான்.

"நல்ல ஆளுதான். ஒரு கார்டு போட்டா என்னவாம்?"

"சீக்கிரமா புறப்பட்டுட்டேன்."

"அதுவும் நல்லதுதான். வழியில பிரச்சினை எதுவுமில்லையே?"

"ஒண்ணுமில்லை."

"முதல் வெளியூர் பயணமாச்சே, அதான் கேட்டேன்?"

இதனிடையே வீட்டுக்குள் போய்விட்டு திரும்பி வந்த செய்தாலிக்குட்டி அந்த இடத்தைப் பற்றி விவரிக்கத் தொடங்கினான். திருவிதாங்கூரிலிருந்து வந்த சில கிறிஸ்தவர்கள் அங்கே குடியேறியிருந்தார்கள். காலியாகக் கிடக்கும் அந்த இடங்கள் எல்லாம் பழைய காலத்தில் வெறும் காடுகள். உள்ளே, வெள்ளைக்காரர்களின் தேயிலைத் தோட்டங்கள். கடை வீதியிலுள்ள வியாபாரிகளில் அதிகமும் கிறிஸ்தவர்கள். ஒரு நாயரின் சாயாக்கடையும் இருக்கிறது. அயித்யமான் காக்காவின் ஒரு கருவாட்டுக் கடையும் இருக்கிறது.

இந்த மலையோரத்தில் பொருட்கள் வாங்க ஆட்கள் வருவார்களா என்பதுதான் அப்புண்ணியின் சந்தேகம்.

சுற்றிலும் ஏறத்தாழ ஐந்நூறு ஆட்கள் வசிக்கிறார்கள். அவர்களுக்கான எல்லாப் பொருட்களும் இங்கிருந்துதான் வாங்க வேண்டும். தோட்டத்தில் கடை வருவதற்கு முன் நல்ல வியாபாரம் நடந்தது. இப்போது,

"ஏதோ சிரமப்பட்டாவது ஓடிட்டிருக்கு."

செய்தாலிக்குட்டியின் வியாபாரம் பலசரக்குப் பொருட்கள். அங்கே இன்னொரு பலசரக்குக் கடை இருக்கிறது என்பதுதான் செய்தாலிக்குட்டிக்குத் தொந்தரவு.

செய்தாலிக்குட்டி இங்கே வந்து பதிமூன்று வருடங்களாகின்றன. முதலில் தோட்டத்தில் வேலை பார்த்தான். பிறகு,

எம்.டி. வாசுதேவன் நாயர்

கருவாடு வியாபாரம் செய்தான். ஆட்களின் வருகை அதிகரித்த போது பலசரக்குக் கடை ஆரம்பித்தான். பிழைப்பு நடந்தால் போதும் என்ற பிரார்த்தனை மட்டும்தான். வீடும் கடையும் சொந்தமில்லை. எட்டு ரூபாய் வாடகைக் கொடுக்க வேண்டும். கொஞ்சம் காசு சேர்ந்தால் அதை சொந்தமாக வாங்கி விடலாம் என்ற ஆசை இருந்தது. ஆனால், அது நடக்குமென்று தோன்றவில்லை.

செய்தாலிக்குட்டிதான் பேசிக்கொண்டிருந்தான். அப்புண்ணி கேட்டுக்கொண்டிருந்தான்.

அப்போது உள்ளே கோணித்திரையின் பின்னாலிருந்து ஒரு சத்தம் கேட்டது:

“இங்க பாருங்க.”

செய்தாலிக்குட்டி எழுந்து சொன்னான்: “முதல்ல ஒரு சொட்டுத் தண்ணி குடிப்போம். உள்ள வரணும்.”

வீட்டுக்குள் சென்ற செய்தாலிக்குட்டி, அப்புண்ணி தயக்கத்துடன் நிற்பதைக் கண்டதும் சொன்னான்:

“உள்ள வரணும். இங்க வேற ஆளுகள் யாருமில்லை.”

அப்புண்ணி விருப்பமில்லா மனதுடன் உள்ளே நுழைந்தான்.

வாசலைக் கடந்ததும் ஒரு கூடம். அங்கே இரண்டு கண்ணாடித் தம்ளர்களில் தேனீர் இருந்தது. கூடவே, ஒரு இலைத்துண்டில் வாழைக்காய்ப் வறுவலும் மைசூர் பழமும் இருந்தன.

“இருக்கணும்.” கால் பலகையைச் சுட்டிக்காட்டி செய்தாலிக்குட்டி சொன்னான்:

“வண்டியிலயும் பஸ்சிலயும் வந்ததில்லையா? சோர்வா இருக்கும். குடிக்கணும்.”

அப்புண்ணி உட்கார்ந்தான். தம்ளரை உதட்டில் பொருத்தி உறிஞ்சினான்.

உள்வாசலில் கறுத்தக் கச்சமுறி உடுத்திய ஒரு உம்மா வந்து நின்றாள்.

“பாத்தும்மா, இது யார்னு தெரியுதா?”

“யாரு?”

“நம்ம ஊர்ல உள்ள நாயர் பிள்ளை.”

“அப்படியா? எனக்குத் தெரியலையே?”

"நம்ம கோந்துண்ணியார் இருந்தாரில்லையா?"

"கோந்துண்ணியாரோட மகன்."

அப்புண்ணி முகத்தை உயர்த்திச் சிரித்தபடி செய்தாலிக்குட்டியின் மனைவியைப் பார்த்தான்.

"என்ன சொல்றீங்க? படைச்சவனே, இந்தப் பிள்ளையை நான் பாக்கும்போது இந்தா இவ்வளவுதான் இருக்கும்."

உம்மா, கோழிக்குஞ்சின் அளவைச் சொல்வதுபோல் உள்ளங்கையைக் கவிழ்த்துக் காட்டினாள். செய்தாலிக்குட்டி சிரித்தான்.

"அது பழைய காலமில்லையா பாத்தும்மா? அன்னைக்கு நீ இவ்வளவு கிழவியாவா இருந்தே?"

இதனிடையே பேச்சில் கலந்துகொள்வதற்காக மகனும் வந்தான். செய்தாலிக்குட்டி சொன்னான்:

"கடையில போயி உட்காருடா. ஆட்கள் வர்ற நேரம்."

அவன் கடைக்குப் போனதும் செய்தாலிக்குட்டி சொன்னான்:

"மகன். யாபாரம் பண்ண படிச்சிட்டிருக்கான்."

எம்.டி. வாசுதேவன் நாயர்

கடையில் விளக்கு எரிந்தது. வெளியே அந்தி வெயில் மெல்ல பின்வாங்குவதை ஜன்னலினூடே பார்க்க முடிந்தது. மலையோரத்தின் வெட்டித் திருத்திய இடங்களில் தங்கி நின்ற நீலப்புகை மாய்ந்து, பனி படர்ந்த இருள் கீற்றுகள் தாழ்ந்து வரத் தொடங்கின.

காலித் தம்ளரை சுவரின் பக்கத்தில் காலால் நீக்கி வைத்து விட்டு செய்தாலிக்குட்டி சொன்னான்:

"ரெண்டு மூணு ஆட்கள் வர்ற நேரம். இருக்கணும். இப்ப வந்துடுறேன்."

செய்தாலிக்குட்டி கடைக்குப் போனான்.

பாத்தும்மா ஊர் விசேஷங்களை விசாரித்தாள். உம்மாவும் பிள்ளைகளும் இங்கே வந்து இரண்டு வருடங்கள்தான் ஆகின்றன. ஊரிலுள்ள வீட்டின்பேரில் கடன் இருந்தது. வீட்டை விற்றுத்தான் கடனை அடைத்தார்கள். ஊரில் சொந்தமாக வீடும் தோட்டமும் வாங்குகிற வசதியுடன்தான் இனி ஊருக்குத் திரும்ப வேண்டுமென்று கணவனிடம் சொல்லியிருக்கிறாள் பாத்தும்மா.

"ஆளு ஓரளவு பெருசா வளந்தாச்சு. அகமது குட்டி வைத்தியருட்ட போகும்போது உங்க வீட்டுக்கு நாங்க வந்திருக்கோம். அது ரொம்ப காலத்துக்கு முன்னால. அன்னைக்கு நாயர் பிள்ளைக்குப் பால் குடிக்கிற பிராயம்."

அப்புண்ணி சுவரில் சாய்ந்து உட்கார்ந்தபடி யோசித்தான். வளர்ந்திருக்கிறோம். இன்னும் வளருவோம்.

"பாருக்குட்டியம்மா நல்லாருக்காங்களா?"

"இருக்காங்க."

"எப்படி வாழ்ந்தவங்க?"

"உம்."

அம்மாவைப் பற்றி இனி எதுவும் கேட்டுவிடக்கூடாதே என்று மனதுக்குள் பிரார்த்தித்தான்.

உம்மாவின் பின்னால் இரண்டு கறுப்புக் கண்கள் தெரிவதை அவன் கவனித்தான். உம்மா திரும்பியபோதுதான் சரியாகப் பார்க்க முடிந்தது. வெள்ளைக் கச்சமுறியும் குப்பாயமும் ஒட்டிய முக்காடும் அணிந்து, வெளுத்து மெலிந்த ஒரு பெண். அவள் முகத்தில் வியப்பு கலந்த புன்னகை தென்பட்டது.

"என்னடி பாக்குறே? நம்ம கூடலூர்க்காரன்தான்."

அந்தப் பெண் வெட்கத்துடன் முகத்தைத் திருப்பிக் கொண்டாள். உம்மா சொன்னாள்:

“நபீஸாதான் மூத்தவள். நம்ம ஊர்தான் பரவாயில்லைன்னு சொல்றாள்.”

அப்புண்ணி வீட்டின் உட்புறத்தில் கண்களை ஓட்டினான். மாடியில்லை. கூரையில் புல் வேயப்பட்டிருந்தது. பூசப்படாத கல் சுவர்கள். உள்ளே இரண்டு அறைகளின் வாசல்கள் தெரிந்தன. அதற்குப் பின்னால், அரை உயரத்தில் திண்ணை. அதில் ஒரு சிமினி விளக்கு எரிந்துகொண்டிருந்தது. அதன் அருகினூடே நபீஸா சமையல் கட்டுக்குப் போவதையும் வருவதையும் கவனித்தான். அவளது கழுத்தில் கிடந்த ஏலசுகள் நடக்கும்போது விளக்கொளியில் மின்னியது. அந்திப்பொழுதுகளில் பாலத்தின் கீழுள்ள பாறையில் உட்கார்ந்து வானத்தைப் பார்க்கும்போது மேகக்கீற்றுகளிடையே மறைந்து தெரியும் அரைவட்டச் சந்திரன் அவனது நினைவுக்கு வந்தது.

செய்தாலிக்குட்டி வருவதுவரைக்கும் வாசல்படியில் உட்கார்ந்து நீண்டகாலப் பழக்கமுள்ளவள்போல் பேசிக்கொண்டிருந்தாள் பாத்தும்மா.

செய்தாலிக்குட்டி சொன்னான்:

“இங்க சௌகரியங்கள்லாம் கொஞ்சம் குறைவுதான். தங்குறதுல பிரச்சினை ஒண்ணுமில்லையே நாயர் பிள்ளை?”

அப்புண்ணி சிரிக்க மட்டும் செய்தான். இங்கே தங்கியிருக்க வரவில்லையே . . .

“குளிக்க வேண்டாமா?”

அப்புண்ணி சந்தேகத்துடன் நின்றான்.

“ஒண்ணும் பிரச்சினையில்லை. கொஞ்ச தூரம் நடந்தா சோலை. நல்ல தண்ணி.”

“குளிக்கணும்.”

“குளிந்தத் தண்ணியில குளிச்சா சோர்வு நீங்கும். சட்டையைக் கழற்றணும்.”

அப்புண்ணி சட்டையைக் கழற்றினான். பையிலிருந்து துண்டை எடுத்து தோளிலிட்டான்.

“பாத்தும்மா நல்லெண்ணெய் இருந்தா கொஞ்சம் கொடு. எனக்கும் ஒரு சொட்டு வேணும்.”

பாத்தும்மா, அப்புண்ணியின் உள்ளங்கையில் எண்ணெய் ஊற்றிக்கொடுத்தாள். நார் போல வறண்டு கிடந்த தலையில் அப்புண்ணி எண்ணெயை அழுத்தித் தேய்த்தான்.

“நபீசா, வாப்பாவோட பாக்கெட் லைட்டை எடு.” சமையல் கட்டில் நின்றிருந்த நபீசா அடுத்த அறைக்குச் சென்றாள். திரும்பி வரும்போது கையிலிருந்த டார்ச்சை ஆர்வத்துடன் முகத்தில் அடித்துப் பார்த்தாள். திடீரென்று தெரிந்த வெளிச்சத்தில் தனது வெளுத்த சிறுபற்கள் முழுவதையும் காட்டி அவள் சிரிப்பது தெரிந்தது. வேகமாக நடந்து வந்து வாப்பாவிடம் டார்ச்சை நீட்டினாள்.

செய்தாலிக்குட்டி முன்னால் நடக்க அப்புண்ணி அவனைப் பின்தொடர்ந்தான். ரோட்டிலிருந்து சரல் கற்கள் நிறைந்த வெற்றிடம் வழியாகக் கொஞ்சதூரம் நடந்து குப்புற இறங்கியபோது பாறைகள்மீது உருண்டோடிச் செல்லும் தண்ணீர் சத்தம் கேட்டது.

மேலே வெண்ணிற வானம். தொலைவில் இறுகிய இருள்போல் மரங்கள். இலை போர்த்திய மலையிடுக்குகளில் ஆயிரமாயிரம் மின்மினிப்பூச்சிகள் ஒளிர்வதும் அணைவதும் கண்கொள்ளாக் காட்சிகளாக இருந்தன. காட்டுச் சோலையின் அருகில் நின்று இருட்டும் நிசப்தமும் பூண்ட மலையோரத்தின் கம்பீர அழகை அவன் சுற்றிவரப் பார்த்தான்.

நீரில் உடனடியாக இறங்கத் தோன்றவில்லை. நல்ல குளிராக இருந்தது. ஒரு பாறையிலேறி உட்கார்ந்துகொண்டான். செய்தாலிக்குட்டி, மணலும் வெள்ளைக்கற்களும் நிறைந்த சோலைக்கரையில் உட்கார்ந்திருந்தான். அப்புண்ணி வேலை விஷயத்தைப் பற்றி யோசித்துக்கொண்டிருந்தான்.

“நாளைக்கு நாம மேனோனைப் போய்ப் பாக்கணும்.”

“மேனோன் யாரு?”

“எஸ்டேட் மேனேஜர். துரை இங்கிலாந்துக்குப் போயிருக்கார். இப்ப எல்லாப் பொறுப்பும் மேனோனுக்குத்தான்.”

“வேலை கிடைச்சுடுமா?”

“சந்தேகமிருந்தா வரச்சொல்லி எழுதியிருக்க மாட்டனே நாயர் பிள்ளை? உங்க கஷ்டம் எனக்கும் தெரியும்.” செய்தாலிக்குட்டியும் பாறையிலேறி அப்புண்ணியின் எதிரிலிருந்த இன்னொரு பாறையில் உட்கார்ந்தான். இடுப்பிலிருந்து பீடியை எடுத்துப் பற்ற வைத்துவிட்டுச் சொன்னான்:

“மேனோன் நம்ம ஊர்ப்பக்கம் உள்ளவர்தான். சொன்னா கேட்பார்.”

செய்தாலிக்குட்டி சங்கரன் மேனோனைப் பற்றி சொன்னான். கூடலூரிலிருந்து மேனோனின் வீட்டுக்கு ஐந்தாறு நாழிகை

தூரம்தான். செய்தாலிக்குட்டிக்கு அவனை ஊரிலிருக்கும்போதே தெரியும். ஏற்றுக்காலத்தில் அவனுக்கு நரிமீன் கொண்டுபோய்க் கொடுத்திருக்கிறான். வேறு பல உதவிகளும் செய்திருக்கிறான்.

இருந்தபோதும் அப்புண்ணிக்குச் சந்தேகம். பெரிய ஆட்கள் இதையெல்லாம் நினைவில் வைத்துக்கொள்வார்களா?

அதைப் புரிந்துகொண்டவன்போல் செய்தாலிக்குட்டி சொன்னான்:

"எவ்வளவு காலமானாலும் செய்தாலிக்குட்டியை மேனோனால மறந்துட முடியாது."

செய்தாலிக்குட்டியின் குரலில் வழக்கத்துக்கு மாறான உறுதியிருந்தது. ஏன் அப்படி என்று கேட்பதற்குள் அவனாகவே சொல்ல ஆரம்பித்தான்.

"அதொரு பெரிய கதை."

செய்தாலிக்குட்டி ஊரிலிருந்து முதன் முதலாக வயநாட்டுக்கு வந்து கஷ்டப்பட்டுக் கொண்டிருந்த காலம் அது. அப்போது, ஆனைமலை தேயிலைத் தோட்டத்திலிருந்து இங்கே மாறுதலாகி வந்தான் சங்கரன் மேனோன்.

செய்தாலிக்குட்டி, மேனோனைப் போய்ப் பார்த்தான். அவன் ஐந்து ரூபாய் கொடுத்தான். தன்னுடைய தேவை ரூபாய் அல்ல, ஒரு வேலை. ஊரில், நரிமீனும் வாளை மீனும் கொண்டு வந்து தந்தவன் என்பதெல்லாம் சங்கரன் மேனோனுக்கு நினைவுக்கு வரவில்லை.

"பெரிய நிலைமைக்கு வந்துட்டா மனுசன்களுக்கு ஞாபக சக்தி கொஞ்சம் குறையத்தான் செய்யும்" என்றொரு சாமான்ய தத்துவத்தையும் கண்டு பிடித்துச் சொன்னான் செய்தாலிக்குட்டி.

செய்தாலிக்குட்டி தொடர்ந்து தொந்தரவு செய்தபோது தோட்டத்தில் ஒரு கூலிவேலை போட்டுக் கொடுத்தான். நாளொன்றுக்கு ஒரு ரூபாய் சம்பளம். மேனோன் அன்று அசிஸ்டெண்ட் மேனேஜராக இருந்தான். தங்கியிருக்க எஸ்டேட் வகை ஒரு பெரிய பங்களாவும் இருந்தது. அந்த பங்களாவின் சமையல் கட்டுத்திண்ணையில் படுத்துக்கொள்வான் செய்தாலிக்குட்டி.

மேனோன் அன்று தனியாக இருந்தான். திருமணமாகவில்லை. கங்காணி குஞ்ஞிக் கண்ணனுக்கு சில சலுகைகள் கிடைப்பதன் காரணங்கள் குறித்தெல்லாம் கூலிக்காரர்களிடையே பல விதமாகப் பேசப்பட்டது. இதையெல்லாம் செய்தாலிக்குட்டி கவனத்தில் கொள்வதில்லை. எங்கிருந்தோ ஒரு வேலைக்காரி

வந்து சேர்ந்த பிறகு, மேனோனைக் குறித்த செய்தாலிக்குட்டியின் அபிப்பிராயமும் மாறியது. சமையல் வேலைக்கு கோபாலன் இருந்தான். கூப்பிட்ட குரலுக்கு ஓடிவர எஸ்டேட்டில் ஆட்களிருந்தார்கள்.

"சின்ன வயசுப் பிள்ளை. ஜாதியைப் பொறுத்தவரைக்கும் நாயரில்லைன்னு நினைக்கிறேன்."

சமையல் வேலைக்கு வந்தவளுக்கு மேனோனுக்கான சாப்பாடுகளை மேஜையில் கொண்டு வந்து வைப்பதைத் தவிர வேறெந்த வேலைகளுமில்லை.

மாடியில் ஒரே ஒரு அறைதானிருந்தது. மத்தியானமும் சாயங்காலமும் அவள் மாடியில்தான் இருப்பாள்.

வேலைக்காரர்களும் அதைக் கண்டுகொள்வதில்லை. அவள் அதிகாரம் செலுத்தத் தொடங்கிய பிறகுதான் கோபாலன் முணுமுணுக்க ஆரம்பித்தான்.

இதனிடையே செய்தாலிக்குட்டி தங்குமிடத்தை வாடிக்கு மாற்றினான்.

கொஞ்ச நாட்களுக்குப் பிறகு, வேலைக்காரி மாடியிலிருந்து கீழே இறங்குவதே இல்லை என்றானது. இப்படியே சில மாதங்கள் கடந்தன.

ஒருநாளிரவு பட்லர் கோபாலன் வந்து, மேனோன் கூப்பிடுவதாகச் சொல்லி செய்தாலிக்குட்டியை அழைத்தான்.

எதற்காக என்று கோபாலனுக்குத் தெரியவில்லை. மணி இரவு பத்து இருக்கும். செய்தாலிக்குட்டி கோபாலனுடன் சென்றான். மேனோன் சிகரெட் புகைத்தபடி அங்குமிங்குமாக நடந்துகொண்டிருந்தான். வாசலை அடைத்து படுத்துக்கொள்ளச் சொல்லி கோபாலனை அனுப்பி வைத்தான். அவர்கள் தனித்தானதும் செய்தாலிக்குட்டியை அறைக்குள் அழைத்துச் சென்றான்.

"செய்தாலிக்குட்டி."

குரலில் வழக்கமான கடுமையில்லை.

"செய்தாலிக்குட்டி எனக்கொரு உதவி செய்யணும்."

"என்ன உதவி?"

"அதைப் பிறகு சொல்றேன். இதில உட்கார்ந்துக்க."

அந்த அறைக்குள்ளிருந்த, குளிருக்கு இதமான கணப்பின் அருகில் செய்தாலிக்குட்டி உட்கார்ந்தான். அவனுக்கு வியப்பாகவும் அதே சமயம் சிறு பயமும் உருவானது. கோபாலனும் தூங்கியிருப்பான். செய்தாலிக்குட்டி இருந்தது வாசிப்பு

அறையில். சுவரில் புத்தகங்கள் அடுக்கி வைத்த கண்ணாடி அலமாராவையும் கனன்றுகொண்டிருக்கும் அடுப்பையும் மாறி மாறிப் பார்த்தபடியே அவன் உட்கார்ந்திருந்தான்.

இப்படியே உட்காரத் தொடங்கி எவ்வளவு நேரமானது என்று தெரியவில்லை.

மீண்டும் மேனோனின் குரலைக் கேட்டதும் அவன் எழுந்தான்.

"வா" என்று மட்டும் சொன்னான். செய்தாலிக்குட்டி பயத்துடன் மேனோனைப் பின்தொடர்ந்து மாடிக்குச் சென்றான்.

மாடியறையில் மங்கலாக எரிந்துகொண்டிருந்த பெரிய மேஜை விளக்கின் திரியைச் சிறிது தூண்டினான் மேனோன். மெல்லிய வெளிச்சம் படர்ந்தது. ஒரு கட்டிலில் கண்களை மூடியபடி வெள்ளைப்போர்வையின்கீழ் வேலைக்காரப்பெண் படுத்திருந்தாள். அவளது உடலில் சிறு அசைவுகள் தென்பட்டன. அப்போதுதான் செய்தாலிக்குட்டியின் கண்களில் இன்னொன்றும் பதிந்தது. தரையிலும் குளியலறை வாசலிலும் இரத்தம். "படச்சவனே!" செய்தாலிக்குட்டி பதறினான்.

மேனோன் இன்னொரு புறம் கட்டிலிலிருந்த ஒரு வெள்ளைத் துணிப்பொதியை சுட்டிக்காட்டிச் சொன்னான்: "அதை எடுத்துக்கொண்டு போய் புதைச்சிடு."

செய்தாலிக்குட்டியின் பதற்றம் மாறவில்லை.

"ஆழமாகப் புதைக்கணும்; கொஞ்சம் தூரத்தில எங்காவது. இந்த விஷயத்தை மூணாவது நபர் அறியக் கூடாது."

செய்தாலிக்குட்டி அந்த துணிப்பொதியைத் தொட்டான். கை உணர்விழந்துவிட்டது போலிருந்தது. மிருதுவான, குளிர்ந்த எதுவோ ஒன்று. துணியை நீக்கியபோது ஒரு சிசு. உடலில் அசைவில்லை.

"விறகுப்புரை முன்னால மண்வெட்டி இருக்கும். சீக்கிரம்."

துணியில் பொதிந்த அந்த சிசுவை செய்தாலிக்குட்டி கையில் எடுத்தான்.

". . . அந்த இடத்துல இப்ப ஒரு பூமரம் நிற்குது."

"மூப்பர் ஓடைக்குப் போகும்போது காட்டித் தர்றேன்."

"அதை மூணாவது நபர் அறிவது இப்பதான்."

சோலை நீர் பனிக்கட்டிபோல் குளிர்ந்திருந்தது. குளிக்க வேண்டாமென்றுதான் நினைத்தான். செய்தாலிக்குட்டி குளிக்க ஆரம்பித்ததும் வெறுமனே ஒரு முறை மூழ்கியெழுந்தான்.

திரும்பி வரும்போது வயநாடு, வேலை, செய்தாலிக்குட்டி அனைத்துமே மனதிலிருந்து மறைந்துவிட்டதைப்போல் தோன்றியது. மிச்சமிருந்தது ஒன்றே ஒன்று மட்டும்.

அந்த இடத்தில் இப்போது ஒரு பூமரம் நிற்கிறது!

அன்னியர் வீட்டில் அப்புண்ணி முதல் முதலாக இப்போதுதான் சாப்பிடுகிறான். மாப்பிளைமாரின் கையால் தண்ணீர்கூட வாங்கிக்குடிக்கக் கூடாதாம். இப்போது, வலது புறம் செய்தாலிக்குட்டி, இடது புறம் முகம்மது குட்டி, நடுவில், மஞ்சள் நிறமுள்ள புழுங்கல் அரிசியின் சூடு பறக்கும் சோறும் சிவப்புக் கறியும். பரிமாறுகிறவள் பாத்தும்மா.

வெளியிலிருந்து யாராவது வடக்குப்பாட்டு நாலுகெட்டுக்குள் நுழைய வேண்டும் என்றால் குளித்தாக வேண்டும். செறுமக்கள் கிணற்றங்கரை வழியாக நடக்கவும் கூடாது.

பாத்தும்மா வைத்த சோற்றையும் கூட்டுக்கறியையும் சாப்பிடுவதில் அப்புண்ணிக்குத் தயக்கமில்லை. விருப்பமில்லாத எதையோ குலைத்துப்போடுவதுபோன்ற வேடிக்கையான மனோபாவம் அவனுக்குள் உருவானது.

தூங்கும் நேரமானதும் கூடத்தில் அவனுக்கென்று ஒரு மெத்தைப்பாய் விரிக்கப்பட்டது. அதிலிருந்து மெல்லிய அத்தர் வாசம் எழுந்தது.

“எப்ப வேணும்னாலும் கூப்பிடணும்.” செய்தாலிக்குட்டி சொன்னான்: “பாக்கெட் லைட் தலைமாட்டுல இருக்கட்டும். வெளியே போகணும்னு தோணிச்சுன்னா கூப்பிடணும்.”

“சரி.”

“பயம் ஒண்ணும் இல்லையே?”

“ம்ஹ¬ம்.”

“பயப்படக்கூடாது. நாயர் பிள்ளை இப்ப சின்னப் பையன் ஒண்ணுமில்லை. முழுசா வளந்த ஒரு ஆண் பிள்ளை.”

செய்தாலிக்குட்டி சிரித்தான்.

மிகவும் சோர்வாக இருந்தது. குளிர்ந்த காற்று வீசியது. தலையணையில் முகம் புதைத்துப் படுத்திருந்த அப்புண்ணி யோசித்துக்கொண்டிருந்தான். நான் மிகவும் வெறுத்த ஒரு மனிதனின் விருந்தினனாக இன்று இங்கே இருக்கிறேன்.

ஜூனியர் அக்கவுண்ட் சந்திரசேகரக் குறுப்பு விடுப்பில் செல்கிறார். அலுவலகத்திலிருந்து வந்த உடனேயே பயணத்துக்கான ஏற்பாடுகளில் அவர் ஈடுபட ஆரம்பித்துவிட்டார். நண்பர் ஆப்ரஹாம் ஜோசஃப் இன்னும் வந்து சேரவில்லை. அலுவலக வேலை முடிந்தால் அவருக்கு ஸ்டாப்ஸ் கிளப்புக்குச் சென்று நான்கு போர்டு கேரம் விளையாடியாக வேண்டும்.

சந்திரசேகரக் குறுப்பு இடையிடையே வேலையாளுக்கு ஒவ்வொரு உத்தரவாகப் போடுவார். பெரிய தோல் பெட்டியில் திணித்து வைத்த பொருட்களை இழுத்து வெளியே போடுவார். மீண்டும், அதையே குத்தித் திணிப்பார். ஆக பதற்றத்துடன் இருந்தார்.

கிளப்பிலிருந்து திரும்பி வந்த ஆப்ரஹாம் ஜோசஃபுடன் இளவயதுள்ள ஒரு வழுக்கைத் தலையனும் இருந்தான்.

ஜோசஃப் சொன்னார்:

“இவர் ராதாகிருஷ்ணன். கொச்சி ஆஃபீசிலிருந்து மாற்றலாகி வர்றதாச் சொன்ன ஆள் இவர்தான்.”

சந்திரசேகரக் குறுப்பு பொட்டலம் கட்டுவதை நிறுத்திவிட்டு எழுந்து ராதாகிருஷ்ணனுக்குக் கை கொடுத்தார்.

அறிமுகப்படலத்தின் அடுத்த பக்கத்தை ஆரம்பித்தார் ஜோசஃப்: “திஸ் இஸ் மிஸ்டர் சந்திரசேகரக் குறுப்பு. ஜூனியர் அக்கவுண்டண்ட். ஏழெட்டு வருஷமா நாங்க இந்த குவாட்டர்சிலதான் தங்கியிருக்கோம். ஆள் ஒரு வசீகரன். ஆனால் ஒண்ணு, மிஸ்டர் ராதாகிருஷ்ணன் இவர் என்னை ஏமாத்திட்டார்.”

குறுப்பு சற்றுத் திடுக்கிட்டார்.

இதை விளையாட்டாக எடுத்துக்கொள்வதா, உண்மையாக எடுத்துக்கொள்வதா என்று தெரியாமல் நின்றிருந்த ராதாகிருஷ்ணனின் பக்கம் திரும்பிய ஜோசஃப் சொன்னார்:

"இவர் கல்யாணம் பண்ணிக்கப் போறார். இதெல்லாம் அதுக்கான ஆர்ப்பாட்டங்கள்தான்."

அறைக்குள் பொருட்கள் எல்லாம் ஆங்காங்கே சிதறிக் கிடந்தன.

"கல்யாணமே பண்ணிக்க மாட்டேன்னு எங்கிட்ட சத்தியம் பண்ணின ஆள். அப்படியான ஒரு டைப். வேறு சில ஸ்பெசிமென்சும் உண்டு. வி.ஏ. நாயர்கிட்ட அறிமுகமா யிட்டீங்களா?"

"இல்லை."

"ஆங்... நல்ல ரசனையான கேரக்டர். அதோ அதுதான் குவாட்டர்ஸ். நின்னுங்க..."

ஜோசஃப் வாசலுக்கு நடந்தபடியே சொன்னார்: "அதோ வர்றார். நான் கூப்பிடுறேன். ஹேய் நாயர், கொஞ்சம் இங்க வந்துட்டு போங்க."

ஜோசஃப் கை தட்டி அழைத்தார்.

வெள்ளைச் சட்டையும் காக்கி பான்டும் அணிந்த, நீண்டு மெலிந்து, சுருண்ட தலை முடியுள்ள ஒரு இளைஞன் உள்ளே வந்தான்.

"இவர் மிஸ்டர் அப்புண்ணி நாயர். ஃபீல்ட் ரைட்டர். இவர் ராதாகிருஷ்ணன். கொச்சி ஆஃபீசிலிருந்து மலைப் பிரதேசத்துக்கு நாடுகடத்தப்பட்டவர்."

அப்புண்ணி மேஜையில் சாய்ந்து நின்றபடி புதிய நண்பரைப் பார்த்துச் சிரித்தான்.

குறுப்பு மீண்டும் ஒதுக்கவும் திணிக்கவும் ஆரம்பித்திருந்தார்.

"எப்பக் கிளம்புறீங்க?"

அப்புண்ணி குறுப்பிடம் கேட்டான்.

"நாளைக்கு. இன்னைக்கே புறப்படணும்னு அம்மா கடிதம் எழுதியிருந்தாங்க. நாளைக்கு சாயங்காலம்தான் போய்ச் சேர முடியும்."

பெட்டிக்குள் ஒரு பச்சை பிளாங்கட்டை மடக்கித் திணிப்பதனிடையே குறுப்பு சொன்னார்:

“அம்மா ஒரு பிளாங்கட் வேணும்னு எழுதி ரொம்ப நாளாச்சு.”

ராதாகிருஷ்ணன் அலுவலக விஷயங்களைப் பேச ஆரம்பித்தான். மேலதிகாரிகளின் கோளாறுகள், காக்கா பிடிப்பவர்களின் தொந்தரவுகள், மேனேஜரின் கட்டுப்பாடுகள், சட்டதிட்டங்கள் . . .

அப்புண்ணி எதுவுமே பேசாமல் கேட்டுக்கொண்டு நின்றான். தலைமையக தகவல்களை விடவும் அவனை அதிகமாகக் கவர்ந்தது குறுப்பின் சலனங்கள்தான்.

அப்புண்ணி வாட்சைப் பார்த்தான். மணி ஆறு பத்து. எழுந்து அனைவருடனும் பொதுவாகச் சொன்னான்:

“நான் வர்றேன்.”

“என்ன அவ்வளவு அவசரம்?” என்று கேட்டார் ஜோசஃப்.

“இப்பதான் நான் டியூட்டி முடிஞ்சு வர்றேன்.”

குறுப்பின் பக்கத்தில் சென்று அப்புண்ணி கேட்டான்:

“காலையில சீக்கிரமாகக் கிளம்பிடுவீங்களா குறுப்பு?”

“ஆமா, செவன் தர்ட்டி. தேதி நினைவிருக்குதானே?”

“முயற்சி பண்றேன். உறுதியாகச் சொல்லத் தெரியலை.”

“கண்டிப்பா வரணும். ஜோசஃபும் குமாரன் நாயரும் ராமன் குட்டியுமெல்லாம் வருவாங்க.”

அப்புண்ணி மன்னிப்புக் கோரும் தொனியில் மீண்டும் சொன்னான்: “நீங்க கிளம்புறதுக்கு முன்னாடி வந்து பார்க்க முடியுமான்னு தெரியலை. பெஸ்ட் விஷஸ்.”

“தாங்க்யூ . . . தாங்க்யூ . . .”

திருமணம் செய்துகொள்ளவிருக்கும் முப்பத்தைந்து வயதுக் காரனுக்கு அப்புண்ணி கை கொடுத்தான். ராதாகிருஷ்ணனிடம், “பிறகு பார்ப்போம்” என்று சொல்லிவிட்டுப் புறப்பட்டான்.

தேயிலைத் தோட்டம் வழியாக நடந்து ஃபாக்டரியையும் அலுவலகத்தையும் இணைக்கும் ரோட்டுக்கு வந்தான் அப்புண்ணி. ரோட்டின் எதிரில், இருபுறமுள்ள இரும்பு வேலிப்

பாதை வழியாக அப்புண்ணியின் குவாட்டர்சுக்குப் போய்ச் சேர்ந்துவிட முடியும்.

அப்புண்ணியும் இன்னொருவரும் – பாஸ்கரன் நம்பியார் – தங்கியிருக்கிறார்கள். ஒரு வாரமாக உடம்புக்குச் சரியில்லாமல் அவர் ஆஸ்பத்திரியில் இருக்கிறார்.

போர்ட்டிகோவில் பெரிய கும்பம் வைத்த மேஜை விளக்கு எரிந்துகொண்டிருந்தது. இருட்டவில்லை என்றாலும் சீக்கிரமாகவே விளக்கேற்றி விடுவது வேலைக்காரன் கிருஷ்ணன் குட்டியின் வழக்கம். பாஸ்கரன் நம்பியார் ஊரிலிருந்து அழைத்துக் கொண்டு வந்தவன். காது கொஞ்சம் மந்தம் என்றாலும் ஓரளவு நல்ல பையன்.

உடுப்பைக் கழற்றாமல் அப்படியே சாய்வு நாற்காலியில் உட்கார்ந்துகொண்டான் அப்புண்ணி. சாய்ந்து படுத்தபடி கால்களைத் தூக்கி ஸ்டூலில் வைத்திருக்கும்போது சுகமாக இருந்தது. பயங்கரச் சோர்வு.

பாஸ்கரன் நம்பியார் ஆஸ்பத்திரியில் இருந்து சீக்கிரம் வந்துவிடவேண்டுமென்று அவன் பிரார்த்தனை செய்தான். அவர் இருந்தால் இடைவிடாமல் பேசிக்கொண்டே இருப்பார். இதில், ஆப்ரகாம் ஜோசஃப்கூட அவரிடம் தோற்றுவிடுவார்.

குறுப்பின் திருமணம் இருபத்தேழாம் தேதி. அன்றுதான் ஓணம் திருநாள். திருவோணத்தின்போதுதான் திருமணத்தை வைத்துக்கொள்ள வேண்டுமென்பது அவருடைய அம்மாவின் ஆசை. தனக்கு மனைவியாக வரவிருப்பவளைக் குறுப்பு இதுவரை பார்த்ததில்லையாம். அம்மா பார்த்து நிச்சயித்தாலே போதுமானது. அவருக்கு எல்லாமே அம்மாதான். ஆறு மாதத்திற்கொரு முறையாவது அவருக்கு ஊருக்குப் போயாக வேண்டும்.

இங்கே வந்து ஐந்து வருடங்களாகின்றன. அப்புண்ணி நினைத்துப் பார்த்தான். இதுவரைக்கும் எந்த ஒரு இடத்துக்கும் போனதில்லை. வீடு விட்டால் வேலை; வேலை விட்டால் வீடு. இப்படியே ஐந்து வருடங்கள் கடந்து போய்விட்டன.

மூன்று மாத விடுமுறை ரத்தாகிவிட்டது. இப்போதும் மூன்று மாத விடுமுறை பாக்கியிருக்கிறது.

திருவோணத்துக்கு இன்னும் ஐந்து நாட்கள்தான். ஓணக்காலங்களில் சிலிர்த்து நிற்கும் காட்டுக் குறிஞ்சிகள் நிரம்பிய ஊரின் குன்றுப் பகுதிகள் நினைவுக்கு வந்தன.

ஊரைவிட்டு வந்து ஐந்து வருடங்களல்ல, ஐம்பது வருடங்கள் கடந்துவிட்டது போலிருந்தது. ஆறும் வயலும் தாழைப்புதர்களும் குன்றுப்பகுதிகளும் குருன்னூர் பாலமும் தொலை தூரத்தில் இருப்பதுபோன்ற சில நினைவுகள். எல்லாவற்றையுமே அவன் மறந்துவிட முயற்சி செய்தான்.

பகல் வேளைகளிலும் இருள் குடியிருக்கும் ஒரு குறுகிய ஏணியறை மனதுக்குள் அழியாமல் தங்கி நிற்கிறது. அதன் மூலையில் ஒரு தாழம்பாய் சுருட்டி வைக்கப்பட்டிருக்கிறது.

ஐந்தாண்டு கால அக்கரையில் நின்று இப்போது திரும்பிப் பார்க்கத் தோன்றுகிறது. வாழ்க்கையின் கசப்பு முழுவதையும் அன்று அவன் பருகித் தீர்த்தான். குழந்தைப் பருவத்தைக் குறித்துச் சொல்வதற்கென்று பாஸ்கரன் நம்பியாருக்கும் குறுப்புக்கும் ஜோசஃபிற்கும் நிறைய இருந்தன. அவர்கள் பேசுவதைக் கேட்டபடி அமைதியாக உட்கார்ந்திருப்பது அப்புண்ணியின் வழக்கம். அவனுக்கென்று எதுவும் சொல்வதற்கில்லை.

இங்கே வரும்போது ஒரு கோணிப்பையும் இரண்டு ஜோடி உடுப்புகளும் ஒரு துண்டும் மட்டுமே இருந்தன.

அப்போது செய்தாலிக்குட்டி நினைவுக்கு வந்தான்.

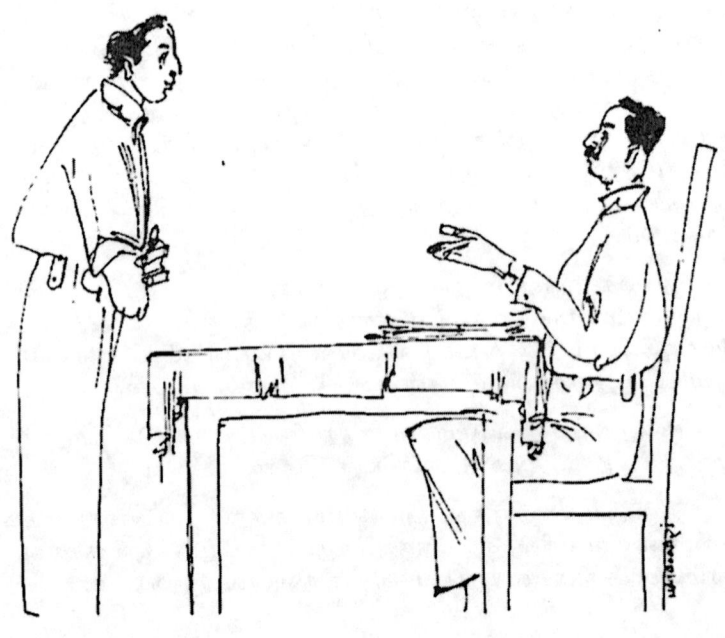

எம்.டி. வாசுதேவன் நாயர்

இதெல்லாம் கிடைப்பதற்குக் காரணம் செய்தாலிக்குட்டி. ஒரு நாள் சாயங்காலம் எஸ்டேட் மானேஜரின் பங்களாவுக்குச் சென்ற செய்தாலிக்குட்டி, அப்புண்ணிக்கு வேலை போட்டுக் கொடுப்பதாக வாக்குறுதி பெற்ற பிறகுதான் திரும்பி வந்தான்.

ஒரு வாரம் மட்டுமே காத்திருக்க வேண்டியதிருந்தது. ஃபீல்ட் ரைட்டராக நியமிக்கப்பட்டிருப்பதாக அறிந்த பிறகுதான் விண்ணப்பமே எழுதினான்.

நூற்று நாற்பத்தைந்து ரூபாய் சம்பளம்! தங்குமிடம் இலவசம்.

முதன் முதலாக அறிமுகம் கிடைத்தது பாஸ்கரன் நம்பியாருடன். அவருடனிருந்த கிளார்க் திருமணமாகிபோன பிறகு நம்பியார் மட்டும் தனியாக இருந்தார். இந்த குவாட்டர்ஸ் திருமணமாகாதவர்களுக்கானது. அப்புண்ணிக்கும் இங்கேயே இடம் கிடைத்தது.

மாதமொன்றுக்கு நூற்று நாற்பத்தைந்து ரூபாய்! வாழ்க்கையில் இதுவரை நூறு ரூபாய் நோட்டைப் பார்த்ததுகூட கிடையாது.

பாஸ்கரன் நம்பியார் சொன்னார்:

"பரவாயில்லை. வருசத்துக்கு ஒரு முறை போனசும் கிடைக்கும். அதுவே பெரிய விசயம்தான்."

"அதென்ன போனஸ்?"

"ஒரு வருசம் வேலை பாத்தால் அஞ்சோ ஆறோ மாசங்களுக் கான சம்பளம் அதிகப்படியாகக் கிடைக்கும்."

பிறகுதான் ஆப்ரஹாம் ஜோசஃபுடன் அறிமுகம் ஏற்பட்டது. அறிமுகங்கள் எப்போதும் வேதனையான அனுபவங்களாகவே இருந்தன.

எந்த ஊர்?

ஊரைச் சொன்னான்.

வீட்டில் யாரெல்லாம் இருக்கிறார்கள்?

தொந்தரவான கேள்வி. இருந்தாலும் சொன்னான்:

"சொல்லிக்கிறதுபோல யாருமில்லை."

"அப்பா?"

"இறந்துட்டார்."

"அம்மா?"

நாக்கு நுனியிலிருந்து 'இல்லை' என்றுதான் வந்து விழுந்தது. தன்னைத்தானே ஏமாற்றிவிட்டோம் ... இந்த ஏமாற்று மனதுக்கு ஒரு பாரமாகவே இருந்தது. பிறகு, திருத்திக்கொள்ள இயலாதபடி.

"பிரதர்ஸ் சிஸ்டர்ஸ்னு யாருமே இல்லையா?"

"இல்லை."

"அதிர்ஷ்டசாலி, உண்மையிலேயே அதிர்ஷ்டசாலிதான்." பாஸ்கரன் நம்பியார் சொன்னார்: "எனக்கு எல்லாவிதமான தொந்தரவுகளும் இருக்கு. எல்லாருக்குமே பணம் கொடுக்கணும். போதாதா கஷ்ட காலம் வர்றதுக்கு?"

வேலை ஒரு மாதம்தான் சிரமாக இருந்தது. பிறகு, வசப்பட்டது.

நூற்று நாற்பத்தைந்து ரூபாய் எண்ணி வாங்கி, அவ்வளவு பணமும் தனக்கே சொந்தம் என்று தெரிந்தபோது அதை என்ன செய்வதென்று புரியவில்லை. குவாட்டர்சின் மொத்த செலவே நாற்பத்து மூன்று ரூபாய்தான்.

அப்புண்ணி புதிய வாழ்க்கையுடன் இணக்கமானான்.

கிருஷ்ணன் குட்டி வந்து சொன்னான்:

"தண்ணி சூடாயிருக்கு. குளிக்கலாமே."

"இருங்க வர்றேன்."

"ஆங்?"

"வர்றேன்னேன்."

அவன் போய்விட்டான்.

வெளியே இரும்பு வேலிக்குப் பின்பக்கமுள்ள தேயிலைத் தோட்டம், இருட்டில் நிழல்களாக மாறியிருந்தன. உடுப்பை மாற்ற வேண்டும்; குளிக்க வேண்டும்; சாப்பிட வேண்டும். ஆனால், சாய்வு நாற்காலியில் அப்படியே கிடந்து யோசித்துக் கொண்டிருப்பது மனதுக்கு இதமாக இருந்தது.

முதல் மாதச் சம்பளம் வாங்கிய மறுநாள் செய்தாலிக்குட்டி யைப் பார்க்கச் சென்றான். அந்த நாள் இன்றும் தெளிவாக நினைவிருக்கிறது, ஒரு விடுமுறை நாள்.

செய்தாலிக்குட்டியின் முன் ஒரு பிடி நோட்டை நீட்டிய போது அவன் சொன்னான்: "இதொண்ணும் வேண்டாம் நாயர் பிள்ளை. காசை நாலா வழியில ஆக்கிட வேண்டாம். நாளைக்குன்னு நாலு காசு சம்பாதிக்கணும்."

எம்.டி. வாசுதேவன் நாயர்

பணம் சேர்க்க வேண்டும் ... அதுதான் முதலிலிருந்தே செய்த முடிவு. தேவைக்கு மட்டும் அவன் செலவு செய்தான்.

ஊரிலுள்ள தகவல்கள் எதுவும் தெரியவில்லை. வேலை கிடைத்த அன்றைய தினமே ராமகிருஷ்ணன் சாருக்குக் கடிதம் எழுதினான். பதில் கடிதமும் வந்தது. அடுத்து எழுதிய கடிதத்திற்குப் பதில் வரவில்லை. மீண்டும் எழுதினான். இதற்கும் பதில் வரவில்லை. சார் இடமாறுதலாகிப் போயிருக்கலாம்.

நீண்ட நாட்களாகவே நினைக்கிறான். ஊருக்குப் போக வேண்டும் என்று. குறிப்பிடும்படியான காரணங்கள் எதுவுமில்லைதான். கிராமத்தின்மீது விசேஷமான பற்றுதல் எதுவுமில்லை. அங்கே யாரோ தன்னை எதிர்பார்த்திருக்கிறார்கள் என்பது போன்ற எண்ணமும் இல்லை. ஆனால், ஊருக்கு ஒரு முறை போக வேண்டும். வடக்குப்பாட்டு இல்லத்துக்குப் போக வேண்டும். அவர்களும் பார்க்கட்டும். இங்கே யாருக்கும் தேவையில்லாமல் கிடந்த அப்புண்ணி வளர்ந்திருக்கிறான். யாருக்கும் தேவையில்லாத அப்புண்ணிக்கு இன்று யாருடைய தேவையுமின்றி வாழ முடியும்.

விடுப்பு எடுக்கவிருக்கும் தகவலை நண்பர்கள் யாரிடமும் அவன் சொல்லிக்கொள்ளவில்லை. சொன்னால் மூக்கில் விரல் வைத்துவிடுவார்கள். விடுப்பே எடுக்காதவன் என்று பேர் வாங்கியிருக்கிறான். சொந்தம் என்று சொல்லிக்கொள்ள யாருமில்லாதவன் என்று அவர்களும் நம்பியிருந்தார்கள்.

ஊரின் வயல் வரப்பு வழியாக ஒரு முறை தலை நிமிர்ந்து நடக்க வேண்டும். இதோ பார், அப்புண்ணி வந்திருக்கிறேன்.

ஊருக்குப் போவதற்குள் செய்தாலிக்குட்டியைப் பார்க்க வேண்டும். அவனைப் பார்த்து ஏழோ எட்டோ மாதங்களாகி விட்டன. தொடக்கத்தில் அடிக்கடி செய்தாலிக்குட்டியின் கடைக்குப் போவான். வாரத்திற்கு ஒரு தடவையாவது. இடையிடையே அவனும் இங்கே வருவான்.

செய்தாலிக்குட்டியைப் பார்க்கும்போது மட்டும்தான் கடந்த காலங்கள் நினைவுக்கு வரும்.

வேலையாள் மீண்டும் வந்து சொன்னான்:

"தண்ணி ஆறிட்டிருக்கு."

அப்புண்ணி எழுந்து உள்ளே போனான். அப்போதும் யோசனையில் இருந்து விடுபடவில்லை.

ooo

எஸ்டேட் பாதை வழியாகச் சென்றால் பஸ் ரூட்டை அடைந்து விடலாம். விலக்கில் கை தூண்டி நிற்கும் ஒரு பலகையில் எஸ்டேட்டின் பெயர் எழுதப்பட்டிருந்தது. அப்புண்ணி எஸ்டேட் பாதையில் வரும்போது எதிரில் சூப்பர்வைசர் ஃபிலிப் வந்துகொண்டிருந்தார். சிரித்தபடி அவரைக் கடந்து செல்லும்போது சூப்பர்வைசர் கேட்டார்:

"எங்கே?"

"சும்மா நடந்திட்டிருக்கேன்."

செய்தாலிக்குட்டியின் கடையில் யாருமில்லை. அப்புண்ணி ஒரு நிமிடம் நின்றான். அப்போது முகம்மது குட்டி வெளியே வரவும், அப்புண்ணி கேட்டான்:

"வாப்பா இல்லையா முகம்மது குட்டி?"

"படுத்திருக்காங்க, உள்ள வாங்க."

"படுத்திருக்காரா, ஏன்?"

"உடம்புக்கு முடியலை."

பேச்சுச் சத்தம் செய்தாலிக்குட்டிக்குக் கேட்டிருக்க வேண்டும். அவன் சத்தமாகக் கேட்டான்:

"யாருடா அது?"

"அப்புண்ணியாரு."

"உள்ள வரச்சொல்லு."

அப்புண்ணி கோணித்திரையை விலக்கி உள்ளே நுழைந்தான். கூடத்தில் ஒரு மெத்தைப்பாயில் செய்தாலிக்குட்டி படுத்திருந்தான். பழைய செய்தாலிக்குட்டி என்று சொல்லவே முடியாது. உடம்பு மிக மோசமாக இளைத்திருந்தது. முகத்தில் எலும்புகள் உந்தி நின்றன. அப்புண்ணியைக் கண்டதும் செய்தாலிக்குட்டி மெல்லச் சிரித்துவிட்டு சொன்னான்:

"உடம்புக்கு முடியாமப் போயிடுச்சு அப்புண்ணியாரே."

"என்னாச்சு *செய்தாலிக்குட்டிக்கா?"

"வாதம். எழுந்திருக்க ஏலாது. வலது பக்கம் கையும் காலும் உயிரில்லாம போயிடுச்சு."

பாத்தும்மா பக்கத்தில் வந்து நின்று கண்களைத் துடைத்தபடி சொன்னாள்:

---

* இக்கா = அண்ணன்.

எம்.டி. வாசுதேவன் நாயர்

“மூணு மாசமா இதே படுக்கைதான். வைத்தியர் பக்க வாதம்னு சொல்றார்.”

“ஒரு பலகைப் போட்டுக் கொடுடீ.”

“வேண்டாம்.” செய்தாலிக்குட்டியின் பாயிலேயே அமர்ந்து கொண்ட அப்புண்ணி குற்றவுணர்வுடன் சொன்னான்: “எனக்கு இது தெரியவே தெரியாது.”

பாத்தும்மா மீண்டும் கண்களைத் துடைத்துக்கொண்டாள்:

“படச்சவன் விதிச்சது இதுதான். அப்புண்ணியாருட்ட விசயத்தைச் சொல்லச் சொல்லி முகம்மது குட்டியை அனுப்பி வைக்கணும்னு கொஞ்ச நாளா நினைக்கிறேன்.”

பாத்தும்மாவின் முகத்தில் பழைய களையில்லை. நபீசா வாசலில் வந்து நின்றாள். அவளது கண்களிலும் வேதனையின் நிழல் படிந்திருந்தது. கரி புரண்ட தரையைப் பார்த்தபடி கொஞ்ச நேரம் அவள் பேசாமல் நின்றிருந்தாள்.

“இனி பழையதுபோல எழுந்திருக்க முடியும்னு தோணலை. என்ன சொல்றதுக்கு, இந்தப் பிள்ளைங்க பாடுதான் கஷ்டமாயிடுச்சு.”

செய்தாலிக்குட்டியின் குரல் உடைந்திருந்தது.

பாத்தும்மா சிறிது சிறிதாக விஷயங்களைச் சொன்னாள். வியாபாரம் இப்போது ரொம்பவும் மோசம். வாடகைக் கொடுத்து ஐந்து மாதங்களாகின்றன. எப்போது வேண்டுமானாலும் காலி செய்ய சொல்லலாம்.

“படைச்சவன் என்ன விதிச்சிருக்கானோ அதுதான் நடக்கும்.” யாரும் எதுவும் பேசவில்லை. அப்புண்ணி, செய்தாலிக்குட்டியின் பாயில் உட்கார்ந்திருந்தான். நபீசா சிமினி விளக்கைப் பற்ற வைத்து தலை மாட்டில் ஒரு தகரத் தட்டின்மீது வைத்தாள்.

“பாத்தும்மா கொஞ்சம் சாயா போட ஏதாவது இருக்கா?”

அப்புண்ணி இடை மறித்துச் சொன்னான்: “எனக்கெதுவும் வேண்டாம்.”

பாத்தும்மா உள்ளே சென்றாள். கூடத்தில் இப்போது செய்தாலிக்குட்டியும் அப்புண்ணியும் மட்டும்.

“அப்புண்ணியாரே, இதெல்லாம் படச்சவனோட விளையாட்டு. நான் செய்த பாவத்துக்குக் கிடைச்ச தண்டனை.”

அப்புண்ணியால் செய்தாலிக்குட்டியின் முகத்தை ஏறிட்டுப் பார்க்க முடியவில்லை.

"அப்புண்ணியார் ஒரு நல்ல நிலைமைக்கு வந்ததே எனக்குப் போதும்." அங்கே அமைதி நிலைகொண்டது.

"கதியில்லாத நிலைமையில ஆண்டவனுக்கே அடுக்காத ஒரு துரோகத்தைச் செய்தவன் நான் ..."

செய்தாலிக்குட்டியிடம் என்ன சொல்வது என்று தெரியாமல் அப்புண்ணி தடுமாறினான்.

"உங்க அப்பாவும் நானும் ஒரே தட்டிலிருந்து சோறு அள்ளித் தின்னவங்க."

அப்புண்ணியின் முகத்தில் இரத்தம் துடித்தது. கண்களைக் கசக்கியபடி அவன் சொன்னான்:

"அதையெல்லாம் இனி பேசி எதற்கு?"

"உங்களுக்குத் தெரியாது அப்புண்ணியாரே ... தெரிஞ்சா ..."

"அதை நானும் கேள்விப்பட்டிருக்கேன். நான் அதை மறந்துட்டேன்."

அப்போது நபீசா, செய்தாலிக்குட்டியின் தலைமாட்டிலிருந்துத் தீப்பெட்டி எடுக்க வந்தாள். எதையோ சொல்ல வந்த செய்தாலிக்குட்டி சொல்லவில்லை.

"ஆனா, படைச்சவன் மறந்துட மாட்டான் அப்புண்ணியாரே. நான் கண்ணை மூடினா கதிகெட்ட நிலைமையில ஒரு பொண்ணு; சிரட்டையிலயும் தேறாத இலையிலயும் தேறாத நிலைமையில ஒரு பையன். எல்லாமே படச்சவனோட விளையாட்டு."

மிகுந்த சிரமத்துடன் அப்புண்ணி சொன்னான்:

"செய்தாலிக்குட்டிக்கா வருத்தப்பட வேண்டாம்."

பாத்தும்மா வெளுறிய நிறத்தில் ஒரு தம்ளர் சாயா கொண்டு வந்து வைத்தாள். அதை மெதுவாகக் குடிப்பதினிடையே அப்புண்ணி சொன்னான்:

"நாளைக்கு நான் ஊருக்குப் போறேன்."

செய்தாலிக்குட்டியின் முகத்தில் ஆச்சரியம்.

"நல்லது, போயிட்டு வரணும்."

சிறிது நேரம் அங்கேயே உட்கார்ந்திருந்துவிட்டு அப்புண்ணி எழுந்து உள் வாசலுக்குச் சென்றான்.

பாத்தும்மா சுவரில் சாய்ந்து நின்றுகொண்டிருந்தாள். பின்னால் ஒரு நிழல்போல் நபீசாவும்.

"செய்தாலிக்குட்டிக்காவுக்கு வேண்டிய எல்லாத்தையும் செய்துகொடுங்க ... வாடகைப் பாக்கியை நாளைக்கே தீர்த்துடுவோம். முகம்மது குட்டியை நாளைக் காலையில சீக்கிரமாக அங்கே அனுப்பி வைங்க ..."

மங்கிய வெளிச்சத்தில் பாத்தும்மாவின் கண்ணில் நீர்த்துளிகள் மின்னுவதை அவன் கவனித்தான். அப்புண்ணி மேலும் தன்னம்பிக்கையுடன் சொன்னான்:

"கவலைப்பட வேண்டாம். உங்களுக்கு எந்தக் கஷ்டமும் வராது."

பாத்தும்மாவின் பின்னாலிருந்து தேம்பல் சத்தம் வரவும் அவன் மெதுவாகத் திரும்பி, செய்தாலிக்குட்டியின் அருகில் வந்து மீண்டும் ஒரு முறை விடைபெற்றான். "ஊரிலிருந்து திரும்பிய உடனே வந்துப் பாக்குறேன்."

"அப்புண்ணியாரே" செய்தாலிக்குட்டி அழைத்ததும் அப்புண்ணி திரும்பி நின்றான்.

"கொஞ்ச காலமாகவே சொல்லணும்னு நினைக்கிறேன்."

"சொல்லுங்க?"

"அம்மாவை மறந்துடக்கூடாது. அவங்களுக்கு அப்புண்ணியாரை விட்டா வேற யாரிருக்கா?"

அப்புண்ணியின் நெற்றியில் வேர்வைத் துளிர்த்தது.

"சந்திப்போம் செய்தாலிக்குட்டிக்கா."

அவன் வேகமாக வெளியே இறங்கினான். இரு புறமும் தீய்ந்து எரியும் விளக்குகள். கடைவீதியின் சாயங்கால ஆரவாரம் தொடங்குகிறது. ஐந்து வருடமாகியும் கடை வீதியில் பெரிய மாற்றங்கள் எதுவும் நிகழ்ந்துவிடவில்லை. அதோ, அந்த இடத்தில்தான் முதன் முதலாக வந்து பஸ் இறங்கினான். பழைய சட்டையும் வேட்டியுமிருந்த ஒரு கோணிப் பையுடனும் பதற்றத்துடனும் வந்திறங்கிய இடம்.

மறுநாள், வெயில் தாழ்ந்த நேரத்தில் அப்புண்ணி பள்ளிப்புறம் ரெயில்வே ஸ்டேஷனில் வந்திறங்கினான்.

கூலியாளின் தலையில் பெரிய தோல் பெட்டியையும் தோள் பையையும் ஏற்றி வைத்துவிட்டு நேராக நடந்தான். அக்கம் பக்கங்களில் தெரிந்த முகங்கள் ஏதாவது தென் படுகின்றனவா என்று பார்க்க வேண்டும்போலிருந்தது. அதற்கான தேவைகள்

எதுவுமில்லையே? டிக்கெட்டைக் கூலியாளிடம் கொடுத்து விட்டு தண்டவாளத்தினூடே நடந்தான். முக்கால் நாழிகை நடந்தால் குருன்னூர் பாலம்.

பாலத்தின் கீழ் வந்ததும் பார்த்தான். கறுத்த பெரிய தூண்களில் பாதிக்கும் மேல் நீரில் மூழ்கியிருந்தது. ஆறு கலங்கிப் பாய்ந்துகொண்டிருந்தது. ஆற்றோரமாக நடந்து, குலை வெட்டிய நேந்திரம் வாழைத்தோட்டங்களைக் கடந்து கூட்டக்கடவின் அருகில் வந்தான். மூன்று நான்கு பேர் கூடைகளுடன் அங்கே உட்கார்ந்திருந்தார்கள். அப்புண்ணியை அவர்கள் யாரென்று தெரிந்துகொள்ளும் ஆர்வத்துடன் பார்த்தார்கள். அவன் அதைக் கவனிக்காதது போல் ஆற்றிலிறங்கினான்.

தோணி மறுகரையில் நின்றிருந்தது. அவன் ஆற்றின் அருகில் நின்றான். இனி சிறிது நேரம் காத்திருக்க வேண்டும். மணல் திட்டில் நுங்கும் நுரையுமாக நீர்ப்படிந்து கிடந்தது. சிவப்புப் பாவாடை நுனி தரையில் இழைவதுபோல் கலங்கிய ஆற்று நீர் மணல் திட்டைத் தொட்டுத் தொட்டு ஓடிக்கொண்டிருந்தது.

தோணி வந்தது. புல் கட்டும் கூடைக்குடையுமாக செறுமிகள்தான் அதிகமும். கூடவே, வேட்டி வியாபாரம் செய்யும் ராவுத்தரும் அவரது துணிக்கட்டும்.

அப்புண்ணி செருப்பைக் கழற்றி விட்டு, வேட்டியை உயர்த்தி இடுக்கியபடி தோணியில் ஏறினான். தோணிக்காரன் கூவினான். தொலைவில், மணல் திட்டு வழியாக ஓடி வந்துகொண்டிருந்த இரண்டு பேர் வேகத்தை அதிகரித்தார்கள்.

தோல் பெட்டியையும் தோள் பையையும் இறக்கி வைத்த கூலியாள் தோணியின் ஒரு ஓரத்தில் ஒதுங்கி நின்றபடி விடாமல் நீரில் துப்பிக்கொண்டிருந்தான்.

பழைய தோணிக்காரன் அல்ல! அவன் நீண்டு மெலிந்த, முகத்தில் தீப்பட்ட தழும்புகளுள்ள ஒரு இளைஞன். இவர், வயதான ஏதோ ஒரு தாடிக்காரர்.

தோணிக்காரரின் கவனம் முழுவதும் தோல் பெட்டியிலும் தோள் பையிலும் ஆற்று நீரைப் பார்த்துக்கொண்டு சிகரெட் பிடித்தபடி குறுக்குப்படியில் உட்கார்ந்திருக்கும் அப்புண்ணியின் மீதும்தான். அந்த இரண்டு பேரும் ஏறியதும் தோணிக்காரர் இறங்கி, கம்பை ஊன்றி, மணலிலிருந்து தோணியை அகற்றினார். அடிப்பாகம் மண்ணிலிருந்து விடுபட்டதும் தலைப்பக்கம் துள்ளியேறி துடுப்பைக் கையிலெடுத்தார்.

எம்.டி. வாசுதேவன் நாயர்

எதிரில் அமர்ந்திருக்கும் இரண்டு பேர் கண்களும் தன்மீதுதான் என்பதை அப்புண்ணி புரிந்துகொண்டான். அவன் ஆற்று நீரிலிருந்து கண்களை அகற்றவில்லை. அதில் ஒருவன் அப்புண்ணியின் கூலியாளிடம் கேட்டான்:

“எங்க போறீங்க?”

“அக்கரைக்கு . . ?”

இன்னும் கொஞ்சம் குரலைத் தாழ்த்திக் கேட்டான்:

“அந்த ஆள் யாரு?”

“யார்னு தெரியாது. வண்டியில வந்திறங்கினார்.”

இன்னொரு ஆள் அதே தோனியில் சொன்னான்:

“களத்துக்கா இருக்கும்.”

அக்கரையை அடைந்ததும் முதலில் அப்புண்ணி இறங்கினான். அந்த இரண்டு பேரும் ஒதுங்கி நின்று வழிவிட்டார்கள்.

அப்புண்ணி, தோணிக்கார மாப்பிளைக்கு எட்டணா கொடுத்தான்.

“சில்லறை இல்லையே?”

“வெச்சிக்குங்க.”

வயதான அந்த மனிதரின் நரையோடிய கண்கள் பளபளத்தன.

அந்த இரண்டு பேரும் வியப்பும் மரியாதையும் கலந்த பார்வையைப் பரிமாறிக்கொண்டார்கள். அப்புண்ணி தோணித்துறையிலிருந்து வெளியே வந்தான்.

தோணித்துறையும் அக்கம்பக்கங்களும் எந்த மாற்றங்களும் இல்லாமல் அப்படியே உள்ளன. மேற்பக்கத்தில் ஒரு தொழுகைப்பள்ளி செங்கற்களால் புதிதாகக் கட்டப்பட்டிருந்தது. சுற்றுப்புறங்கள்மீது கண்களைச் செலுத்தாமல் தலைநிமிர்ந்து நடந்துகொண்டிருந்தான் அப்புண்ணி.

வயலில் அறுவடை முடிந்திருந்தது. பெரிய வரப்பில் ஏறியதும் இன்னொரு சிகரெட் டைப் பற்ற வைத்துக்கொண்டான். எதிரில் வந்த வயதான பாணன்* திரு ஆயுசு நேர்ந்தபடி வயலில் இறங்கி விலகி நின்றான்.

---

* ஒரு ஜாதி.

மதில்கூட வாசல் அடைந்து கிடப்பதைத் தொலைவிலிருந்தே பார்க்க முடிந்தது. நடையின் வேகத்தைச் சற்று அதிகரித்தான். வாசலை ஓசையுடன் தள்ளித் திறந்து, ஓரப்படிகளைக் கடந்து முற்றத்துக்கு வந்தான். வெளியே யாருமில்லை. திண்ணையில் ஏறி நின்று கேட்டான்:

"யாருமில்லையா இங்கே?"

பதில் இல்லை. உள் திண்ணைக்கு வந்தபோதுதான் தெரிந்தது, வாசல் அடைத்துப் பூட்டப்பட்டிருக்கிறது.

மீண்டும் அவன் முற்றத்தில் இறங்கினான். அப்போதுதான், பத்தாயப்புரைக்கும் நாலுகெட்டுக்குமிடையே நடுமுற்றத்தில் ஒரு முள்வேலி போடப்பட்டிருப்பதைக் கவனித்தான்.

கூலியாள் பெட்டியையும் தோள் பையையும் சுமந்தபடி தனது அவசரத்தை வெளிப்படுத்துவதுபோல் நின்றுகொண்டிருந்தான்.

அவன் மேற்குப்புற முற்றத்தை நோக்கி நடந்தான். அப்போது, பத்தாயப்புரைக்கும் கையாலைக்குமிடையே இன்னொரு முள்வேலி இருப்பது தெரிந்தது. கையாலை முற்றத்தில் உட்கார்ந்து ஒரு பெண் எதுவோ செய்துகொண்டிருந்தாள். வெள்ளை ரவிக்கை அணிந்த கறுத்து, மெலிந்த அந்தப் பெண் எதிர்ப்புறம் திரும்பி உட்கார்ந்திருந்தாள்.

அப்புண்ணி தொண்டையைக் கனைத்தான். அவள் திரும்பிப் பார்த்தாள். மீனாட்சிப் பெரியம்மா.

கையிலிருந்த முறத்தைக் கீழே வைத்துவிட்டு எழுந்த அவளது கண்களில் ஒரு விதப் பதற்றம் தொற்றிக்கொண்டது. வந்திருப்பது யாரென்பதைப் புரிந்துகொள்ள இயலாத பரிதவிப்பு.

"என்னைத் தெரியலையா பெரியம்மா?"

"அப்புண்ணி."

அவளது வறண்டு இருளடைந்த முகம் வியப்பால் மலர்ந்தது. அவன் வேலியருகில் சென்றான்.

"யாருன்னு கண்டுபிடிச்சிட்டீங்களே பெரியம்மா?."

"நீ ஆளு வளந்துட்டே!"

அவன் நாலுகெட்டைச் சுட்டிக்காட்டிக் கேட்டான்:

"இங்க இப்ப யாருமே இல்லையா?"

"நாலுகெட்டு பெரிய மாமாவுக்கில்லையா? எப்பவாவது வருவார்."

“இங்கே?”

“பாகம் பிரிச்ச பிறகு குட்டன் அண்ணாவும் மாளுவும் இங்க ஒரு வருசம் இருந்தாங்க. பிறகு, சிங்கப்பூர் ராகவன் நாயருக்கு வித்துட்டாரு. இப்ப யாருமில்லை, காலியாகக் கிடக்கு.”

நாலுகெட்டு பெரிய மாமாவுக்கு. பத்தாயப்புரை குட்டன் மாமாவுக்கு. மீனாட்சிப் பெரியம்மாவுக்குக் கையாலை.

“குஞ்ஞிக்குட்டிப் பெரியம்மா?”

“அக்காவும் பிள்ளைங்களும் அவங்க வீட்டுல.”

கையாலையைச் சுட்டிக் காட்டிய மீனாட்சிப் பெரியம்மா சொன்னாள்: “இப்ப என் வீடு இதுதான்.”

அப்புண்ணி ஏற்கனவே புரிந்துகொண்டிருந்தான்.

அவன் குறுக்குக் கம்பைக் கடந்து கையாலையை நோக்கி நடந்தான். கூலியாளின் தலையில் இருந்து பெட்டியை இறக்கி ஒரு ஓரமாக வைத்துவிட்டு கூலியைக் கொடுத்து அவனை அனுப்பினான்.

மீனாட்சிப் பெரியம்மா ஓரப்படிகள் ஏறி நடந்தாள். அப்புண்ணியும் பின்னால் நடந்தான்.

நீளமாகக் கட்டப்பட்ட ஒரு ஓலைப்புரைதான் கையாலை. முன்பு மழைக்காலங்களில் பிரிக்கவும் கதிரடிக்கவும் பயன்படுத்தப்பட்டது. உள்ளே மண்சுவர் வைத்து மூன்றாகப் பிரிக்கப்பட்டிருந்தது.

“யாருடீ அது?”

மெல்லிய, பலவீனமான ஒரு குரல்.

“யார் அது?” அப்புண்ணி கேட்டான்.

“முத்தாச்சி.”

அவன் மண்சுவரின் விரிசலினூடே மறுபக்கம் போனான். அங்கே ஒரு ஓரமாக சிவப்புக் கம்பளிப்போர்வையின் கீழ் முத்தாச்சி படுத்திருந்தாள்.

“யாரு மீனாட்சி அது?”

அவன் பாயின் அருகில் கால்மூட்டுகளை ஊன்றியமர்ந்தபடி சொன்னான்:

“நான்தான் முத்தாச்சி, அப்புண்ணி.”

முத்தாச்சி சிரமப்பட்டு எழுந்தாள். காய்ந்த புகையிலைச் சுருள்போல் ஒடுங்கிய கைகளையும் ஒட்டியுலர்ந்த முகத்தையும் பார்த்தான் அப்புண்ணி. தலைமுடி ஒட்ட வெட்டப்பட்டிருந்தது. அப்புண்ணியின் உடலைத் தொட்டுத் தடவியபடி முத்தாச்சி சொன்னாள்:

"என் குழந்தே, வந்துட்டியாப்பா நீ."

அப்புண்ணி எதுவும் பேசாமல் உட்கார்ந்திருந்தான்.

"முத்தாச்சிக்குக் கொஞ்சமும் கண்ணுத் தெரியாம ஆயிடுச்சுப்பா. இனி என்னைக்காவது போவது சீக்கிரமாக போனாத் தேவலைன்னு இருக்கு."

முத்தாச்சியின் கண்களை அப்போதுதான் கவனித்தான். மஞ்சள் நிறத்தில் சளி கட்டியதுபோல்.

அப்புண்ணியின் தலையையும் கழுத்தையும் மீண்டும் ஒரு தடவை தடவிப் பார்த்த முத்தாச்சி சொன்னாள்:

"என் குழந்தை நீ கொஞ்சம் வளந்துட்டே."

"நாலைஞ்சு வருஷம் ஆயிடுச்சில்லா பாட்டி?"

அங்கிருந்து பார்த்தால் அடுப்படி தெரிந்தது. கரிபுரண்ட நான்கைந்து மண் பாத்திரங்கள். இரண்டு பித்தளைக் கிண்ணங்கள். மரக்காலில் பிணைத்த ஒரு சிமினி விளக்கு.

அப்புண்ணி எழுந்து வெளிப்புற அறைக்கு வந்தான். மீனாட்சிப் பெரியம்மா மூங்கில் தட்டியைப் பிடித்துக்கொண்டு வெளியே பார்த்தபடி நின்றிருந்தாள்.

"எல்லாமே தலைவிதி. ராத்துணைக்கு இருந்த மனுஷனும் போய்ச் சேந்துட்டாரு . . ." சிறிது நேரம் அமைதியாக நின்றுவிட்டு, தன்னைத்தானே தேற்றிக்கொள்வதுபோல் சொன்னாள்: "போய்ச் சேந்தவங்களுக்காவது நிம்மதி கிடைக்கட்டும்."

"குட்டன் மாமாவும் மாளுவும் எங்கே?"

"வடக்கு முறியில."

அப்புண்ணியின் கண்கள் உதிர்ந்த சுவர்களிலும் புடைத்துப் பெயர்ந்த தரையிலும் கொடியில் கிடந்த கிழிந்தத் துணிகளிலும் சஞ்சரித்தன.

அவன் மூங்கில் தட்டியினூடே வெளியே பார்த்தான்.

வடக்குப்பாட்டு நாலுகெட்டு அடைந்து கிடந்தது.

மீனாட்சிப் பெரியம்மா கேட்டாள்:

"கல்பனால வந்தியா அப்புண்ணி?"

"ஆமா."

"இங்க உட்காரவும்கூட இடமில்லை ... நீ பெரியம்மா வீட்டுக்குப் போறியா?"

"நான் இங்கயே தங்கிக்கிறேன். என்னால எந்த சிரமும் வராது."

வழக்கம்போல் முகத்தில் எந்தப் பாவமாற்றமும் இல்லாமல் மீனாட்சிப் பெரியம்மா சொன்னாள்:

"எனக்கு எந்த சிரமமும் இல்லை."

சட்டையைக் கழற்றி சுவரில் ஓலைத்தடுக்குத் தொங்க விட்டிருந்த ஆணியில் மாட்டினான். பெட்டியை ஒரு ஓரமாக நீக்கி வைத்தான். தோள் பையின் கட்டை அவிழ்த்து ஓரமாக நிமிர்ந்து உட்கார்ந்துத் திறந்தான். ஒரு பத்து ரூபாய் நோட்டை எடுத்து மீனாட்சிப் பெரியம்மாவின் கையில் கொடுத்து விட்டுச் சொன்னான்:

"இப்போதைக்குத் தேவையானதை வாங்கிக்குங்க."

இரவில் நிலவு வெளிச்சமிருந்தது. *கன்னி மாத நிலவு. சாப்பிட்டு முடித்த அப்புண்ணி கையாலை முற்றத்தில் நடந்துகொண்டிருந்தான்.

கையாலையின் பின்புறம்தான் நாகக்காவு. அதன் நடுவே நின்ற பெரிய பனை மரம், வாள்போல் மின்னும் நிலவில் கோர உருவம் காட்டியது.

நிலா வெளிச்சத்தில் நாகங்கள் படமெடுத்து நிற்குமென்று சிறுவயதில் கேட்ட கதைகள் நினைவுக்கு வந்தன. சுற்றிலும் சலனமற்ற பேரமைதி. தெரியாத, தெளிவற்ற பாடல் போல், ஒரு சோக இழை அவனது மனதுக்குள் ஆலாபனமானது.

புறப்படும்போதிருந்த ஆவேசம் எல்லாம் கெட்டு அடங்குவதுபோல் தோன்றியது.

மறுநாள், ஐந்து வருடங்களுக்குப் பிறகு அப்புண்ணி ஊருக்கு வந்திருக்கிறான் என்ற செய்தி கிராமம் முழுவதும் பரவியது.

இப்போது அவன் பழைய அப்புண்ணியல்ல, தேயிலைத் தோட்டத்தில் உத்தியோகம் பார்ப்பவன் என்றும், கையில் நிறைய பணம் வைத்திருக்கிறான் என்றும் பத்து ரூபாய் நோட்டுகளை செறுமப் பையனின் கையில் கொடுத்து

---

* புரட்டாசி.

நாலுகெட்டு

மீனாட்சி தினமும் கடைக்கு அனுப்புகிறாள் என்றும் ஊருக்குள் பேசிக்கொண்டார்கள். மீனாட்சியின் நல்ல காலம் பற்றி பேசுவதற்கும் ஆட்களிருந்தார்கள்.

மூன்றாம் நாள் காலையில் யாரோ பார்க்க வந்திருந்தார்கள். வயதான ஒரு பெண்.

"யாரு?"

அப்புண்ணி கேட்டான். மீனாட்சிப் பெரியம்மா சொன்னாள்:

"சொந்தத்திலுள்ளவ."

"ஓஹோ."

அந்தப் பெண் சிரித்துப் பேசியபடி அப்புண்ணியின் அருகில் வர இருக்கும்போது அப்புண்ணி அமைதியாகக் கேட்டான்:

"என்ன வேணும்?"

"இது யாரு, ஆள் அப்படியே மாறிட்டியே?"

அப்புண்ணி பதில் சொல்லாமல் நின்றிருந்தான்.

"உனக்கு என்னை ஞாபகமிருக்காது, நான் உன்னை யெல்லாம் . . ."

"எதையுமே நான் மறக்கலை."

"நீ வந்திருக்குறதா அறிஞ்சதும் உடனே வந்துட்டேன்."

"எதுக்காக?"

தொலைவில் நின்றபடியே அப்புண்ணி கேட்டான்.

"ஏலாத காலமில்லையா? இனி நீயெல்லாம்தான் ஆதரவு. வெத்திலை வாங்கக் கூட கதியில்லாம நிக்கிறேன். ஏதாவது தா."

அன்பு கலந்த அதிகாரத்துடன் அவள் சிரித்தபடியே கேட்டாள்.

"நான் சின்னப்பிள்ளையா இருக்கும்போது என்னைப் பாத்திருக்கீங்களா?"

"ஏன் இப்படியெல்லாம் கேட்கிறே?"

"நீங்க என்னைப் பாத்திருக்கீங்களா? எங்கிட்ட பேசியிருக்கீங் களா? உங்களுக்கும் எனக்கும் எந்த வகையில தொடர்பு?"

அவளது சிரிப்பு நின்றது.

எம்.டி. வாசுதேவன் நாயர்

"நாமெல்லாம் ஒரே கிளை. ரத்த உறவு மாறுமா?"

"இந்த உறவு இப்ப வந்ததுதானே? போயிடுங்க. என் கையில இருந்து உங்களுக்கு எதுவும் கிடைக்காது."

அவள் பிறகெதுவும் பேசவில்லை. மீனாட்சிப் பெரியம்மா விடமும் முத்தாச்சியிடமும் சொல்லிக்கொள்ளாமலேயே அவள் போய்விட்டாள். அவள் போனதும் அப்புண்ணி சொன்னான்:

"ரத்த உறவோட உரிமையாம்."

○○○

அன்றுதான் கிருஷ்ணன் குட்டியும் வந்தான். சிவப்பு நாடாவுள்ள நிக்கர் போட்டு நடந்த கிருஷ்ணன் குட்டி வளர்ந்திருக்கிறான்.

"என்ன கிருஷ்ணன் குட்டி?"

"ஒண்ணுமில்லை."

"நல்லா இருக்கியா?"

"ஆமா."

உரையாடல் அத்துடன் நின்றது. கிருஷ்ணன் குட்டி கொஞ்ச நேரம் விரல்களைச் சொடுக்கியபடி நின்றிருந்தான். அவன் உள்ளே போய் முத்தாச்சியைப் பார்த்துவிட்டு இரண்டு நிமிடத்துக்குள் திரும்பி அப்புண்ணியின் பக்கத்தில் வந்து தயக்கத்துடன் சொன்னான்:

"அப்புண்ணியண்ணாவை அம்மா வரச் சொன்னாங்க."

"என்ன விஷயமா?"

"ஒண்ணுமில்லை. இங்கே சிரமமா இருந்தா அங்க வந்து தங்கியிருக்கச் சொன்னாங்க."

"இங்கே எனக்கு பரமசுகம்."

கிருஷ்ணன் குட்டி பதுங்கினான்: "அம்மாவுக்கு உன்னைப் பாக்கணுமாம்."

அப்புண்ணி சிகரெட் துண்டைக் கீழே போட்டு மிதித்துத் தேய்ப்பதினிடையே சொன்னான்:

"பார்க்க அவ்வளவு ஆசையாக இருந்தா அம்மாவை இங்க வரச் சொல்லு."

வாடிய முகத்தில் பரிதாபமான ஒரு சிரிப்புடன் அவன் வேர்த்தபடி நின்றிருந்தான்.

நாலுகெட்டு

"நானும் நிறைய பாத்துருக்கேன்."

பிறகு இரண்டு நாட்கள் வேறு பார்வையாளர்கள் யாரும் வரவில்லை. ஆற்றோரம் வசிக்கும் அபூபக்கர் ஒரு நரிமீனும் கொண்டு பார்க்க வந்தான். அதற்கான விலையைக் கொடுத்து விடும்படி பெரியம்மாவிடம் சொன்னான் அப்புண்ணி.

பகல் முழுவதும் கையாலையிலிருந்து எதையாவது வாசித்துக்கொண்டிருந்தான். சாயங்காலம் முற்றத்திலிறங்கிக் கொஞ்ச நேரம் நடந்தான்.

மீனாட்சிப் பெரியம்மா முன்போலவே இருந்தாள். ஏதாவது கேட்டால் மட்டும் பதில் சொல்வாள். பகல் பொழுதைக் கழிப்பதுதான் சிரமாக இருந்தது.

இரவு சாப்பிட்டுவிட்டு நீண்ட நேரம் முற்றத்தில் நடந்தான். முற்றத்தின் எல்லையில் வெட்டிய ஒரு பலா மரத்தின் அடிப்பகுதி நிற்கிறது. அதில் அமர்ந்து, நிலா வெளிச்சம் துரத்திய இருட்டுக்கு அபயம் தந்த கீழ்ப்புற நாகக்காவையே பார்த்தபடி அமர்ந்திருந்தான்.

அங்கே பாம்புகள் படமெடுத்து ஆடிக்கொண்டிருக்கின்றவா?

அப்போது தீப ஒளியில் ஆடியுலைந்துகொண்டிருக்கும் ஒரு யுவதியின் அரை நிர்வாண தோற்றம் மனதில் எழுந்தது... உள்ளுக்குள் அவளைப் பற்றி அறிந்துகொள்ளும் ஆர்வமிருந்தது. மீனாட்சிப் பெரியம்மாவிடம் கேட்டால் சொல்வாள். ஆனால், அவன் கேட்கவில்லை.

ஒரு நாள், பின்பக்கமிருக்கும் இடைவழியாக நடந்து குன்றின் மீதேறினான். பெரியம்மாவிடம் கேட்டு ஏற்கனவே தெரிந்து வைத்திருந்தான். வருச்சால் முதல் சாத்தப்பனின் குடில்வரை பரந்து கிடக்கும் சாய்வு நிலம் அப்புண்ணிக்கு ஒதுக்கப்பட்டிருக்கிறது.

சரற்கற்களும் இடையிடையே சில காட்டுப்புதர்களும். வெறுமையின் சாம்ராஜ்யம் போல் அந்த இடம் பரந்து கிடந்தது. அந்தப் பூமி தனக்குச் சொந்தமாம்.

பாகப்பிரிவினை விஷயமாக அவ்வப்போது மீனாட்சிப் பெரியம்மா சொல்வதில் இருந்துதான் பெரும்பாலும் தெரிந்து கொண்டான். வடக்குப்பாட்டு முழுவதும் பெரிய மாமாவின் தனிச்சொத்தாகத் தீர்மானிக்கப்பட்டது. குஞ்ஞிக்குட்டிப் பெரியம்மாவுக்கும் பிள்ளைகளுக்கும் நான்கு பங்கு. தோணித்துறை நிலமும் புஞ்சை நிலத்தின் நல்ல ஒரு பகுதியும் அவர்களுக்கு.

அவர்கள் நிலம் முழுவதையும் குத்தகைக்கு விட்டிருக்கிறார்கள். பத்தாயப்புரையை குட்டன் மாமா எடுத்துக்கொண்டார்.

தங்கள் தரப்பைப் பேச ஆளில்லாதவர்களுக்கு யாருக்குமே தேவையில்லாத இடங்கள் ஒதுக்கப்பட்டன.

சரற்கற்களும் பாறையும் காட்டுப்புதர்களும் நிறைந்த குன்றின் சரிவு அப்புண்ணிக்கு. அதிலுள்ள இரத்த நிற மண், நூற்றாண்டுகளாக துயிலில் ஆழ்ந்திருக்கிறது. அதன் நடுவில் நின்றுகொண்டிருக்கும்போது அம்மண்ணில் பயிர்கள் துளிர்ப்பது அவனது மனக்கண்களில் தெரிந்தது.

தொலைவில், ஆற்றோர நிலங்களுக்கு அப்பால், அடிவானப் பரப்பில் கண்களை அலைய விட்டபடியே அவன் நின்றிருந்தான்.

தொப்பிக்குடை சூடிய ஒருவர் குன்றின் அடிவாரத்திலிருந்து மேலே ஏறி வந்துகொண்டிருந்தார். பக்கத்தில் வந்த பிறகுதான் ஆள் யாரென்று தெரிந்தது குட்டன் மாமா. இறுக்கமான பழைய முகத்தோற்றம் மாறியிருந்தது. சிரிப்பைத் தூவியபடியே அருகில் வந்தவர், தலையிலிருந்த தொப்பிக்குடையை எடுத்துவிட்டுக் கேட்டார்:

“எப்ப வந்தே அப்புண்ணி?”

“நாலு நாளாகுது.”

“நீ இங்க வந்திருக்கேன்னு மீனாட்சிதான் சொன்னாள். நல்லதாப்போச்சு. அங்கே இருந்தால் எதுவும் பேசவும் முடியாது.”

அப்படியென்றால் பேசுவதற்குத் தயாராக வந்திருக்கிறார் ... அப்புண்ணி நினைத்துக்கொண்டான்.

“என்ன?”

“உன்னைப் பாக்கணும்னு நினைச்சேன்.”

‘பாத்தாச்சுல்லே, போகலாம்’ என்று சொல்லத் தோன்றியது. அப்புண்ணி தன்னைக் கட்டுப்படுத்திக்கொண்டான்.

“பாகம் பிரிச்ச பிறகு நிலைமைகளெல்லாம் ரொம்ப மோசம்.”

“யாருடைய நிலைமையுமே நல்லா இல்லைதான்.”

“நானும் மாளுவும் வடக்கு முறியில, குட்டாப்புவோட தோட்டத்து வீட்டில தங்கியிருக்கோம்.”

“தெரியும்.”

"இப்ப என்னால பழைய காலம்போல வேலை செய்ய முடியலை. என் பொண்ணோட நிலைமையை நினைக்கும்போது ரொம்ப வேதனையாக இருக்கு."

அப்புண்ணி முனகி வைத்தான்.

"நீன்னா அவளுக்கு உயிர் . . ."

குட்டன் மாமா வேறு எதையோ சொல்ல வருவதுபோல் பதுங்கினார்.

"அதுக்கு நான் இப்ப என்ன பண்ணணும்?"

"அவளுக்கு இப்ப நீ ஒருத்தன்தான் ஆதரவா இருக்கே."

அப்புண்ணியின் மனதுக்குள் பழைய நினைவுகளின் சுழல் காற்று அடித்தேறியது. அவன் அமைதியான குரலில் சொன்னான்:

"நான் ஒண்ணும் துக்கிடித் துரை ஆயிடலை."

குட்டன் மாமாவின் முகம் வெளுறியது.

"ஏன் அப்படிச் சொல்றே அப்புண்ணி?"

"இதுக்கு மேலயும் என்னைச் சொல்ல வெச்சிடாதீங்க . . ."

அவர் தொப்பிக் குடையைத் தலையில் வைத்துக்கொண்டு குன்றிறங்கிப் போகும்போது அப்புண்ணிக்குள் குரூரமான ஒரு மகிழ்ச்சி உருவானது.

தொலைவில் தெரியும் ஆற்றோர நிலங்களுக்கு அப்பால் கண்களை ஓட விட்டபடி அப்புண்ணி மீண்டும் கொஞ்ச நேரம் அப்படியே அமர்ந்திருந்தான்.

மாளுவைப் பற்றிய எண்ணம் வந்தபோது வருத்தமாக இருந்தது. பாவம் மாளு. ஆனால் . . .

யோசித்துப் பார்க்கும்போது அவனுக்குள் மிகப்பெரிய வெறுப்பு உருவானது. பகை தீர்ப்பதில் மகிழ்ச்சி கொள்ளும் தன்மீது.

மாளு பெரியவளாகி இருப்பாள். வருடங்களுக்கு முன் குடும்ப வீட்டுக்கு முதல் முதலாகச் சென்ற அன்று, கிழக்கு வராந்தாவில் உட்கார்ந்திருக்கும்போது அருகில் வந்து பேசிய அந்தக் கறுத்து மெலிந்த கூர்முகம்கொண்ட சிறுமியின் தோற்றம் மனதில் பதிந்து கிடக்கிறது. மனதுக்குள் அவள்மீது பரிவிருக்கிறது. ஆனால், இதற்கு மேலாக எதுவும் கொடுப்பதற்கில்லை.

வெண்மேகக் கீற்றுகளிடையே சந்திர வட்டம் தென்படத் தொடங்கும்போதுதான் அவன் வீட்டுக்குத் திரும்பினான்.

இரவில் தூங்குவதற்காகப் படுத்த அப்புண்ணியின் மனதுக்குள் சில முகங்கள் வந்து நின்றன. பாதி அடைந்த மை தீட்டிய கண்களுடனும், கருநாகங்கள் இழைவதுபோல் பளபளக்கும் கூந்தல் பாரத்துடனும் ஒரு முகம். வியப்பும் வேதனையும் இடைகலந்த கண்களுடன் கறுத்து மெலிந்த ஒரு முகம். அந்தி சாயும் நேரத்தில் வான் மேகங்களின் பின் பாதி மறைந்து தெரியும் சந்திர வட்டத்தை நினைவுகூரும் இன்னொரு முகம். மறைந்து மேலெழுந்துகொண்டிருந்த அம்முகங்களைப் பார்த்தபடியே கண்கள் அடைந்துகொண்டன.

ooo

வீட்டுக்கு வந்த ஏழாவது நாள் காலையில்தான் பெரிய மாமாவைப் பார்த்தான். முற்றத்தில் சிகரெட் புகைத்தபடி நடந்துகொண்டிருக்கும்போது நாலுகெட்டின் முன்பகுதியில் மிதியடி சத்தம் கேட்டது. அவன் வராந்தாவின் முன்பக்கம் தனது நடையைத் தொடர்ந்தான்.

“அப்புண்ணீ.”

அவனுடைய பெயர் முதன் முதலாக பெரிய மாமாவின் நாவில் தடைபட்டுதான் வெளிவந்திருக்க வேண்டும். அப்புண்ணி குத்துப்பட்டவன்போல் உணர்ந்தான்.

“அப்புண்ணி இங்க கொஞ்சம் வா.”

“என்ன?”

“இங்க திண்ணைக்கு வா.” மிகவும் சாந்தமான அழைப்பு. இடிமுழக்கம்போல் மட்டுமே பேசுகிற பெரிய மாமாவா இவர்?

“அங்க நின்னு சொன்னாப் போதும்.”

வேலியின் இரு புறமுமாக அவர்கள் நின்றிருந்தனர். அப்புண்ணி மனதுக்குள் நீறிப் புகைந்துகொண்டிருந்தான். கோபத்தைத் தணிக்க விரல்களைப் பிசைந்தபடி நின்றிருந்தான்.

பெரிய மாமாவின் முகத்தில் பழைய தோரணையில்லை. உடலும் மனதும் சோர்ந்துபோய்விட்டதென்பதை முதல் பார்வையிலேயே புரிந்துகொள்ள முடிந்தது. அப்புண்ணியின் கண்களை எதிர்கொள்ள பெரிய மாமா சிரமப்படுவதுபோல் தோன்றியது.

“வரணும்னு மூணு நாலு நாளாக நினைச்சிட்டிருந்தேன்.”

"உம் . . ."

பெரிய மாமாவின் மூப்படைந்த முகத்தைப் பார்க்கும்போது அப்புண்ணியின் மனதுக்குள் அவரது பழைய தோற்றம் நினைவுக்கு வந்தது.

அன்று விரட்டியடித்தவர் . . . சொறி நாயைப்போல்.

வளவுக்குள் காலை வைத்தால் அடித்து ஒடிப்பேன் என்று சொன்னவர்தான் இன்று தன் முன்னால் அமைதியாக நின்றுகொண்டிருக்கிறார்.

"நான் ஒரு முக்கியமான விஷயமா வந்திருக்கிறேன்."

"சொல்லலாம்."

"பாகம் பிரிச்சதுல இந்த இல்லத்தை நான் எடுத்தேன். குடும்ப இல்லமில்லையா? பகவதி குடியிருக்குற இடமும்கூட! அது சின்னா பின்னமாயிடக்கூடாதே எங்கிறதுக்காக."

"நல்ல விஷயம்."

"இதன்பேரில ஒரு ஐநூறு ரூபாய் கடனிருக்கு. அது இப்ப தீர்ப்பாயிருக்கு."

அப்புண்ணி எதுவும் பேசாமல் அமைதியாக நின்று கேட்டான். சில நொடிகள் சந்தேகத்துடன் நின்றிருந்த பெரிய மாமா மீண்டும் தொடர்ந்தார்:

"பத்தாம் தேதிக்குள்ள பணத்தைக் கட்டலேன்னா, இல்லத்தைக் கையகப்படுத்திக்க தீர்ப்பாயிருக்கு. எதுவாக இருந்தாலும் நம்ம குடும்ப இல்லமில்லையா?

அப்புண்ணி மீண்டும் முனகி வைத்தான்.

"வாங்குறதுக்கு மாப்பிளைங்க தயாராக இருக்காங்க. பகவதி குடியிருக்குற இல்லத்தை மாப்பிளைங்களுக்கு எப்படி விற்க முடியும்?"

மனதுக்குள் மறைந்திருந்த கோபம் வெளிப்பட்டது. அப்புண்ணி குரலை உயர்த்திக் கேட்டான்:

"அதுக்கு நான் இப்ப என்ன பண்ணணும்?"

"உங்கிட்ட பணம் இருக்குறதாகக் கேள்விப்பட்டேன். ஒரு ஐநூறு ரூபா வேணும். கடனாகத் தந்தா போதும். எழுத்துப் பூர்வமாக ஏதாவது வேணும்னாலும் செய்துக்கலாம்."

வேலிப்படர்ப்பைத் திருகியபடி நிற்கும் முதியவரின் உருவம் மறைந்து, திண்ணையில் குதித்தேறி கையை ஓங்கியபடி பாய்ந்து வரும் ஒரு கனத்த உருவம் மீண்டும் கண் முன் வந்தது.

"இந்த நாலுகெட்டு வீடு நிலைச்சு நிக்கணும்கிற ஆசையெல்லாம் எனக்கில்லை."

அப்புண்ணி கோபத்தை அடக்கியபடி சொன்னான்.

"அப்புண்ணி என்ன சொல்றே?"

"வேணும்னா இன்னொரு தடவை சொல்றேன். இந்த நாலுகெட்டு வீடு நிலை நிக்கணும்கிற ஆசையெதுவும் எனக்குக் கிடையாது. இந்த வீட்டில இருந்து என்னை விரட்டியடிச்சதை நீங்க வேணும்னா மறந்திருக்கலாம். நான் அதை மறந்துட மாட்டேன்."

அவர்களிடையே மௌனம் இறுகிக்கிடந்தது. தடுமாறும் குரலில் பெரிய மாமா சொன்னார்:

"அன்னைக்கு அப்படியெல்லாம் நடந்துபோச்சு. அதுக்காக இப்ப நான் வருத்தப்படுறேன். நடந்ததை எல்லாம் மறந்துடு அப்புண்ணி."

"அது அவ்வளவு சுலபமில்லை."

"எந்த வழியுமில்லாத நிலையில நீ வந்திருக்கிறதாகக் கேள்விப்பட்டு வந்திருக்கேன். நம்ம முன்னோர் காலத்து இல்லம் இது."

"எங்கிட்ட பணமிருக்கு. ஆனால், தர்றதுக்கு விருப்பமில்லை."

வேலிப்படர்ப்பின் உருண்டை நுனியைத் தடவியபடி பெரிய மாமா தலை குனிந்து நின்றிருந்தார். அப்புண்ணி பார்வையைத் தரையில் பதித்தபடி நின்றிருந்தான் ...

அவர் மெல்ல மெல்ல நகர்ந்தபோது அப்புண்ணி அழைத்தான்.

"நிக்கணும்."

பெரிய மாமா திரும்பி நின்றார்.

"மாப்பிளைங்களுக்கு விற்கத்தானே விருப்பமில்லை? நானே வாங்கிக்கிறதா இருந்தால்?"

திகைத்துப்போய் நின்ற பெரிய மாமா பிறகு சொன்னார்:

"யோசிப்போம்."

"யோசிக்கிறதுக்கு என்ன இருக்கு? இப்பவே, இந்த நிமிசமே முடிவு பண்ணிக்கலாம். வாங்கவா வேண்டாமாங்கிறதை நான்தான் யோசிக்கணும். வீடும் மனையும் சேத்து என்ன விலை கிடைக்கணும்னு எதிர்பாக்கிறீங்க?"

மெல்லப் பதுங்கிய பெரிய மாமா, பதில் சொல்லாமல் நின்றிருந்தார்.

"சொல்லுங்க. வியாபாரம்தானே? கட்டுப்படியாகும்னா வாங்கிக்கிறேன்."

பெரிய மாமா தயக்கத்துடன் நிற்பதைக்கண்ட அப்புண்ணிக்குக் கோபம் வந்தது.

"ஏன் அப்புண்ணியோட காசுக்கு மதிப்பு கிடையாதா?"

"அதுக்காக இல்லை."

"அப்படின்னா சொல்லுங்க. இடிஞ்சு விழப்போகிற நாலுகெட்டுங்கிறதை ஞாபகத்தில வெச்சிட்டு விலையைச் சொல்லுங்க."

"போக்கர் ஹாஜி நாலாயிரம் ரூபாய்க்குக் கேட்டார் . . ."

அப்புண்ணி யோசித்தான்.

"காற்றோ வெளிச்சமோ வராத, மனுஷங்க வாழ லாயக்கில்லாத வீடு. பரவாயில்லை. நான் நாலாயிரம் ரூபாய் தர்றேன். இதுக்கு ஒப்புக்கொள்றதாக இருந்தா, விலையாதாரம் எழுதுறதுக்கான ஏற்பாடுகளைக் கவனியுங்க."

பெரிய மாமாவின் தலை மேலும் குனிந்தது.

"என்ன முடிவு பண்ணப்போறீங்க?"

மிகுந்த சிரமத்துடன் பெரிய மாமா சொன்னார்:

"சரி, அப்படியே ஆகட்டும்."

"ஆதாரம் எழுதுறதுக்கான ஏற்பாடுகளைக் கவனியுங்க."

மிதியடியின் ஓசை மெல்ல மெல்ல அகன்றுகொண்டிருப்பதைக் கவனித்தபடி அப்புண்ணி அங்கேயே நின்றிருந்தான்.

கையாலைக்குள் வந்து படுத்தபோது மீனாட்சிப் பெரியம்மா கேட்டாள்:

"போயிட்டாரா?"

"போயிட்டார்."

"பெரிய மாமாவுக்கு எல்லா வகையிலேயும் கஷ்டம்தான்."

இந்த அனுதாப வார்த்தை அப்புண்ணிக்குப் பிடிக்கவில்லை.

"ஏன் பூந்தோட்டத்தில சொத்தில்லையாமா?"

"அதுக்குச் சொல்லலை. நல்ல ஆதரவாக இருந்த மகளும் போய்ச் சேர்ந்துட்டா."

"யாரைச் சொல்றீங்க?"

"உனக்குத் தெரியாதா? தலைப்பிரசவத்தில . . . பாவம் . . ."

"என்ன சொல்றீங்க பெரியம்மா?"

"போன *இடவத்தில அம்மிணி இறந்துபோனா."

அப்புண்ணி பிறகெதுவும் பேசவில்லை. கையை ஊன்றியபடி மெல்ல எழுந்தான். கையாலை வாசலில் வந்து, நடுங்கும் விரல்களால் விட்டத்தைப் பிடித்துக்கொண்டு கண்களை மூடியபடி நின்றான். பெரியம்மா தனக்குத்தானே சொல்லிக்கொண்டாள்.

"பாவம், எவ்வளவு பாசமானவ."

அடைந்து கிடந்த வெளிவாசலை அப்புண்ணி திறந்தான். தெற்கு மனை இருளடைந்து கிடந்தது. மரச்சாய்வு அடுக்குகளை இழுத்துத் திறந்தபோது உள்ளே வெளிச்சக் கீற்றுகள் பாய்ந்தன. அங்கே வீசிய ஈரக்காற்றில் விரும்பாத வாசமிருந்தது. அடைந்து கிடந்த வாசல்களைத் திறந்த பிறகும் முக்கிலும் மூலையிலும் இருள் பதுங்கியிருந்தது. கருங்கல் பதித்த நடுமுற்றம் கரடு தட்டிக்கிடந்தது. தூண்களில் கறையான் புற்றுகள்.

அப்புண்ணி வடக்கு மனையிலிருந்து நடந்து கூடத்தில் வந்து நின்றான். அதுதான் ஏணியறை.

மூன்றாண்டுகளை இந்த அறைக்குள்தான் கழித்தான். அதன் தரையில் இப்போதும் கண்ணீரின் ஈரம் படிந்திருக்கிறதா?

---

* வைகாசி.

அதில் நின்றுகொண்டிருக்கும்போது மெல்லிய இருளிலிருந்து கண்ணாடி வளையோசை கேட்பது போலிருந்தது. முல்லைப்பூவின், நறுமணப் புகையின் வாசம் காற்றில் மிதக்கின்றனவா?

மனதுக்குள் அந்நேரம் உருவானது வருத்தமல்ல, வெறுமை.

ஏணிப்படியேறி மாடிக்கு வந்தான். அடைந்து கிடக்கும் அறையை மட்டும் அவன் திறக்கவில்லை.

தங்குவின் வரப்போகிற கணவனுக்காக ஒதுக்கி வைக்கப்பட்ட அறைக்குள் எலிகளின் நடமாட்டம்.

தங்குவுக்குக் கணவன் வந்ததாகவும் பிறகு, அவளை அவன் விலக்கி வைத்துவிட்டதாகவும் சொன்னாள் மீனாட்சிப் பெரியம்மா. இப்போது அந்த வீட்டிலும் ஒரு அறை ஒதுக்கி வைக்கப்பட்டிருக்கலாம்.

உதிர்ந்த சுவர்களும் ஈரம் படியும் தரையுமுள்ள அந்த நாலுகெட்டுக்குள் நடக்கும்போது பகல் நேரத்திலும்கூட மனதுக்குள் பயம் உருவானது. அந்த இருண்ட வளைவுகளினூடே தலைமுறைகள் பல நகர்ந்திருக்கின்றன. பொரேம்மானின், நாராயணம்மானின் ஆவிகள் அங்கே சுற்றித் திரியலாம். காரணவரால் மிதித்துக்கொல்லப்பட்ட கன்னிப்பெண்ணின் கதையும் நினைவுக்கு வந்தது.

பழைய நினைவுகளுடன் நிற்கும் இந்த நாலுகெட்டு இப்போது அப்புண்ணிக்கு உரிமைப்பட்டது. ஐந்தாண்டு காலம் உழைத்துச் சேர்த்த பணம் முழுவதையும் கொடுத்து வாங்கிய உடைமையாக இருந்தாலும் மிகப் பெரிய மனத்திருப்தி இருந்தது. ஒரு காலத்தில் உயிரைக் கையில் பிடித்துக்கொண்டு ஓடித் தப்பியது இங்கிருந்துதான். அன்று தனக்கு உரிமைப்பட்ட அனைத்துமே மறுக்கப்பட்டன. காரணம்? நாலுகெட்டில் பிறந்த ஒரு பெண், தான் விரும்பியவனைத் திருமணம் செய்துகொண்டாள் என்பது.

சிந்தனைகள் சுற்றிச் சுழல்வதுபோல் தோன்றியது. இப்போது அவள் உயிருடன் இருக்கிறாளா?

அனுமதி இல்லாமல் ஒரு முறை இந்தப் படியை அவள் கடந்துவிட்டாள். விளைவு, வாழ்நாள் முழுவதையும் நரகவேதனையுடன் கழிக்க வேண்டியதாயிற்று. யாரும் திரும்பிப் பார்க்கவில்லை. சொந்த பந்தங்கள் புலை குளித்துத் தங்களைத் தூய்மைப்படுத்திக்கொண்டனர். தங்கள் மீது படிந்த களங்கத்தைக் கழுவித் துடைத்த ஆறுதல் அவர்களுக்குக் கிடைத்திருக்கும்.

அவளுக்குப் பிறந்த மகன் அதே நாலுகெட்டின் இன்றைய உரிமையாளன்.

எம்.டி. வாசுதேவன் நாயர்

அவன் வேதனையுடன் நினைவுகூர்ந்தான். அவள், தன்னுடைய தாய்.

பெற்றவளை மறந்து வாழ்ந்துகொண்டிருக்கிறோம்.

அப்பா இறந்த பிறகு தன்னை ஊட்டி வளர்த்தவள். இல்லத்தின் உரல் புரையில் உலக்கைப் போட்டுப் போற்றியவள்...

எல்லாவற்றையும் மறந்துவிட்டோம். யாருடைய தயவுமில்லாத சூழ்நிலையில் கிடைத்த ஒரு உதவி. அதை அவள் மறுக்கவில்லைதான். தளர்ந்து விழும் நிலையில் தட்டுப்பட்ட கையைப் பற்றி விட்டாள். இது குற்றமா என்று தனக்குள் அவன் கேட்டுக்கொண்டான்.

குற்றம் செய்தவர் யார்?

நாலுகெட்டிலிருந்து வெளியே தள்ளியவர்கள் செய்த குற்றமா? அப்படி என்றால்? – அவனுக்கு மூச்சுத் தடைபட்டது போலிருந்தது...

வேர்வை ஊற்றெடுக்கும் உடலுடன் அவன் வெளித்திண்ணைக்கு வந்தான். மதிய வெயில் தகிப்புடன் நின்றது. காற்று வீசவில்லை; இலைகளில் அசைவில்லை.

இவ்வளவு காலமும் தனக்கு யாருமில்லை என்று தவறாக நினைத்துக்கொண்டிருந்தோம். இந்த உலகில் தனக்கென்று யாருமில்லை என்று சொல்லிக்கொள்வதைப் பெருமையாகக் கருதினோம். பலரிருக்கிறார்கள் என்ற உண்மையை மறைத்துத் தன்னைத் தானே ஏமாற்றிக் கொள்வதில் ஒரு திருப்தி.

பொறுப்புச் சங்கிலிகள் இப்போதும் தன்னைப் பிணைத்துக் கொண்டிருக்கின்றன. தொலைவில், வயநாடன் குன்றுகளின் அடிவாரத்திலுள்ள ஒரு சிறு குடிலை நோக்கி சிந்தனை ஓடியது. ஏதோ ஒரு பெட்டிக்கடையில் கல்லாவின் முன் அமர்ந்து சில்லறை எண்ணிக்கொண்டிருக்கும் முஸ்லிம் இளைஞனை அவன் கற்பனை செய்து பார்த்தான். ஏதோ ஒரு வகுப்பறையில் பையன்களுடன் உரையாடுகிற ஒரு ஆசிரியரின் உருவமும் மனதுக்குள் மேலெழுந்தது.

முற்றிலுமாக தளர்ந்துபோயிருந்த அப்புண்ணி, திண்ணையின் சிதலரித்த மரத் தூணின் அருகில் உட்கார்ந்தான்...

வெற்றி தோல்விகளைப் பட்டியலிடும் தேவையற்ற முயற்சியில் மனம் படாதபாடு பட்டுக்கொண்டிருந்தது...

10

முற்றத்தின் ஓரப்படியின் முன் வந்து நின்ற அந்த இளைஞன், பின்னால் வந்துகொண்டிருந்தவளிடம் சொன்னான்:

"வீட்டுக்குள்ள ஏறுங்கம்மா."

அவள் தயக்கத்துடன் நின்றிருந்தாள்.

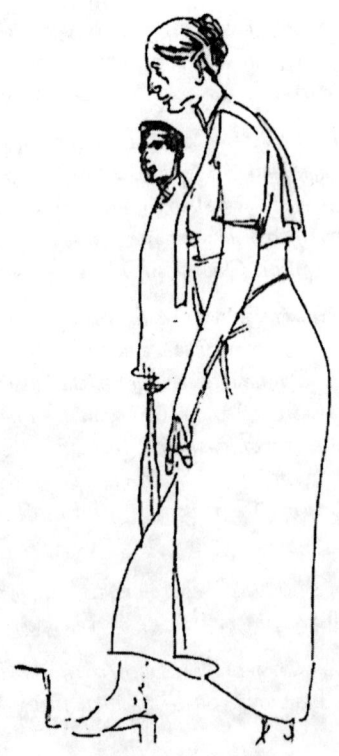

அவன் சொன்னான்: "தைரியமாக உள்ள ஏறுங்க."

தலை முடியில் நான்கைந்து வெள்ளி இழைகள் படர்ந்த, அந்த மெலிந்த பெண் திண்ணையில் ஏறினாள்.

வயதான அந்த மனிதர் தயக்கத்துடன் முற்றத்தில் நின்றுகொண்டிருந்தார். இளைஞன் சொன்னான்:

"உள்ள வாங்க."

அருகதையற்ற இடத்தில் நுழைவதுபோல் விருப்பமில்லா மனதுடன் அவர் அம்மாவைப் பின்பற்றி ஓரப்படிகளில் ஏறினார்.

உள்ளே வந்ததும் அம்மா சொன்னாள்:

"இவ்வளவு இருட்டா இருக்கே அப்புண்ணி?"

"பகல் நேரங்களிலும் இங்கே இருட்டுதான். காரணவர்களோட ஆன்மா பகல் நேரங்களிலும் சஞ்சரிக்குமாக இருக்கலாம்."

பதற்றத்துடன் அப்புண்ணியின் முகத்தைப் பார்த்தாள் அம்மா.

"பயப்படாதீங்க, இந்த நாலுகெட்டை இடிக்க ஏற்பாடு பண்ணிடுவோம். காற்றும் வெளிச்சமும் வர்ற ஒரு சிறு வீடு நமக்குப் போதும்."

"இடிக்கவா? தேவி பகவதி கொலுவிருக்கிற இல்லமில்லையா இது?"

அவன் உரத்த குரலில் சிரித்தான். அந்தச் சிரிப்பின் ஓசை உதிர்ந்த சுவர்களில், சிதலரித்த தூண்களில், இருண்ட மூலைகளில் பட்டு எதிரொலித்தது.

வயதான அந்த மனிதர் அப்போதும் பதற்றத்துடன் தலைகுனிந்து நின்றிருந்தார்.